I0524103

*Cuộc phiêu lưu
của cô bé Tarzan xứ Cộng*

MẮT

CUỐN 1
- VĨNH LINH THỊ HOÀNG -

Bìa: Nguyễn Hữu Phước
Dàn trang: Công Nguyễn

NHÂN ẢNH xuất bản 2023

ISBN: 9781088086247

VĨNH LINH THỊ HOÀNG

CUỐN 1

Cuộc Phiêu Lưu
Của Cô Bé Tarzan Xứ Cộng

NHÂN ẢNH 2023

Phụ Bản

Hình Ảnh

MỤC LỤC

CUỐN I:

CUỐN II:

CHƯƠNG 1

Những phận người trôi dạt

Làng Vĩnh Linh nằm gọn trong vòng tay ôm của núi. Đêm đến, hơi lạnh từ núi rừng tràn xuống như muốn bao phủ cả ngôi làng nhỏ đang chìm vào giấc ngủ.

Càng về khuya sương càng dày đặc, hơi lạnh như cố tình len qua từng phên cửa sổ, nếp mái lợp rơm mà thấm vào da thịt con người.

Thế nhưng, khi trời vừa hửng nắng một chút, đám sương mù ấy lại biến mất nhanh như chưa hề tồn tại.

Vĩnh Linh đang vào mùa khoai. Vì thế, trời vừa sáng tỏ, Chúc đã líu ríu xách bao, dẫn Eo đi mót.

Sau một lúc hối hả cuốc bộ, băng qua nương rẫy, hai ống quần ướt sũng vì sương mai, hai đứa đến được rẫy khoai đầu tiên.

Chúc nhìn lướt qua khoảng đất trồng khoai vừa được người ta thu hoạch ở trước mặt và nhắm xem hai đứa có thể mót được bao đầy hay không. Chúc muốn mót cho nhanh để không phải về lúc trời đang đứng bóng.

Tuy rẫy khoai đã được người ta dọn dẹp sạch sẽ để chuẩn bị cho mùa sau nhưng trong lòng hai đứa không khỏi dấy lên những khấp khởi mong chờ. Chúc đưa sẵn cái bao cát cho Eo, dặn:

- O cứ thấy mụt khoai nào trồi lên thì nhổ, có củ thì lấy, còn dây thì đừng.

Nói xong, Chúc xăm xăm chạy ra rẫy khoai trước, Eo xăng xái theo sau. Trong lòng Eo dấy lên một niềm hớn hở kỳ lạ, Eo nghĩ, sau buổi này, Eo sẽ mang về những củ khoai ngon lành. Vì thế, có phải dang nắng, tay chân bị gai góc cào cho xây xước cũng không sao! Miễn không đói là được – "cô bé tiểu thư Eo" ngày nào đã không sợ mà nghĩ thế.

Nhổ mụt, đào mót hết rẫy khoai đầu tiên, Eo và Chúc lại nhanh nhẹn mót từng khoảng đất trên các rẫy khoai tiếp đó. Cứ thế, hai cái bóng nhỏ thoăn thoắt di chuyển từ rẫy khoai này sang rẫy khoai khác.

Thời buổi đói khát, cái mặc không còn quan trọng, ai ai cũng lo thủ sẵn cái ăn qua ngày, miễn sao cho khỏi chết đói. Bởi vậy, khoai không dư dả để mà phí hoài, cho nên người ta đã đào bới rất kỹ đám đất trồng khoai khi thu hoạch.

Tuy nhiên, Chúc và Eo vẫn cứ hi vọng. Có những lúc, đối với Eo, với Chúc, hạnh phúc đơn giản chỉ là tìm được những mụt khoai rẻo, sứt sẹo do lưỡi cuốc đào còn sót lại như thế này. Những khi bắt được củ khoai to, hai đứa càng thêm mừng rỡ, reo lên thật sung sướng. Ngặt nỗi, mót được những củ khoai to còn nguyên vẹn là điều hiếm khi gặp được.

Hai cái bóng nhỏ xíu vẫn mải miết cặm cụi dù trời đang chuyển dần sang trưa. Ánh nắng mặt trời cũng trở nên như thiêu đốt.

Khi mặt trời lên đến đỉnh đầu, hai bao cát của Chúc và Eo đã được nhét đã đầy. Chúc chọn một bóng cây râm mát, đổ bao khoai của hai đứa ra đất rồi nhanh tay vặt sạch mầm, dây còn dính trên mụt khoai vừa mót. Eo ngồi bên cạnh, khấp khởi bắt chước động tác của Chúc.

Sau khi rà hết một lượt các mớ dây lá nằm trên mặt đất và chắc chắn rằng mình không bỏ sót một mẩu khoai nào, Chúc mới xốc xốc lại cái bao khoai, vẻ mặt mừng rỡ khi thấy khoai đã được hơn lưng bao. Chúc ra hiệu Eo xoay lưng lại và đặt bao khoai ngay ngắn lên vai Eo. Sự mừng rỡ của Chúc dường như biết lây lan nên Eo cũng bất giác nở nụ cười. Hai chị em khấp khởi vắt khoai chạy về.

Chúc quen tay đổ khoai ra rổ, rửa sạch rồi gác lên giàn bếp để dành cho bữa tới. Lúc này, trời cũng đã quá trưa. Xong đâu đấy, Chúc mới với tay lấy rổ khoai đã luộc còn lại từ bữa sáng xuống. Chúc trải miếng lá chuối xuống đất, để rổ khoai lên rồi lớn tiếng gọi:

- Mấy đứa xuống ăn cơm!

Như lũ heo con đang đói, mấy đứa trẻ bu lại rổ khoai, bốc ăn ngon lành. Eo cũng ở trong đám trẻ con đói ăn ấy.

Trẻ con sống trong cái thời đói khát này, chỉ mơ đến chuyện được no bụng. Còn cơm trắng thịt cá tươi ư, chắc là chỉ được thưởng thức về trong quá khứ xa rồi.

Thật mà, cuộc đời bé Eo đã từng có những tháng ngày như thế. Những bữa cơm thịt cá ngon lành đó, vốn dĩ rất quen thuộc và bình thường như thể hơi mẹ thơm thơm mỗi lần ôm Eo cho bú… Vậy mà, thoắt cái, sau tháng Tư đen, những thứ thịnh soạn ấy trở nên xa vời. Ngay cả bầu sữa mẹ cho Eo bú từng ngày… nay cũng đã không còn. Nó xa xôi và mơ hồ đến mức như thể nó thuộc về thế giới của giấc mơ, của một lần được đi vào huyền thoại.

Chờ lũ em vừa ăn xong, Chúc ra vườn cắt dây rau khoai, ôm lại chất trong mái hiên râm nắng thành một đống thật to.

Lúc Eo ra tới nơi đã thấy Chúc đang tỉ mẩn tỉa bớt những lá khoai sâu, úa rồi cột lại thành từng bó. Eo sà vào phụ Chúc.

Loáng cái, cả hai đã cột đủ hai mươi bốn bó rau thật to. Chúc đi xách nước tưới lên mấy bó rau rồi đem xếp gọn gàng vào góc bếp để sáng sớm mai mẹ Chúc gánh đi bán ở chợ Hòa

Nghĩa. Ngôi chợ này nằm ven quốc lộ I, cách làng Vĩnh Linh khá xa, gần mười hai, mười ba cây số.

Hai mươi bốn bó rau này sẽ được đổi cho những người nuôi heo… để lấy gia vị nấu nướng như mỡ nước, nước mắm, bột ngọt, tỏi, hành hoặc mắm ruốc. Những gia vị được đổi về đó đa phần là để dành chế biến thành nước chấm rau. Riêng mắm ruốc là nguyên liệu chính hằng ngày, được dùng để chế biến thay cho thịt cá.

Eo phụ Chúc được một lát thì mẹ Chúc về. Mẹ Chúc là bà con bên ngoại, đồng thời cũng là mẹ đỡ đầu của Eo, Eo gọi là vú.

Vú bỏ mấy thứ lỉnh kỉnh lên giàn bếp, nhìn cái dáng gầy xiêu của vú, Eo thấy tội nghiệp, thương vú vô cùng.

Dù là hồi còn ở Phước Tường, Đà Nẵng hay giờ ở đây, sự khắc khổ làm như cứ đeo bám vú mãi, không buông.

Sự cơ cực của vú toát ra từ vóc dáng gầy còm, từ cánh tay khô khẳng khiu cho đến tận hàm răng vẩu gần như đã rụng gần hết. Mái tóc bạc, mỏng thưa của vú cũng chẳng khá hơn vì không còn sức sống.

Tuy cũng có gia đình, chồng con như người ta nhưng không ai đỡ đần sự cơ cực đó cho vú. Những lo toan đời sống hàng ngày, một mình vú gánh vác, không hề thấy chút bóng dáng sẻ chia nào từ người chồng.

Chồng của vú, Eo gọi là Bọ, bà con phía bên nội, vai vế là anh họ Eo.

Lúc còn ở xóm gần chợ tại Phước Tường, nhà vú là hàng xóm với nhà Eo, cả hai gia đình đều là vợ con của lính.

Năm 1971-1972, cả hai nhà lại cùng di chuyển lên ở khu gia binh Trần Quốc Toản. Nhà vú lại cùng một vách với nhà Eo. Hai gia đình lại càng thân nhau hơn.

Bọ vốn là chuẩn úy, Trưởng ban tiếp liệu đóng ở Chu Lai, Tam Kỳ. Bọ còn trẻ, đẹp trai, được thăng quan tiến chức đều đều lại biết cách ăn ở hợp cách, hợp thời. Là vợ chồng nhưng Bọ với vú bị tách ra, kẻ sang-người hèn, sống ở hai thế giới khác biệt nhau, xa lạ với nhau.

Rồi Bọ có vợ bé, nghe đâu cô ấy tên Thụy. So với cô Thụy nào đó thì vú vừa già vừa xấu, nhà quê, không được học hành, lại còn quá đỗi vụng về.

Có năm, khi ngày Tết đã gần kề mà chưa thấy Bọ gởi tiền về, vú sốt ruột lắm. Muốn năm nay sẽ lo cho các con đầy đủ hơn so với năm ngoái, vì hai đứa con gái lớn đã vào trung học.

Như bao người mẹ khác, vú vui mừng khi thấy con mình đã lớn. Các con đã bắt đầu có bạn bè cùng trường đến nhà rủ đi học, đi chơi nên vú muốn sắm muốn sửa thêm cho chúng những bộ quần áo mới cho thật tử tế.

Chưa hết, vú cũng muốn chuẩn bị thêm thức ăn, vật dụng ngày Tết trong nhà thật đầy đủ như người ta cho tụi nhỏ được vui. Trẻ con mà, được bằng bạn bằng bè thì đứa nào mà không thích và cảm thấy thỏa lòng khi mong ngóng Tết.

Nhưng năm đó, chờ mà vẫn chưa nhận được tiền Bọ gửi về, vú đành ra chợ mua thiếu, cắm nợ. Bạn hàng cũng thuận lòng bán chịu nhưng ngày Tết thì càng lúc càng đến gần mà tiền Bọ gởi lại càng chưa thấy tăm hơi.

Vú càng nôn nóng, sốt ruột hơn, mỗi khi chủ nợ đi ngang hàng bán hành tỏi, dưa hấu của vú đều nhắc khéo:

- Bà chuẩn úy ơi, ráng thanh toán cho em trước năm mới nhé!

Vú cũng là dân buôn bán hằng ngày ở chợ nên thừa biết rằng năm mới Tết đến không ai muốn mắc nợ nần. Thế rồi vú hỏi ý kiến mẹ Eo, sau đó quyết định đón xe đò, tìm hỏi đường vào Chu Lai kiếm Bọ.

Đến nơi, vú vào đồn, xưng là vợ Bọ và muốn xin gặp. Mấy người lính canh trố mắt nhìn từ đầu tới chân, hỏi vặn lại:

- Bà có nói lộn không?

Vú lắc đầu nhưng lính canh dường như không tin, cứ nhìn vú dò xét:

- Bà có tìm lầm người không? Chuẩn úy Cẩm đúng là có vợ con nhưng… - Ông nhìn vú đầy ngờ vực - Nhà chuẩn úy ở gần đây, nếu cần, bà đến gặp đi. – Anh ta có ý nhấn mạnh câu nói sau.

Vú ngỡ ngàng, vú không phải vợ chuẩn úy Cẩm thì là ai? Lóng ngóng đứng đó, không biết giãi bày làm sao, cuối cùng lúng túng nhắn lại với lính canh rằng:

- Thôi… nhờ anh nhắn dùm… có vợ con ở Đà Nẵng vào tìm là được!

Nói rồi, vú cúi đầu, kéo nón lá che mặt và lén lau nước mắt hai hàng. Sự nghẹn ngào dâng lên cổ họng, vú cố nén xuống, lặng lẽ ra đường đón xe để quay về.

Yên vị trên xe rồi mà toàn thân vú vẫn còn cảm giác run rẩy. Càng nghĩ vú càng giận mình. Lạ là vú không giận mình không lấy được tiền đem về mà vú giận mình tại sao lại cả gan dám đi vô Chu Lai tìm Bọ.

Bọ biết được chắc sẽ tức giận lắm. Ý nghĩ này làm vú càng thêm hoảng sợ.

Nếu có thể, vú muốn quay ngược thời gian, sẽ không vô Chu Lai tìm Bọ chỉ vì túng thiếu. Nhưng như chiếc ná được nạp đạn, nhắm đích và bắn đi, chuyện đã không thể quay đầu.

Biết thêm chuyện "vợ chồng" của Bọ và cô Thụy "ở gần đây", vú càng thêm hoang mang, hoảng hốt.

Thật sự là vậy… chuyến đi này của vú đã làm cho Bọ vô cùng mất mặt.

Bởi lẽ, đường đường là ông chuẩn úy, có vợ đẹp con ngoan, xứng đôi vừa lứa, mà bây giờ không dưng "xì" đâu ra bà vợ vừa già xấu vừa quê kệch đến tìm.

Vì quê mùa, lúng túng nên không biết nấu ăn, tiếp khách mỗi khi Bọ đánh xe Jeep đưa bạn bè về Phước Tường chơi. Vì thế, Bọ càng ngày càng tỏ rõ thái độ chán ghét đối với vú.

Ai ai cũng nhìn thấy Bọ với vú như đôi đũa, càng so ra lại càng thấy lệch.

Sau này, theo lời mẹ Eo kể lại thì Bọ lấy vú bởi vì những lầm tưởng của gia đình Bọ.

Ngày trước, gia đình Bọ và vú đều ở Quảng Trị. Vú là con út, ở với bố mẹ. Nhà vú vốn có nhiều rẫy nương, vườn tược. Mỗi ngày, nhà thuê người thu hái rau cỏ, trái cây rồi gánh ra chợ mỗi sáng.

Vú chỉ quảy gánh đi theo bán cho mối lái, thu tiền, đi chợ rồi về. Bên gia đình Bọ thấy vậy thì nghĩ rằng vú giỏi, đảm đang, con nhà khá giả và nếu lấy vú thì hẳn Bọ sẽ hưởng nhờ, nên quyết định chọn và cưới vú về cho Bọ.

Theo chồng từ Quảng Trị về Đà Nẵng, vú rời khỏi sự bảo bọc của cha mẹ mình. Sống với nhau được một thời gian, con người vú thế nào, cuối cùng ai cũng rõ.

Vú quá hiền lành lại không biết cách xoay xở lanh lợi như người ta nên khi cưới xong rồi luôn bị Bọ bỏ rơi.

Nhưng vú cũng không tệ đến mức không biết làm gì, ngồi một chỗ chờ cơm bưng nước rót, vú cũng ra chợ buôn bán để phụ kiếm tiền nuôi con.

Tuy nhiên tính vú thương người lại thảo lảo, không tính toán chi li hơn thiệt như tụi con buôn ở chợ vốn hay kì kèo, thêm bớt nên chịu nhiều thua thiệt. Vì cái tính hay cả nể đó nên vú có buôn bán tối mặt thì lời lãi đem về cũng chả thấm tháp gì so với nền kinh tế gia đình.

Vú dở việc, tiền bạc lại thiếu trước hụt sau, căn nhà xây cùng một lúc với nhà Eo đã lâu mà chưa xong, trước sau vẫn còn trống hươ trống hoác. Lúc này Bọ cũng đã có vợ bé (một mái ấm hạnh phúc ngay trong vòng tay) càng khiến Bọ vốn đã chán chường vú nay lại càng thêm bất mãn.

Những lúc về thăm nhà, ở cạnh người vợ mà Bọ không còn chút thiết tha, Bọ tuôn xả nỗi bực tức, chán ghét của mình bằng những trận đòn. Bọ không tiếc giáng cho vú những cái tát tai, những cú nện cùng những lời chửi mắng, rủa xả... Bọ tự đánh mắng vợ như thể đánh mắng một đứa con đần độn vậy.

Những lúc như vậy, vú lại cuống cuồng chạy sang nhà Eo tìm chỗ nấp. Eo còn nhớ có lần, Eo nghe thấy tiếng đập cửa kêu cứu ẩm ẩm sau bếp. Khi Eo mở cửa ra đã thấy vú hớt hải, miệng lắp bắp nói mãi không thành lời:

- Bắn chết! Bắn chết!

Thấy vú hớt hải, Eo cũng phát hoảng lây:

- Cái gì? Ai bắn? Ai chết?

- Ổng bắn, ổng bắn tau (tao) chết.

Nói rồi, vú lao vào nhà, dáo dác nhìn quanh nhà Eo để tìm chỗ nấp. Lần đó, vú nấp trong hầm tránh bom nhà Eo. Hầm tối om, vú luống cuống chui tọt vào mùng, co quắp một góc, đắp lên người chiếc mền tối tăm, cố che giấu phận mình trong đó.

Sau Eo mới biết, sau khi đánh đập vú một trận, Bọ đã vác súng rượt đòi bắn.

Nhà Eo và nhà vú xây chung vách trên cùng một miếng đất rộng nhưng lại cách xa với hàng xóm chung quanh. Vì thế hai nhà rất thân thiết, mẹ Eo luôn coi vú - Bọ như gia đình em ruột của mình.

Trong khi nhà vú còn trống trải thì nhà Eo xây xong đã lâu, đồ đạc mẹ đã sắm sửa đẩy đủ cho sinh hoạt cuộc sống.

Mẹ Eo hiểu rõ cảnh khốn đốn của vú hơn ai hết. Mẹ Eo không đành lòng trơ mắt đứng nhìn nên mỗi lần Bọ về thăm nhà, nhà Eo lại thay vú đứng ra nấu nướng, đón tiếp Bọ và bạn bè của Bọ ngay trong nhà mình. Đôi khi, anh Hai Eo cũng kéo thêm vài người bạn đến ăn uống, đánh bài… nên Bọ cảm thấy vui vẻ, hài lòng mà bớt phần phạt với vú.

Sinh ra phận đàn bà là đã đón vào mình cái phận khổ, phận đàn bà vừa không có học, vừa xấu xí quê mùa như vú càng thậm khổ. Có chồng là chuẩn úy nhưng số tiền mỗi tháng vú nhận được từ chồng mình chẳng đủ chi phí, chăm nuôi bầy con đông đúc, mong đủ tiền cho các con ăn học đã là may mắn lắm. Nếu phải sắm sửa thêm vật dụng, quần áo gì đó thì cả nhà sẽ lâm vào cảnh thiếu trước hụt sau. Những lúc như vậy, vú lại phải nhờ mẹ Eo:

- O (cô) đi mượn giùm cho em ba ngàn… năm ngàn… đến tháng lương về em sẽ trả.

Mẹ Eo sợ vú mắc nợ nhiều rồi không trả xuể nên hễ đến tháng, mẹ hay nhắc nhở vú trả lần. Tuy lúc nào mẹ cũng tận tình giúp đỡ vú khi có chuyện nhưng ngoài miệng lại luôn la rầy, mắng vú là "con đàn bà hư".

Mẹ Eo hay nói: "Đàn bà là gia quan kẻ khó/ Khéo cử thì no, khéo co thì ấm".

Vì Bọ dữ đòn và vú sợ Bọ nên một mình vú tìm cách xoay xở để trả nợ nần. Không những không dám chia sẻ với Bọ, vú còn tìm mọi cách để giấu diếm không cho Bọ biết các khoản vay đó. Đôi lúc có tháng không thanh toán kịp cho chủ nợ, vú cứ năn nỉ mẹ Eo:

- O để cho em vài bữa nữa, đừng nói cho ổng (bọ) biết, ổng đập em chết.

Thế đó, đời có lắm cảnh nực cười, mang danh là vợ con của Trưởng ban Tiếp liệu mà không đủ ăn, đủ mặc.

Nghe nói, Bọ có thể đánh xe Jeep chở cô vợ bé, người này người nọ đi đây đi đó nhưng tuyệt đối, khi về thăm nhà, Bọ không hề có ý lấy xe chở vợ con đi chơi.

Bọn nhỏ bị cấm tiệt không cho bén mảng tới gần xe chứ đừng nói đến việc được ngồi lên chiếc ghế cho đã mông hay sờ quanh xe cho sướng tay. Dường như mẹ con vú hứng hết lên phận mình những thiệt thòi, chua xót, họ sống như những cái bóng nhòa nhạt trong cuộc đời của Bọ.

Sau 30/4/1975, Việt Cộng chiếm đóng miền Nam, phần đông dân chúng Phước Tường thuộc diện vợ con của lính Việt Nam Cộng Hòa… hoặc dân Bắc di cư năm 1954 …sợ bị bắn, sợ bị trả thù…vì quá sợ hãi nên vội vã đua nhau tháo dỡ nhà cửa, được cái gì hay cái đó rồi chất lên xe, trốn khỏi Phước Tường. Bởi vì họ nghe tin đồn rằng, Việt Cộng sẽ bắt bỏ tù hoặc đuổi bọn họ về Bắc. Họ ồ ạt rời khỏi Phước Tường ngay và phần lớn không thấy trở về nữa, trong đó có gia đình Eo và gia đình Vú.

Từ đó, xứ đạo Phước Tường ngày trở nên tơi bời, hoang vắng và mau chóng bị xóa dần theo thời gian.

Dân chúng di tản ra khỏi Phước Tường - Ảnh minh họa

Thời điểm đó, vú cũng vội đem con cái tìm về với gia đình của vú ở Vĩnh Linh, Cam Ranh. Chị Kây, chị gái Eo, cũng không ngoại lệ, đi theo vú về Vĩnh Linh ở với bà con.

Phần Bọ, sau ngày Đà Nẵng giải phóng, Bọ cùng hai đứa con về quê vợ - cô Thụy - ở đâu tận Đồng Nai. Ở chốn mới, Bọ không biết phải làm gì để sống cho những ngày sắp tới. Thêm vào đó, mỗi ngày Bọ đều nóng ruột khi nghĩ tới cha mẹ, anh em, họ hàng, vợ con của mình ở quê. Bọ không thể bỏ họ được vì thế một ngày nọ, Bọ nói với cô Thụy rằng, Bọ muốn đem hai đứa con về thăm nội cho biết họ hàng.

Lúc này ở Vĩnh Linh. Không bõ công vú trông ngóng ngày đêm, Bọ cuối cùng cũng trở lại với hai đứa con riêng với cô Thụy. Bé gái lớn chắc gần 2 tuổi còn bé gái nhỏ khoảng chừng sáu, bảy tháng tuổi.

Bọ nói với vú:

- Đây là hai đứa con của tui, bà nhớ chăm sóc cho nó!

Bọ muốn vú nuôi con, con của Bọ với vợ bé. Vú đón lấy hai đứa con riêng của chồng như là chuyện mặc nhiên vú phải làm.

Hôm đó, vú cứ chăm bẳm lo cho hai đứa nhỏ. Con bé chị khóc suốt đòi mẹ trong khi con bé em đang sốt hầm hập và khóc ngặt ngặt. Vú hết xoay qua dỗ đứa lớn rồi qua lại chăm đứa nhỏ.

Vú cứ lấy tí gạo, nấu thành cháo rồi lấy nước cháo loãng đó cho nó uống. Con bé nhỏ nóng sốt liên tiếp hai ba hôm, sợ nó sống không nổi, Bọ quyết định mang trả lại cho cô Thụy.

Còn con bé chị vẫn ở lại với vú, được đặt tên là Thu.

Từ nhà cô Thụy trở về làng Vĩnh Linh được một tuần, Bọ bị kêu đi trình diện học tập. Từ đó, mẹ con vú ở lại tự đùm bọc nhau mà sống.

Vú phải xoay xở để lo cho tám đứa con cộng thêm đứa con riêng của chồng. Đám con của vú, đứa con gái lớn nhất cũng chỉ mới 15 tuổi, chưa đủ sức trở thành lao động chính trong nhà. Tổng cộng nhà vú mười nhân mạng, quần quật làm việc suốt mà chưa khi nào đủ ăn, nói gì đến chuyện đủ mặc.

Dời dạt vào sát chân núi của làng Vĩnh Linh, xã Cam An, cái nghèo dường như vẫn chưa chịu buông bỏ cả nhà vú, tiền lương theo chế độ thân nhân lính Việt Nam Cộng Hòa không còn. Vú và mấy đứa con lớn, con nhỏ, học theo xóm làng mà sinh sống.

Ngày nào, cứ 5 giờ sáng, năm đứa lớn lại dẫn nhau lên núi, phá rừng, chặt cây, phát cỏ để lấy đất trồng trọt.

Dân ở đây trồng gì, mình trồng theo cái đó, từ trồng lúa, trồng bắp, trồng khoai, bobo hay khoai mì… bất cứ lương thực gì có thể thay gạo, cứu đói. Vừa phát rẫy trồng trọt, vừa làm củi để bán kiếm tiền sống qua ngày.

Trong khi chờ khoai mì, "gieo" xong độ vài ba tháng nữa mới thu hoạch. Hộ nghèo đem rau, củi ra chợ bán. Nhưng nhiều người bán quá thì rau, củi bị ế, giá cả rẻ mạt, đôi khi bán hết củi cũng không đủ để trả tiền mướn xe cộ bò.

Để chặt củi, mỗi ngày, cả nhà vú phải đi vào trong rừng sâu để đốn cây rồi chẻ thành từng thanh củi. Xếp những thanh củi thành từng bó rồi bó lại. Để chuyển củi về được nhà, họ phải vượt qua hai ba rặng núi hòn Khô, Hòn Sọ… Củi mang về được chất ở góc sân nhà.

Sau hai, ba ngày, nhắm số lượng củi đã đủ chất đầy một xe thì tối đến nhà vú chạy đi mướn cái cộ bò rồi chất củi lên. Khoảng 3 giờ sáng hôm sau, cả nhà vú lại hì hục kéo cộ bò chở củi ra chợ Hòa Nghĩa nằm ven quốc lộ I (giờ là chợ Cam Đức) cách đó 12, 13 cây số… để bán rồi mua một, hai ký gạo.

Thời buổi "Gạo vàng, củi quế"

Nói thì nghe có vẻ nhẹ nhàng vậy nhưng thật sự là không thể kể xiết những vất vả khi để có những bó củi, rồi hành trình đẩy cộ xe chở củi ra tới chợ bán.

Con đường đất núi mới phỡ (làm) đi đến chợ có bằng phẳng gì cho cam. Gập ghềnh đồi dốc, chật vật nhất là qua những đoạn xuống mương, lên dốc. Mỗi lần lên dốc, cả nhà phải còng cả lưng hì hụi đẩy, mỗi lần xuống dốc thì cả nhà phải phụ nhau ghịt cái cần để giữ thăng bằng, chỉ cần sơ tay sẩy chân một chút là sẽ bị cộ xe đẩy củi ấy đè chết như chơi. Thế mới nói, thuở đời cay nghiệt, "gánh cực mà đổ lên non, còng lưng mà chạy cực còn theo sau".

Quần quật là vậy nhưng càng ngày càng khổ, càng đói rách… làm bán sống bán chết mà không kiếm đủ miếng ăn để bỏ vào miệng.

Nhưng nói gì thì nói, đâu thể nằm đó chờ chết. Để có cái ăn mà sống, dân chúng chui vào rừng, vô núi, bức mây, hái măng kiếm sống. Biết là rừng thiêng nước độc nhưng đói thì đầu gối phải bò. Nếu đằng nào cũng chết thì đành phải liều một phen cái đã.

Đã mấy hôm rồi vú không đi chợ, nhà không còn hột gạo nào. Vú đi ra nương rẫy quanh đó, kiếm hái đủ loại rau non, đem về luộc ăn cho đỡ đói. Nào ngờ, nhằm lúc trái gió trở trời, độc địa nên bị bệnh cả nhà.

Không muốn để cả nhà chết đói, hai đứa con trai lớn của vú rủ nhau vào rừng hái măng đem về cho mẹ nấu bán. Hai đứa hi vọng sẽ kiếm được ít đồng mua thức ăn cho cả nhà.

Với số măng luộc ra ít ỏi, chưa đầy một gánh nên vú không mang ra chợ Hoà Nghĩa (chợ Cam Đức) mà mang ra chợ Vĩnh Linh (chợ Cam An) bán cho con buôn lẻ. Họ gom măng của những người dân sống gần núi rồi mang ra chợ Cam Đức "bán lại" kiếm lời.

Xoay xở được ít tiền, vú liền chạy lên trạm xá mua thuốc sốt rét. Sau đó, vú ghé quán gần nhà mua chai dầu Khuynh diệp, đong lon gạo, lấy thêm một chén củ nén, mấy củ gừng về đâm (giã) ra lấy nước cho mấy đứa con uống để giải cảm. Vú cũng không quên hỏi bà chủ quán cho vú xin rẻo (vụn) thuốc lá Cẩm Lệ mà người ta bỏ, đem về vấn một điếu hút để gọi là thưởng công cho mình.

Lúc vú về đến nhà, rổ rau luộc, tô nước canh rau và chén muối hột giã với ớt vẫn còn nguyên trên bàn, còn mấy đứa con vú thì đứa nào đứa nấy nằm co quắp trên chiếc chiếu rách trải dưới nền đất, miệng rên hự hự.

Vú biết mấy đứa nhỏ một phần vì bệnh, một phần vì đã quá ngán rau nên chẳng buồn ăn. Sợ đám con sẽ vì bệnh và đói mà lả đi, vú lật đật ép mỗi đứa phải húp hết một chén nước canh rau luộc vào bụng. Xong đâu đấy, vú bế chúng lên giường rồi đem bỏ dưới gầm giường một nồi than đỏ để giữ cho chúng ấm.

Vú bôi dầu, cạo gió, rồi cho từng đứa uống thuốc. Có đứa ói ra nước mật xanh, mật vàng, không biết vì đói hay vì ho cảm. Cứ như thể tụi nó thải ra hết chất độc tích tụ bên trong cơ thể còm cõi, ốm yếu của tụi nó vậy.

Nồi cháo trắng được bắc xuống bếp, vú trộn tô nén tươi giã nhuyễn vào quậy đều, rồi kêu mấy đứa lớn dọn ra ăn. Còn một mình dưới bếp, vú lại loay hoay làm mớ măng tươi cho xong. Vú bóc vỏ, cắt gọt lấy phần mụt (búp) non, rửa sạch, bắc nồi lên luộc.

Ngồi canh củi, vú gắp cục than để mồi điếu thuốc lá rẻo Cẩm Lệ. Vú vừa bập bập thuốc vừa suy tính tới sinh kế ngày mai. Vú đang cố nghĩ xem ngoài hai thau măng luộc, mấy bó rau thì nhà còn có cái gì để "moi" ra đi bán. Nghĩ rồi, vú lo lắng đến thần cả người, đến nẫu cả lòng.

Trong cơn khó, nó ló cái "may"

Sớm hôm sau, như mọi ngày vú quảy gánh hàng "không vốn" ra đứng trước mặt chợ Cam Đức "bỏ mối". Bán xong, vú nhanh nhẩu chạy vội vào trong chợ, cầm được đồng tiền, vú thử nhẩm tính mình sẽ trích ra bao nhiêu để mua gạo, mua thuốc cho con. Vú thở dài khi nhận ra mớ tiền trong tay mình thật ít ỏi, chẳng đủ thiếu gì. Hình ảnh các con nhắm nghiền mắt, mệt mỏi vì bệnh tật khiến vú xót xa quá đỗi.

Đang không biết tính sao cho vuông tròn, vú chợt nghe có tiếng ai đó rao:

- Ai có răng vàng, răng bạc bán không?

Vú bất giác rờ ba cái răng cửa bọc vàng mà vú làm hồi còn ở chợ Phước Tường của mình. Tim vú đập loạn xạ lên vì vui mừng, vú nghĩ, vú đã tìm được cách để cứu đàn con nhỏ ở nhà. Bán răng của mình mà vú cứ nghĩ được ơn trúng số. Không một phút chần chừ, vú cạy răng bọc vàng ra bán ngay tại chợ.

Bây giờ, mỗi khi vú cười, hàm răng cái còn cái mất chỉa ra lộn xộn. Đôi mắt sâu hoắm nằm trên gương mặt hốc hác, khắc khổ càng khiến Eo chua xót. Trông vú tiều tụy và thê thảm. Eo thương vú - người mẹ đỡ đầu đầy tội nghiệp của Eo.

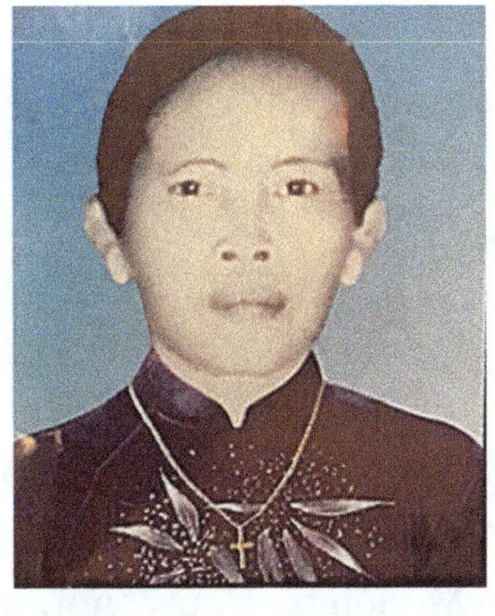

Di ảnh thờ vú   *Di ảnh thờ Bọ*

Trời ngả tối thật mau. Làng Vĩnh Linh nhập nhèm trong đêm càng thêm phần buồn thảm.

Ở nhà vú, một nồi cơm độn nấu từ nửa lon gạo và một mớ khoai tươi mà tụi Eo mót về từ trưa được dọn ra cùng với một nồi canh rau nấu với mắm ruốc thật to. Ngoài ra không còn món gì khác để thưởng thức.

Mười một người vội vàng bu lại, lùa nhanh cho xong bữa rồi tranh thủ nghỉ ngơi cho sớm để ngày mai đi "cày" tiếp.

Bên ngoài, không khí âm ẩm như thể sắp có mưa. Mây đen kéo về che khuất mảnh trăng non. Tiếng ễnh ương, ếch nhái kêu rân làm như chúng hân hoan lắm. Chúc đang ngồi rửa chén sau hè thì vú dặn:

- Tối, con qua ngủ với o (Chúc gọi Eo là o) nghe!

- Dạ! - Chúc đáp.

Sau khi rửa xong đống chén, cho mấy em lên giường ngủ, Chúc loay hoay với mớ việc nhà không tên thêm một lúc mới xong. Sau khi thổi tắt ngọn đèn dầu trong bếp, Chúc mới chạy sang nhà Eo.

Eo và Chúc lổm cổm bò lên giường. Nói là giường cho sang chứ thật ra chỉ là mấy cái cọc được đóng xéo làm chân giường, bên trên gác mấy tấm vạt gỗ.

Hai đứa nằm trên cái giường được kê gần cửa sổ. Eo chống phên cửa lên, hai đứa nằm ôm nhau, nhìn ra khoảng trời nhỏ đen thẫm, rồi ca hát líu lo:

- Ngài là Đường, là Sự Thật và là Sự Sống. Ai tin người không đi trong tối tăm, không sống giữa sai lầm... Ngài là niềm vui... là ủi an...

- Chúa xét dò con, khi con đứng, con ngồi, khi con nghỉ, con đi, Ngài đều thấu suốt, mọi đường lối của con...

- Mẹ ơi đời con dõi bước theo Mẹ, lòng con quyết noi gương Mẹ. Xin Mẹ dạy con hai tiếng Xin vâng...

Trong lo toan miếng ăn vất vả đủ cho một ngày, trước khi đi ngủ, như thói quen, Chúc và Eo luôn cất tiếng ca ngợi, cảm ơn Chúa. Hai đứa trẻ cứ thay phiên nhau hát những bài mà lớp giáo lý đã dạy hoặc nhà thờ tập hát cho.

Eo vòng tay ôm Chúc và cảm giác được là Chúc rất gầy, đen đủi vì vất vả. Chúc cũng có cảm giác là Eo rất bơ vơ cần được vòng tay ôm kề. Nằm được một lúc, Chúc lăn ra ngủ từ hồi nào.

Eo cố nhìn gương mặt Chúc trong đêm mờ mờ. Nghe hơi thở Chúc phả ra nhè nhẹ, không dưng Eo thấy thương quá.

Tội nghiệp Chúc, nay mới chín tuổi đầu mà đã ghé vai đảm đương gần hết việc nhà, hết dậy sớm nấu cơm nước cho anh chị mang theo đi rẫy lại ở nhà chăm cho đám em và luôn luôn sát cánh với công việc của mẹ. Tất bật vậy nhưng Eo thấy Chúc ít khi nào buồn.

Chúc vui với cái khổ, cười với cái khổ, vô tư sống với phận con nhà nghèo, bình thản chấp nhận nó như vú, như anh chị mình vậy. Chúc hồn nhiên đúng với cái tuổi lên chín của mình.

Eo càng gần gũi Chúc nhiều, càng muốn phụ làm bớt công việc, để Chúc bớt khổ hơn. Hồi năm ngoái, gia tài Eo còn có mỗi đôi giày đính nơ màu trắng rất đẹp, hai bộ đồng phục hồi tiểu học, hai bộ áo dài may từ trước khi mất nước, mặc thay đổi khi đi học, bây giờ đã chật, Eo không thể nới vải ra để mặc được nữa, nhưng Eo nhất định không cho ai lấy nó mang đi bán để kiếm tiền mà đưa hết cho Chúc. Nhìn Chúc mặc quần áo đẹp của mình đi lễ, Eo thấy vui trong lòng vì thấy hình ảnh của mình trong nó.

Chúc đã ngủ từ lâu nhưng Eo thì mãi vẫn không ngủ được. Càng về khuya, Eo càng trằn trọc không yên.

Ngoài kia, bầu trời sắp chuyển mưa, đen thăm thẳm. Tiếng ếch nhái oàm oạp kêu dài trong đêm, nghe não nuột.

Eo vội lật đật hạ phên cửa sổ vì sợ mưa bắn vào ướt hết chỗ nằm, chưa kể rắn rít, bò cạp theo đó mà bò vào nhà. Hơn hết là Eo sợ ma, lại sợ sấm sét sắp xảy ra. Eo lấy chăn trùm kín đầu, cố dỗ giấc ngủ.

Trời sắp mưa mà trong nhà chỉ có hai đứa con gái nhỏ. Chị Kây hôm nay lại không có nhà, cảm giác cô đơn dâng lên ứ ngực. Eo nhớ mẹ, nhớ anh Hai, anh Tư.

Giờ này, không biết mẹ và hai anh đang ở đâu, có nhớ đến Eo nhiều như Eo đang nhớ đến họ không? Mẹ và hai anh có biết, bắt đầu từ ngày ấy, cuộc đời Eo đã rẽ sang một ngõ tối tăm, không lối thoát. Như con chim non chưa biết bay đã bị rơi xuống vực sâu thăm thẳm, nơi mà chỉ nghe thấy được tiếng kêu cứu của chính bản thân mình. Nghĩ đến phận mình, nghĩ tới mẹ và hai anh, không dưng Eo thấy tủi thân, nước mắt bất giác lăn dài

Ký ức quay về như đoạn phim chiếu chậm.

CHƯƠNG 2

Biến cố Tháng Tư Đen

Đà Nẵng, những ngày cuối tháng 3/1975.

Mấy tuần nay, anh Tư của Eo đang học Chính trị Kinh doanh ở Đà Lạt liên tục đánh điện tín cho anh Hai ở Đà Nẵng hối: "Anh chuẩn bị đưa hai em vào Sài Gòn gấp vì miền Nam sắp mất!".

Anh Hai của Eo đang là Đại úy - Khối bổ sung Trung tâm Huấn luyện Sư đoàn 3, đóng tại Hòa Khánh, Đà Nẵng - cười nói:

- Thành phố Đà Nẵng là thành phố lớn thứ nhì, chỉ đứng sau Sài Gòn, tau (tao) là lính, tau biết. Còn nó đang đi học thì biết cứt gì!

Anh Hai không muốn hai chị em Eo đi đâu cả, vì từ khi ba mất, anh được thuyên chuyển từ Sư đoàn 1 Bộ binh về Sư đoàn 3, trung tâm huấn luyện Đà Nẵng để được gần nhà. Ngày ngày, hai buổi đi về, anh đã quen săn sóc, sống gần gũi hai đứa em gái nhỏ nên anh cố giữ hai em ở bên mình để bảo vệ, cưu mang được ngày nào hay ngày đó. Hơn nữa, anh Hai nghĩ chuyện anh Tư báo là chuyện không tưởng.

Nhưng anh Hai đâu biết rằng sở dĩ anh Tư đánh điện hối thúc hoài là bởi vì thầy dạy của anh Tư là Đức Cha Xavier

Nguyễn Văn Thuận đã khuyên sinh viên của mình nên tìm hướng xuất ngoại, lúc đó lại còn có tin đồn rằng đất nước sẽ bị chia lại, không bắt đầu từ vĩ tuyến 17 trở ra nữa mà từ Quy Nhơn trở ra.

Thời điểm thành phố Đà Nẵng bắt đầu hoảng loạn, mẹ Eo và Quốc Việt (em lai) đã vào Cam Ranh, anh Tư học ở Đà Lạt. Vốn dĩ, gia đình Eo dự định đưa anh Tư đi sang Pháp du học khi anh hoàn thành năm cuối (1975).

Khi có biến, mẹ, Quốc Việt và anh Tư lật đật xuống Nha Trang, đợi di chuyển vào Sài Gòn. Lúc này vì lo lắng cho mấy anh chị em Eo ở Đà Nẵng, anh Tư đánh điện hối anh Hai hoài là vậy.

Anh Hai không nghe lời anh Tư cho tới khi thấy người tị nạn về tràn ngập thành phố, tình hình chộn rộn, đầy hoang mang, tình thế bắt đầu hỗn loạn mới tìm cách đưa chị em Eo đi thì lúc ấy đã muộn màng. Đà Nẵng giờ như trở thành "chỗ trũng" ở giữa để "nước" dồn về.

Ảnh minh họa – Dân chúng đi di tản.

Người từ Quảng Trị, Huế vô, kẻ từ Quảng Nam ra, thành phố Đà Nẵng ở giữa bỗng chốc ứ người. Đường sá đông đúc, đi đâu cũng thấy nghẹt người di tản vì Quảng Trị, Huế và một vài thành phố thuộc tỉnh Quảng Nam đã mất (giải phóng) dần.

Không dễ dàng gì để kiếm được vé đi vào Sài Gòn, vậy mà anh Hai đã cố gắng chạy chọt kiếm được ba vé cho chị Kây, Eo và bác Nhàn, bác bà con đến ở giúp mẹ trông nhà. Anh đưa vé cho chị Kây, dặn:

- Hai đứa bây chuẩn bị đồ đạc rồi anh chở lên nhà ông Nghị sĩ Hòa, đi chung với vợ con của ông Nghị. Hai đứa vô Sài Gòn gặp mẹ với anh Tư trước, anh sẽ vô sau!

Hai chị em lúc ấy chỉ biết gật đầu vâng dạ trước những lời anh Hai đã dặn cũng như răm rắp làm theo những gì anh Hai đã sắp xếp.

 Sau khi dặn dò kỹ lưỡng, ăn bữa cơm, Eo không ngờ đó là bữa cơm cuối cùng Eo được ăn với anh Hai.

Anh kêu chị Kây vào phòng, cột vào lưng bụng chị một cái ruột tượng nhỏ được may bằng vải có lận sẵn mấy cây vàng. Anh còn đưa cho chị một số tiền mặt bỏ vào túi xách tay.

Khoảng 1 giờ trưa, anh Hai lấy xe Jeep chở chị em Eo cùng bác Nhàn đến nhà ông nghị sĩ Hòa. Cả đám người cùng vợ con của ông ra thẳng phi trường.

Khi anh Hai và ông Nghị vừa khuất bóng ra về, Eo bỗng linh tính thấy một nỗi bất an lạ lùng.

Khoảng 2-3 giờ chiều, phi trường đông nghẹt người là người. Bình thường, phi trường có sức chứa rất lớn nhưng giờ đây không khí đặc quánh hơi người. Chị em Eo và bác Nhàn cũng qua được cửa kiểm soát vé và vào được phòng đợi.

Mãi đến 5 giờ tối mới tới lượt chị em Eo và bác Nhàn di chuyển. Lúc này, một chiếc xe nhà binh chạy đến, mọi người chen nhau leo lên xe. Vợ con của ông Nghị sĩ Hòa nhanh chân chen được chiếc xe thứ nhất đưa thẳng vào trong phi trường, chị em Eo rớt lại chuyến sau.

15 phút sau, chị em Eo cũng được chở vào, ở chung với đám người đông đúc. Họ đã ở đó tự bao giờ, chen nhau nằm, ngồi la liệt ở ngoài, hay trong những dãy nhà vòm, cùng chờ ngóng máy bay đến đón.

Chưa bao giờ Eo thấy thời gian chờ đợi lại dài đăng đẳng, cũng như chưa bao giờ Eo lại có linh tính lạ lùng và hồi hộp đến vậy. Chị Kây mua cho Eo một hộp cơm sườn, vừa ăn xong chưa kịp ngủ thì đài rađa hú inh ỏi báo có pháo kích, đèn rada quay sáng lóa cả bầu trời. Cả sân bay phút chốc trở nên ồn ào và náo loạn bởi sự cất cánh liên tục của trực thăng, máy bay...

Bom bắt đầu nổ ở vài nơi trong phi trường, những tiếng nổ đanh như thể ai đó trực tiếp gõ từng nhát búa vào màng nhĩ, đau thống óc.

Eo liền kéo chăn trùm kín đầu mà vẫn nghe tiếng nổ rõ mồn một. Chị Kây ôm Eo vào lòng và bịt tai Eo lại để Eo có thể chợp mắt đôi chút.

Nhưng Eo vẫn không tài nào ngủ nổi. Chỉ tới khi gần sáng, cuộc pháo kích qua đi, đài rada thôi hú, bom thôi nổ, chị em Eo mới có thể yên tâm đi vào giấc ngủ. Nhưng Eo ngủ không được bao lâu bởi những tiếng lào xào của người xung quanh.

Càng về sau, người đổ về phi trường càng đông đúc. Có lẽ, ngoài thành phố tình hình di tản cấp bách quá sức lắm rồi.

Mọi người xung quanh đang dọn dẹp mùng màn, vệ sinh cá nhân rồi lại tiếp tục ngóng đợi máy bay đến.

Đến 9 giờ sáng, một chiếc Boeing 747 hạ cánh xuống phi trường. Mọi người trên sân bay bắt đầu nhấp nhổm. Khi cầu thang từ máy bay được thả xuống thì sự hỗn loạn bắt đầu được dấy lên và bùng phát mạnh mẽ.

Đoàn người táo tác xô đẩy và chen lấn nhau đổ xô về phía cầu thang. Đối với đám đông hỗn loạn đó mà nói, chiếc cầu thang dẫn lên máy bay đó, chính là con đường đào thoát khổ ải duy nhất, con đường sống duy nhất.

Eo bị đẩy vào đám đông chen lấn, sự hỗn loạn đó đã làm Eo lạc mất chị Kây và bác Nhàn từ lúc nào không hay.

Giữa đám đông xô đẩy, từ trên cao nhìn xuống chỉ thấy toàn là đầu lô nhô và không ngừng chuyển động. Eo bị đẩy đi, chen lấn, xoay xở trong đám đông hỗn loạn đó.

Để đảm bảo an ninh, sân bay đã bố trí hai, ba nhân viên canh gác dưới chân cầu thang dẫn lên máy bay và một vài nhân viên rà soát ngay cửa vào buồng hành khách. Một số trong bọn họ là người Mĩ, tất cả đều có vóc dáng vạm vỡ nhưng vẫn phải vô cùng chật vật mới có thể tạm thời trấn định được dòng người đang cố sống cố chết leo lên máy bay.

Eo theo dòng người xô đẩy đó cuốn tới ngay chân cầu thang dẫn lên máy bay. Bất thình lình, ai trên đó nắm lấy tay Eo kéo lên cầu thang cao rồi đẩy vào khoang hành khách.

Eo bàng hoàng, Eo choáng ngợp. Bởi đây là lần đầu tiên Eo được lên máy bay. Đối với Eo mà nói, khoang hành khách với những dãy ghế sâu hút rộng lớn hơn rất nhiều so với tưởng tượng của Eo.

Ngỡ ngàng, lạ lẫm xen kẽ cảm giác lạc lõng, sợ hãi, Eo siết chặt bị đồ chơi (đồ hàng cho bé gái) vào người. Vì thấy Eo là em bé, nên người Mĩ họ ưu tiên bốc lên trước chăng?

Khác với sự đông đúc hỗn loạn bên ngoài, buồng hành khách thưa thớt bóng người. Đảo mắt tìm quanh, Eo càng hoảng hốt hơn, không khỏi kinh hãi khi không nhìn thấy chị Kây và bác Nhàn:

- Chị Kây với bà bác đâu? Họ đã lên máy bay chưa, sao mình không thấy? Có khi nào chị còn ở dưới đó không?

Eo nhanh chóng định thần. Trong tích tắc, Eo quyết định chạy xuống ngược hướng với đám đông lúc này đang ồ ạt tràn vào khoang hành khách. Eo muốn tìm chị Kây, Eo không thể đi một mình được, cũng không muốn đi một mình.

Nhưng khổ nỗi, đám đông như sóng lớn, tràn hết lớp này đến lớp khác, dù vài nhân viên cầm dùi cui đã cố gắng nhưng không tài nào ngăn lại được.

Eo cảm thấy tuyệt vọng.

Eo bèn khom người, len lỏi ngược dòng người chạy ra và bám ngay cửa, nhìn xuống cầu thang máy bay... nhưng càng nhìn càng không thấy bóng dáng thân thuộc của chị Kây và bác Nhàn. Không còn cách nào khác, Eo liều mình trườn ngược lên đầu lên cổ của dòng người để xuống đất.

Dòng người vẫn không ngừng điên cuồng chen lấn cố chen lên cầu thang dẫn. Một phần sợ Việt Cộng trà trộn, một phần phải giải tán đám đông lấy khoảng trống để đóng cửa cho máy bay cất cánh, nhân viên hãng bay đã cho xịt hơi cay xuống.

Đám đông táo tác như bầy kiến bị dội một gáo nước làm cho tản mác hết cả.

Máy bay vội vàng rút cầu thang, đóng cửa khoang, tiến nhanh vào đường băng và dần bay lên cao, để lại một đám khói trắng dày đặc.

Bên dưới là đám đông xơ xác, bơ phờ sau cuộc chen lấn chết sống vừa qua. Không thể tả hết nỗi thất vọng tràn trề hiện lên trên nét mặt của mọi người ở lại.

Eo – người duy nhất trong đám đông được lên máy bay đó – lại có một nỗi thất vọng rất khác. Giữa đám đông, Eo trơ trọi đứng ôm bị đồ chơi làm bằng nhôm, bằng nhựa nhẹ, cồng kềnh (đó là cả gia tài của Eo, vật quý giá nhất, thân yêu nhất còn lại của Eo) vào lòng – ngơ ngác và hoảng sợ giữa phi đạo rộng lớn người.

Lúc này, cảm giác lạc lõng và mất phương hướng choáng ngợp tâm trí Eo.

"Chắc chị Kây đang đứng lẩn đâu đó, quanh đây, chắc chị cũng như mình", Eo nghĩ rồi bắt đầu chạy tới những nơi mà Eo nghĩ có thể sẽ gặp được chị, nhưng càng tìm càng thất vọng.

Eo lại theo đám đông đó, ẩn trú ở một nhà vòm khác trong dãy và chờ chuyến máy bay kế tiếp. Người trong phi trường lúc này càng tiếp tục tụ tập nhiều hơn, đông hơn gấp bội.

Đối với đứa trẻ vừa mươi tuổi đầu như Eo, những sự kiện loạn lạc dồn dập xảy ra từ hôm qua tới nay đã là quá sức chịu đựng.

Nhưng cơn ác mộng chưa dừng lại...

Trời chưa kịp tối, lại tiếng hú báo động liên tục của đài rada, theo ngay sau đó là một trận pháo kích như mưa bắn xuống. Đèn sáng choang cả phi trường. Những tiếng nổ âm vang cứ liên tục tiếp nhau như muốn dội tung những con người ở đó.

Đành rằng, sống trong chiến tranh, con người buộc phải quen với bom đạn, chết chóc nhưng khung cảnh pháo kích ở sân bay quả là thảm cảnh sống động đầy ám ảnh.

Xung quanh Eo, đám đông dồn ứ khi nãy giờ như bầy kiến vỡ tổ, la hét hoảng loạn và tìm đường tháo chạy, bỏ lại giữa phi đạo la liệt những giỏ xách, vali, túi lớn, túi nhỏ...

Eo ngồi thụp xuống, cố rúc sâu vào đống hành lí thật lớn để trốn. Hai tay cầm chặt đôi guốc đã bị đứt quai, còn túi đồ chơi được Eo kẹp chặt giữa đùi và bụng, Eo trân mình cố chịu trận.

Đến chừng sự mệt mỏi cùng với cơn buồn ngủ kéo trĩu hai mí, Eo vừa chợp mắt, hai tay giờ đang bịt tai vừa buông lỏng rớt xuống được tí chút thì lại giật điếng người vì tiếng bom nổ.

"Ầm".

Một trái bom rơi trúng nhà vòm mà Eo đang nấp. Mùi thuốc súng, khói lửa xộc vào mũi. Quanh Eo, người chết người bị thương, tiếng khóc tiếng la, tiếng khẩn cầu náo loạn.

Eo chết điếng!

Tiếng nổ sát rạt, không như ở nhà Eo, mỗi khi nghe đài rada báo, cũng có khi chưa kịp chạy vào hầm nấp, bom đã nổ nhưng chỉ nghe tiếng nổ xa xa đâu đó, chứ không như bây giờ.

Hiện thực là giờ đây Eo đang đứng giữa một bãi chiến trường, khi phi trường trở thành mục tiêu bị dội bom, bị tàn phá. Đám cháy bùng sáng lên và bắt đầu lan rộng.

Mọi người túa chạy.

Eo cũng hoảng hốt vùng dậy, thả đôi guốc đứt đi, chụp lấy bị đồ chơi, cứ để đôi chân trần vậy mà cắm đầu chạy theo đoàn người tránh đám cháy.

Người chết nằm la liệt khắp nơi. Người chết bị người sống đang trên đường tháo chạy dẫm đạp đã đành, ngay cả người sống vẫn cứ bị chính người sống dẫm lên tranh đường chạy.

Eo không nhớ nổi trên đường Eo vấp phải bao nhiêu người và bao nhiêu người đụng phải Eo. Eo chỉ biết dốc hết sức lực trong người mà chạy ra khỏi chỗ chết này, nhưng biết chạy đi chỗ nào để khỏi trúng đạn đây? Vừa chạy, miệng Eo không ngừng kêu cầu ơn trên che chở.

Có ai đó phát hiện đường cống thoát nước, một người nhanh nhẹn dỡ những tấm bê tông đậy trên miệng cống rồi tranh nhau nhảy xuống. Giữa hoàn cảnh tên bay đạn lạc như thế này thì miệng cống kia quả là nơi ẩn nấp an toàn.

Nhưng đường "sống" không dành cho quá nhiều người, cũng như miệng cống kia chỉ rộng vừa cho một hàng người vào núp vậy.

Pháo kích lại nổ.

Eo liều mình nhảy xuống, cố chen để lọt được người vào trong. Nhưng như thế, nào đã được yên thân, những người kế tiếp cũng nhảy lên đầu, lên lưng cố tranh vào núp. Xung quanh Eo, mọi người không ngừng cầu khẩn, kêu van:

"Nam mô Quan Thế Âm Bồ Tát cứu khổ cứu nạn",

"Lạy Chúa xin thương xót chúng con…"

"Lạy cô sáu, cô bảy..."

Eo cũng không ngừng kêu: "Giêsu Maria Giuse cứu con!"

Chưa kịp hoàn hồn vì kiếm được chỗ ẩn nấp an toàn, thì người đàn ông ngồi ngay sau lưng Eo bất thần nhấc bổng, ném Eo lên ra khỏi cống, mắng:

"Mi kêu quỷ ma chi rứa? Hắn rớt trúng tau thì răng?"

Eo vội nằm mọp xuống mặt đường, mặt úp vào bị đồ chơi, nhắm chặt mắt, hai tay cố bịt lỗ tai cho thật chặt. Mặc cho người qua lại bước đạp qua người mình.

Tiếng bom đạn cứ theo nhau mà nổ cùng với khung cảnh trống trơn. Những ánh sáng liên tục lóe sáng xung quanh, khác hẳn với cảnh tối tăm trong đường cống khiến Eo càng thêm thấy chới với và hoảng loạn.

Không còn lựa chọn nào khác, Eo đứng lên, quay lưng chạy theo đoàn người đang cố thoát ra khỏi phi trường.

Trời bắt đầu mờ mờ sáng, khi Eo chạy ngang qua một đôi quang gánh bị ai đó bỏ lại. Eo chợt dừng chân vì thấy ở hai đầu thúng là hai đứa bé chưa đầy một tuổi được lèn chặt bởi quần áo, mùng mền. Eo lay đầu một đứa nhưng không thấy nó phản ứng gì, Eo nghĩ là nó đã chết, riêng đứa còn lại, khi Eo chạm vào thì miệng nó chóp chép như thể đang thèm bú sữa.

Eo muốn nhấc đứa bé ra khỏi thúng nhưng nó bị lèn chặt quá, Eo không tài nào gỡ nó ra khỏi thúng được. Nhìn quanh thúng thử tìm kiếm bình nước hay sữa gì đó đút vào nó nhưng không thấy.

Ảnh minh họa – Cha gánh con thơ

Ảnh minh họa – Mẹ gánh con thơ

Đám đông vẫn ào ào tràn nhanh qua Eo. Kẻ đẩy người xô vào Eo. Lính quýnh và bất lực nhìn đứa bé khi không thể giúp gì được, Eo đành bỏ đứa bé lại mà chạy đi.

Khi chạy ra khỏi sân phi đạo thì đám đông hỗn loạn đó buộc phải chạy dồn vào một con đường trải nhựa nhỏ hẹp. Không ai dám lấn ra mép hai bên đường được mắc dày hàng rào kẽm gai, có khi, hai bên lại có gài mìn trong đó.

Con đường như ống phễu chật chội nhưng cũng cố chen lấn nhau mà thoát ra ngoài, hòng tìm được sống.

Pháo kích suốt đêm không ngừng nghỉ, đoàn người cũng chạy suốt đêm không ngừng nghỉ.

Đến trưa, đoàn người mới chạy ra tới cổng phi trường. Eo vừa mừng vừa lo, đứng ngay cổng canh chừng, Eo nhìn quanh quất mong tìm được chị Kây.

Tầm một, hai giờ chiều, Eo đã cách phi trường hơn nửa cây số và đang tìm cách quay về nhà. Bỗng Eo nhìn thấy một đám đông trước mặt đang nhốn nháo, chỉ trỏ gì đó vào người đàn ông đang dùng sức đấm đá tới tấp vào bụng, vào người một cô gái. Có lẽ đang giành giật cái xách tay, thấy cô ta cứ ngồi sụp xuống, hai tay ôm bụng chịu trận.

Eo cố căng mắt nhìn, chợt nhận ra người con gái bị đá đó là chị Kây, còn người đứng gần đó là bác Nhàn. Hai tay bác còn xách túi chăn mền, quần áo.

- Chị Kây! – Eo gọi, nhưng tiếng của Eo nhỏ xíu và trôi tuột mất giữa đám đông nhốn nháo – Chị Kây, chị Kây…

Eo mừng quá, cuối cùng cũng tìm được hai người, Eo lật đật chạy tới, cố gắng dùng tất cả sức mạnh còn lại nắm lấy tay chị mình, ghì kéo chị đứng lên, lôi chị chạy đi. Hình như chị Kây bị đá rất đau nên cứ khom người vừa cố chạy vừa khóc.

Vì bị dìm trong bể sợ hãi lẫn với cái đói suốt gần hai ngày đêm... nên Eo không còn tâm trí để hỏi chị lý do tại sao chị bị đánh, hay từ lúc lạc Eo tới giờ, chị và bác đi đâu, làm gì, có tìm Eo không… Eo chỉ biết kéo chị cắm đầu cắm cổ chạy.

Trên đường phố, Eo bắt đầu nhìn thấy cảnh giết người, cướp của… Trên đường chạy loạn, người ta đập phá ra từ những kho hàng chính phủ và ra sức vác gạo, hàng hóa... Không chỉ thế, có người còn cố ý cướp của cải quý giá của người chạy loạn. Hình như sự dã man, tàn bạo của con người có bao nhiêu đều được bộc lộ ra hết trong lúc này. Kẻ cướp đi, người cướp lại, tiếng kêu khóc, phẫn nộ, la hét cùng tiếng súng đạn bắn người bụp bụp, chíu chít vang vọng khắp nơi.

Eo từng nghĩ, địa ngục có đáng sợ chắc cũng chỉ thế này.

“Chạy, chị ơi! Chị không thể chết... Em không muốn...” - Eo nắm chặt tay chị lôi đi tưởng như không thể để lạc được nữa, cố thoát ra khỏi cảnh chết chóc này.

Eo cũng không biết là chị em Eo và bác Nhàn chạy qua bao nhiêu con phố và chạy trong bao lâu, chỉ biết là cả ba chỉ dừng lại khi gặp bác Tâm - người hàng xóm ở Phước Tường. Nhìn thấy bác, chị Kây mừng như bắt được vàng, chạy lại kêu lên:

- Bác Tâm, bác Tâm!

Nhìn thấy chị em Eo, bác cũng hơi ngỡ ngàng:

- Hai đứa mày đi đâu đây? Anh mày đâu?

- Tụi con từ phi trường chạy ra – chị Kây trả lời với giọng có chút buồn tủi.

Thấy vẻ xơ xác của cả ba, dường như bác Tâm hiểu không nên hỏi gì thêm lúc này nên vội vàng xua xua tay:

- Thôi, vô nhà đã, vô nhà đã rồi nói!

Nhà mà bác Tâm nói chính là nhà của ông anh chồng, cũng bán hàng ăn, hàng tạp hóa như bác, ở đường Ông Ích Khiêm,

Đà Nẵng. Nhà này thường cũng bỏ mối đồ khô, nước tương, nước mắm hay nhu yếu phẩm, giống như nghể bác Tâm bán hàng quán ở chợ Phước Tường.

Vừa bước qua khỏi cánh cửa sắt kéo, chị Kây kể lể với bác Tâm một thôi một hồi.

Đang vào những ngày chạy loạn, ai mà không có nỗi khổ, nhưng mà vẫn cứ kể cho nhau nghe nỗi hãi hùng, kinh sợ để mà được thông cảm, an ủi, sự buồn tủi cũng vơi được ít nhiều.

Bữa cơm chiều được dọn ra sớm, mọi người ăn nhanh vì còn muốn tranh thủ mướn xe ra bến tàu tìm đường thoát vô Nam.

Gia đình người anh của bác Tâm chất đồ đạc lên đầy một chiếc xe lam đi trước rồi, còn gia đình bác Tâm và chị em Eo kêu chung lên một chuyến xe lam theo sau.

Trên đường, Eo thấy ai cũng tay xách nách mang bị đùm bị túm, kẻ gồng, người gánh, chen đổ về bến tàu. Càng gần đến cảng Tiên Sa, xe càng khó di chuyển, huống gì nói tới chuyện vào được bến.

Xe lam chở nhà bác Tâm, chị em Eo và bác Nhàn tới được cầu Trịnh Minh Thế. Eo thấy người ở đây còn đông hơn ở phi trường. Có lẽ vì bến tàu trở thành lối di tản duy nhất mà mọi người kỳ vọng.

Trên bờ - Ảnh minh họa

Ngoài khơi - Ảnh minh họa

Từ xa nhìn tới, Eo bất giác nổi da gà vì cảnh tượng đang đập vào mắt: một đám đông lúc nhúc, đầy nghẹt người.

Từ đó, Eo đã nhìn thấy người và toàn lính bám đặc từ dưới lên trên đỉnh cột buồm. Cảnh tượng đó khiến Eo rùng mình nghĩ tới đám kiến đen bu kín vật gì đó. Giả như xảy ra pháo kích ngay lúc này, có lẽ sẽ có thêm vô vàn người chết.

Trong đám người hỗn loạn đó là lính lẫn lộn với dân, phe ta lẫn phe địch, kẻ di tản lẫn kẻ nằm vùng, người thiện lẫn kẻ ác... Không hẳn là ai trong số người đang cố chen lấn kia là tìm đường thoát. Có một số người, lợi dụng sự khốn khó nguy cấp của người khác mà tư lợi cho mình. Rõ nhất là hiện tượng giết người, cướp của...

Eo đến càng gần, càng nghe thấy tiếng súng đạn của lính bắn loạn xạ. Cảnh chết chóc diễn ra giữa thanh thiên bạch nhật, người sống chen đẩy, la hét vang trời. Còn xác người chết thì ôi thôi... nằm trên bờ dưới sông đầy rẫy.

Biết chẳng thể len chân được xuống bến tàu vào lúc này. Vì thế, khi trời nhá nhem tối, bác Tâm hối hả quyết định trở xe lại và quay về nhà ông anh. Quyết định trở về nhà làm Eo mừng lắm.

Trải qua lần tháo chạy từ phi trường, nhìn thấy đám đông hỗn loạn là sự sợ hãi trong Eo lại trỗi dậy một cách mãnh liệt. Không cần biết ra đi hay ở lại? Bây giờ, Eo chỉ thích về nhà và được nấp ở trong nhà mà thôi.

Tối hôm đó, không thấy gia đình người anh của bác Tâm trở lại, mọi người đoán có thể họ đã xuống được tàu vào Nam hoặc có thể vẫn còn đang vật vờ đâu đó hòng tìm đường rời khỏi Đà Nẵng, hoặc...Eo chợt nghĩ tới những xác người đầy rẫy trên bờ dưới sông mà bất giác rùng mình, không dám nghĩ tới nữa.

Gian nhà dưới của ông anh bác, vốn dùng làm nơi buôn bán hàng ăn, tạp hóa... giờ trống trơn, những ghế bàn được dẹp gọn. Những dãy kệ trống không và những cái lọ rỗng xếp thành hàng dài. Cũng phải, suốt mấy ngày trời, chỉ toàn bán ra cho người dân mua tích trữ, có mua vào đâu, mà muốn mua cũng chẳng thể nào mua được. Nhìn thấy cảnh nhà trước, Eo bỗng thấy hẫng hụt và mất mát kinh khủng.

Sẵn còn gạo và hũ thịt heo muối của chủ hàng tạp hóa để lại, mọi người nấu cơm. Bữa cơm diễn ra vội vàng. Ăn xong bữa tối thì khóa kín cửa rồi trốn trên lầu.

Riêng Eo, tối đó được nằm ôm chị và bác Nhàn ngủ nên mừng lắm. Eo nghĩ vậy là đủ hạnh phúc rồi, cứ thế chìm vào giấc ngủ sâu mặc cho ngoài kia đoàn người vẫn chạy loạn trong đêm...

Chiều hôm sau, thứ Năm, tầm khoảng ba, bốn giờ chiều, tuy ở trong nhà nhưng chị em Eo nghe rất rõ tiếng âm thanh ồn ào ngoài đường.

Từ trên lầu, Eo hé mắt nhìn xuống, qua khe hở thì thấy một chiếc xe tăng có treo hình Bác Hồ rất lớn, cờ đỏ sao vàng tung bay đang chậm chạp di chuyển trên đường, theo sau là đoàn xe chở bộ đội. Đoàn quân giải phóng[1] (Eo nghe mọi người gọi như vậy) đang reo hò tiến vào thành phố Đà Nẵng.

Đứng bên cạnh Eo, bác Tâm cũng nhìn thấy. Cảnh tượng trước mắt khiến bác không khỏi kinh hãi kêu lên:

- Thôi chết rồi, Việt Cộng vào rồi. Hắn giết mình, con ơi!

Mọi người đều òa khóc vì sợ hãi.

Bác Tâm vốn là người Bắc, di cư từ Bắc vào Đà Nẵng hồi năm 54, nỗi ám ảnh trong quá khứ khiến bác Tâm càng thêm khiếp sợ khi thấy Việt Cộng.

Tối đó, không ai dám bật đèn, càng không dám gây tiếng động, cả thở cũng không dám thở mạnh, rúc mình trong bóng tối mà gặm nhấm nỗi sợ hãi.

---

[1] Danh từ giải phóng dùng trong cuốn sách này là người CS từ miền Bắc, họ cho rằng 30/4/1975 là ngày hoàn tất giải phóng miền Nam. Còn dân miền nam thì cho rằng đó là ngày mất nước quốc hận.

Sáng hôm sau, tiếng loa phóng thanh rành rọt vang vọng từng ngõ ngách đường phố:

"Phật giáo hòa giải! Phật giáo hòa giải! Xin tất cả mọi người treo cờ Phật giáo lên!"

Cứ mỗi lần tiếng loa lặp lại rõ mồn một trước nhà anh của bác Tâm, dù cố ý hay vô tình, mọi người đều bất thần run bắn. Thế rồi, lá cờ Phật giáo được treo lên ngay trước nhà.

Trong lúc quá sợ hãi đó, niềm tin vào tôn giáo lúc này như một "cứu cánh".

Đứng trước bàn thờ Phật tổ, bác Tâm nước mắt thống thiết, không ngớt lời khấn vái, van xin điều tốt lành sẽ xảy ra nhưng trong lòng bác thì sợ hãi cứ bốc cao như lửa cuồn cuộn.

Ngoài đường phố Đà Nẵng, lúc đó có những kẻ mặc quân phục lính trận, thủy quân lục chiến… Hôm qua, ở các đường phố, ở cảng Tiên Sa, trên tàu buồm hay xà lan ngoài khơi, chính họ đã không chút chần chừ nhắm vào dân nhả súng bắn giết một cách bừa bãi. Chính họ cũng là người trà trộn để cướp bóc dân một cách điên cuồng.

Thế mà hôm nay, số bọn họ (Việt cộng nằm vùng, Mặt trận tổ quốc giải phóng miền Nam) lại cùng nhau xuất hiện, mặc thay vào những bộ đồ bộ đội, chở nhau trên những chiếc xe Honda, túa ra đường, giơ cao lá cờ chiến thắng, reo mừng chiến công. Họ rú ga, chạy loạng choạng như người không biết đi xe máy vậy!

Vài ngày sau đó, khi tiếng súng đã tạm yên, một số dân làng vẫn tiếp tục di tản về miền Nam, không trở về nhà ở Phước Tường nữa. Riêng chị em Eo lại hối hả đón xe trở về lại Phước Tường.

Phước Tường sau ngày 29 tháng 3 năm 1975.

Hôm về nhà, khi xe dừng xuống trước cổng trại. Chị em Eo bước như chạy vội qua xóm trại gia binh, thấy nhà cửa, hai bên xóm trại vắng tanh. Ngay cả ngôi nhà vợ bé của ông thiếu tá Dụng cũng im lìm.

Nhà bà vợ bé trẻ đẹp của ông thiếu tá Dụng là nhà mới xây, có tiếng đẹp nhất trại gia binh Trần Quốc Toản. Nhà có máy nước và máy phát điện riêng. Nhà bà này thường đóng cổng yên tĩnh.

Thi thoảng, thấy bóng xe Jeep đỗ trước nhà bà thì đám con nít chơi trước sân trường thường bu lại. Đám con gái thì muốn xem hôm nay bà trang điểm, mặc áo dài đẹp như thế nào. Đám con trai thì háo hức sờ mó chiếc xe.

Thấy đám con nít tò mò, nhìn vào nhà bà trầm trồ, bà thường lấy tiền ra lì xì cho chúng. Như một thói quen, hễ mỗi lần gặp mặt đám trẻ, bà cho lính dừng xe, xuống cổng, rồi khoan thai mở bóp lấy tiền lẻ phát cho mấy đứa nhỏ. Chưa hết đâu, bà còn thường mang từng mâm xôi thiệt bự, thức ăn, quả trái đến cho chùa…

Rồi đi ngang qua từng nhà trong xóm trại, Eo long ngóng nhìn vào tìm kiếm hình ảnh bạn bè. Đây là nhà đại úy Văn, nhà này có có bảy đứa con gái. Lúc nào chúng cũng cãi nhau inh ỏi vào giờ cơm, giờ đi học.

Còn nhà này là nhà thằng Hoàng, hai anh em nó đi học về là khóa cổng, ở rịt trong nhà học bài, chờ mẹ đi làm về. Bố nó là sĩ quan cao cấp, chết sớm, mẹ ở vậy đi làm nuôi hai con. Hai anh em nó hiền ngoan như con gái nhà lành. Muốn rủ hai đứa nó ra cổng trại chơi với tụi Eo thật là khó khăn lắm. Đám con gái nhà ông bà đại úy Văn cứ hay "ghép đôi" Eo với thằng Hoàng…

Nhớ cảnh huyên náo thường nhật mới vài ngày trước của trại và nhìn cảnh nhà nhà đóng cửa im lìm, Eo cảm thấy sợ hãi. Một không khí hoang vắng, cô tịch bao trùm xóm trại gia binh khiến Eo thấy rùng mình.

Khi đi ngang qua trường tiểu học Trần Quốc Toản, Eo thấy cột cờ treo lá quốc kỳ Việt Nam Cộng Hòa thường ngày đã biến mất. Thành phố Đà Nẵng cũng đã mất.

Chiếc lá cờ miền Nam đất Việt không còn để phủ tang lên tâm hồn triệu người lính, an ủi ngàn ngàn người con vô tội nước Việt.

Mới mấy ngày xa nhà mà mọi thứ của xóm trại dường như biến mất hoàn toàn. Eo căng mắt như cố tìm bóng dáng lũ bạn chơi đùa quanh cột cờ trường Trần Quốc Toản.

Khi đưa mắt nhìn về quán bán bánh kẹo, Eo chợt nhớ đến Lệ Phương. Cái quán nhỏ đó là của mẹ Phương, nó nằm ở góc sân trường. Lũ trẻ thường bu đông đỏ vào những giờ vào học, ra chơi hay tan lớp. Bây giờ cũng đã dẹp bỏ. Cái quán nhỏ đó như là chút dấu vết còn lại của Phương, cô bạn thân của Eo vừa với chết. Nhưng giờ dấu vết còn lại đó cũng đã không còn gì nữa.

Khung cảnh hoang vắng của trường Trần Quốc Toản làm Eo càng cảm thấy sợ hơn. Eo hoang mang tự hỏi, rồi cái gì sẽ đến nữa đây?

Không chỉ xóm trại gia binh hay trường Trần Quốc Toản, ngay cả chùa và trường Bồ Đề cũng vắng tanh vắng ngắt. Không biết các sư và chú tiểu đã dắt díu nhau đi đâu, sự vắng lặng nơi đây khiến Eo thấy rợn người.

Sau này nghĩ lại, Eo nhận ra sự tang thương và hoang vắng đó chính là khởi đầu cho cuộc đời tăm tối của tụi Eo sau này. Còn lúc đó, Eo chỉ nghĩ: "Có lẽ bà con chạy giặc chưa về mà thôi."

Tuy nhiên, Eo đã sai. Ngày Đà Nẵng thất thủ cũng là ngày ngày Cộng Sản đặt dấu chấm hết cho cả hai ngôi trường tiểu học Bồ Đề và Trần Quốc Toản.

Chuyến duy tản ngắn ngủi chạy quanh thành phố Đà Nẵng chỉ mấy ngày, đâu chừng vài cây số, người ra đi cũng đã nhanh chóng trở về, thế nhưng, vận mệnh của một con người đã hoàn toàn thay đổi.

Đứng trước cổng nhà đã khóa kín, Eo lại có cảm giác lạc lõng. Nhà của Eo nhưng Eo lại không có chìa khóa để mở vào. Hàng xóm, người thân chung quanh cũng chẳng còn một ai để Eo lên tiếng nhờ cậy.

Giả như, nếu chọn giữa cái chết chạy loạn do bom đạn và sự lạc lõng của người sống sót, Eo sẽ chọn cái nào? Có lẽ là sự sống, mùi vị của lạc lõng không dễ chịu, nhưng từng kinh qua giây phút cận kề cái chết, mới hiểu sự sống quý giá chừng nào.

Ngày ra đi, con bé Eo vô tư, tươi sáng. Ngày trở về, khắp người con bé đã ám mùi tử khí.

Anh Hai đã đi từ hồi nào không rõ. Cửa nhà khóa kín. Hai chị em đành phải vào nhà bằng cửa sau. Cửa sau nhỏ xíu, nó vốn được trổ ra từ căn hầm dành để thoát pháo kích.

Khi hai chị em Eo chui vào nhà chưa được bao lâu thì có mấy người hàng xóm, cầm súng, đeo băng đỏ trên cánh tay, phá cổng vào. Chị Kây sợ hãi ra khỏi hầm trú ẩn đón tiếp, chỉ còn mình Eo nằm trong đấy. Eo nghe tiếng một người hỏi:

- Tên trung úy Ti đâu?

Trung úy Ti chính là anh Hai của Eo, vì anh đeo lon trung úy rất lâu, nên họ quen gọi tên trung úy Ti.

- Không biết! – Chị Kây mặt mũi tái mét, run rẩy trả lời.

Một trong số người hàng xóm đi theo, Eo có nhận ra một người. Người đó chính là ông Vinh, người đã từng chạy đến trước sân chùa Phổ Quang, ngôi chùa nằm kế cổng gia binh Trần Quốc Toản, tự ý chất giàn củi tưới xăng, đòi tự thiêu khiến cho Sư trụ trì ở đó một phen kinh khiếp. Đám người đó tự tiện rảo quanh, khám xét các ngõ ngách trong nhà một hồi. Họ chủ đích nhắm và tìm cách tháo ngay mấy cái vỏ bánh xe Jeep của anh Hai.

Chị Kây chỉ biết đứng nhìn, không dám nói một tiếng. Còn Eo vì tưởng Việt Cộng, sợ quýnh nên mặc ai làm gì thì làm, cứ trốn riết trong hầm, không dám ra.

Hầm nhà Eo vốn kiên cố và kín đáo nên rất an toàn. Nhưng vì trong nhà chỉ có hai chị em, không có người lớn nên vẫn sợ hãi, nơm nớp trong lòng.

Khi nấp trong hầm nhà mình, Eo chợt nhớ lần nấp trong hầm của nhà thờ Phước Tường. Ngày mà cha xứ báo tin cho giáo dân hay sẽ có một cuộc pháo kích xảy ra đêm nay. Mọi gia đình sớm chuẩn bị mang mền chiếu đến núp hầm nhà thờ ngủ trước khi trời chạng vạng tối. Lần đó, pháo kích rất dữ nhưng Eo cảm thấy rất an toàn và yên tâm. Có lẽ là do hầm nhà thờ lớn, xây chắc chắn hơn. Hơn thế nữa, Eo tin, khi nấp ở đó, Eo được cha xứ, các sơ, bạn học, hàng xóm láng giềng và Chúa Mẹ gìn giữ.

Qua tivi, radio, báo chí và những bộ phim tố cáo tội ác cộng sản mà chính quyền chiếu ở sân trường Lê Bảo Tịnh và Trần Quốc Toản cho người dân xem, Eo đã hiểu thời thế chiến tranh khốc liệt như thế nào. Tuy Eo còn bé nhưng Eo đã nghe không ít chuyện, thấy không ít cảnh chết chóc, nhất là xem cảnh đấu tố tư bản dã man xảy ra ở miền Bắc như trong phim:

"Chúng Tôi Muốn Sống".

Rồi Tết Mậu Thân, người thân của ba mẹ Eo chết cả chùm. Anh Ba Eo bị thương trong trận chiến đấu ở Hạ Lào. Những cái hòm chứa thi thể lính tử trận được mang về cho gia đình lính, đến xác chết vì bị giật mìn…

Gần đây nhất là mùa hè đỏ lửa – năm 1972 - khi Quảng Trị bị thất thủ, một số bà con của ba mẹ Eo mất nhà cửa lẫn của cải. Người thân vào tá túc đầy nhà Eo. Ở thời buổi bất trắc, người gặp bất trắc xảy ra nhan nhản… khiến Eo rất khiếp sợ chiến tranh!

Thêm vào đó, Phước Tường nằm dọc theo quốc lộ 1, cách xa thành phố Đà Nẵng 5-7 cây số, và từ quốc lộ 1 vào chưa tới nửa cây số. Song song theo quốc lộ 1 là phi trường Đà Nẵng. Dân chúng ở đó, vì giáp giới phi trường nên bị pháo kích liên miên. Nhà nào nếu có khả năng, cũng làm hầm trú ẩn.

Cha xứ và dân chúng xứ Phước, phần đông là dân Bắc (Bùi Chu, Phát Diệm) di cư từ 54 vào. Vẫn chịu ảnh hưởng nhiều về sự tàn bạo của Việt Cộng…

Ngay lúc đó, khi làm nhà thờ mới, cha xứ cố ý bỏ công xây cất một nhà hầm dưới nền nhà thờ (basement) rất lớn và kiên cố cho những gia đình nào, không có phương tiện hay tiền bạc xây hầm trú ẩn pháo kích có thể đến đấy sử dụng.

Mỗi gia đình theo thứ tự, được chia một chỗ nhỏ dưới hầm kèm theo số danh bạ. Mẹ Eo mang, kê dưới hầm một cái giường nhỏ hòng khi có chuyện, mẹ dặn đi dặn lại anh chị em Eo rằng: "Số của gia đình mình dưới hầm của nhà thờ là 51".

Sau hiệp định Paris, năm 1973, hai bên ngưng bắn. Mọi người chưa kịp mừng, chưa kịp dỡ bỏ hầm chống pháo kích, thì Việt Cộng vẫn vi phạm luật ngưng bắn, táo tợn hơn. Pháo kích ngày càng nhiều hơn trước nữa, nhắm vào phi trường Đà Nẵng khiến những người dân sống chung quanh đó thường xuyên hứng chịu cảnh tan nát, tang thương chết chóc vì bom đạn lạc hằng đêm.

Một ngày nọ, bom dội xuống thánh đường vào lúc bốn năm giờ sáng, giờ đang cử hành thánh lễ. Trái bom trúng ngay bậc tam cấp đi vào nhà thờ, chỉ phá vỡ lớp xi măng làm lộ ra những cây sắt nhỏ. Kích thước chỗ trúng bom chừng một mét vuông.

Miểng bom văng qua cửa nhà thờ, trúng những người ngồi gần cửa phía cuối nhà thờ, khiến họ bị thương nhưng may mắn là vết thương không đáng kể.

Tam cấp nhà thờ Phước Tường.

Cửa hầm (basement) trốn pháo kích của nhà thờ Phước Tường.

Bên trong cửa hầm (dấu tích còn lại sau 1975)

Một lần khác, vào buổi trưa, tụi Eo đang học ở lớp thì bỗng dưng bị pháo kích, cả đám hoảng loạn ôm nhau chui tọt xuống ghế bàn để tìm chỗ nấp.

Những con mắt trẻ thơ mở tháo láo, sợ hãi nhìn nhau. Nhắm không an toàn, sơ vội dẫn cả lớp chạy sang hầm nhà thờ để trốn. Đứa nào đứa nấy vội vàng vơ lấy sách vở, cặp táp để che lên đầu, tưởng là che pháo kích, lúc thúc chạy theo sơ.

Hầm lớn, có đèn sáng lại kín, cách âm tốt nên khi ở trong hầm, tiếng bom nghe cũng nhỏ hơn. Cả trường hôm ấy được nấp trong nhà Chúa, cùng nhau đọc kinh cầu nguyện, xin Chúa chở che khiến tụi Eo yên tâm, nỗi sợ cũng vơi bớt.

Lần nấp dưới hầm nhà Chúa đó cũng trở thành một kỷ niệm tuổi thơ an vui trong Eo vì được tụ tập, thỏa sức vui chơi với nhau mà không phải học vào ngày đó.

Thế đấy, hầm tránh bom của nhà thờ kiên cố bao nhiêu. Giờ đây, Eo cũng đang nằm trong cái hầm kín mít của nhà mình thế nhưng vẫn thấy sợ hãi.

Eo bỗng nhớ lại "hầm tránh bom" sơ sài mà mẹ dắt Eo đến hồi năm 1969. Lúc đó, Eo còn bé xíu, nhà vẫn còn ở xóm chợ. Nói hầm cho oai chứ thực ra đó chỉ là cái hố đổ rác mà Eo đã nằm núp bom đạn lần đầu tiên trong đời. Nhưng lần đó Eo không hề thấy sợ hãi vì được mẹ ôm chặt, chở che. Trong trí nhớ non nớt của Eo, đó là một trận bom kinh hoàng, những tiếng nổ rất lớn và khủng khiếp…

Hôm đó, trời vừa xế, Eo vừa ngủ dậy nên mẹ liền bế đi tắm, vừa tắm cho Eo xong thì nghe tiếng bom bắt đầu nổ long trời. Mẹ mặc vội áo len cho hai chị em, một tay thì vác Eo, một tay thì lôi chị Kây chạy phăm phăm ra khỏi xóm. Đến một cái hố rác vừa sâu vừa lớn, mẹ đẩy chị Kây xuống đó, giao Eo cho chị bế, mẹ vừa dặn:

"Con bế em, núp ở đây chờ mẹ!".

Nói rồi, mẹ nhanh nhẹn quay lưng chạy đi.

Tận sau này Eo mới biết, mẹ quay về nhà để gom những gì quí giá, cần thiết để gánh mang đi.

Lần đó, tiếng bom ầm ầm nổ vang như ai dồn đốt những băng pháo, nổ không ngừng nghỉ. Bom dội trút lên xóm làm những mái nhà, đồ vật rung rinh, sụp đổ, súc vật hoảng sợ, nhốn nháo bỏ chạy.

Khi nấp dưới hố rác, Eo thấy con chó hay giỡn chơi với Eo ở xóm chợ đang chạy loạn cả lên vì hoảng. Eo có gọi nhưng nó không nghe thấy nhưng may mắn làm sao cuối cùng, nó chừng như nhận ra người quen, bèn nhảy phốc xuống hố rác.

Con chó còn muốn được sống, được che chở, huống gì con người, cho nên lúc bấy giờ, dù hố rác có hôi đến đâu, mọi người đều cố rúc người mà tránh bom, không còn biết dơ dáy là gì nữa.

Lúc đó, chưa có nhà nào biết làm hầm để trốn pháo kích.

Một lúc sau, tiếng dân quân tự vệ rao trên loa, thúc giục mọi người chạy ra quốc lộ kiếm xe di tản ra khỏi Phước Tường. Dĩ nhiên, nhà Eo cũng không ngoại lệ, gồng gánh bìu ríu nhau ra tới đường lộ.

Con lộ lúc đó đông nghẹt người và xe đứng chờ tới lượt. Khi có xe trờ tới, mọi người vội vã leo lên xe để được chở đi.

Ảnh minh họa – Nổ kho bom (1969)

Một ông Mỹ lái chiếc xe jeep nhà binh chạy tới… họ giúp người dân bốc đồ lên xe. Mẹ nhanh nhẹn bế Eo, kéo chị Kây lên xe, rồi ngồi thụp dưới chân dãy ghế trước. Xe chạy về thành phố Đà Nẵng.

Tại đây, mẹ dắt chị em Eo tới nhà người quen ở Thanh Bồ - Đức Lợi xin tá túc tạm.

Sở dĩ có trận nổ kho đạn, tiếp đó là nổ kho bom… liên tục và kinh hoàng đến vậy là do kho đạn, kho bom 311 ở gần núi Hòa Cầm bị phát nổ. Sau này, Eo mới biết, nguyên nhân là do một người đi đốt rác ở gần kho đạn. Đây hẳn là kẻ rắp tâm phá hoại vì xung quanh kho đạn, kho bom vốn dĩ tuyệt không có cỏ, chẳng hiểu đốt kiểu gì mà đã làm ngọn lửa cháy lan tới kho đạn.

Khi kho đạn bắt đầu phát nổ, Mỹ biết tác hại không lường nếu để kho "bom" nằm kế đó, vì trong kho có trữ một lượng lớn bom napal, tầm sát thương đối với dân thường rất lớn. Vì thế Mỹ đã quyết định cho thêm một lượng bom lớn vào đó để cho kho bom phát nổ hoàn toàn và nhanh chóng.

Từ Đà Nẵng nhìn về phía Phước Tường còn thấy rõ đám mây lửa xám xịt trên bầu trời. Những trái bom lớn vẫn liên tục xẹt lửa lên cao, xé toang mây khói, nổ tung giữa trời xanh thăm thẳm. Cũng may, không có một người nào bị thương trong vụ nổ kho bom đó cả.

Vài ngày sau, khi bom ngưng nổ, tình hình không còn nguy hiểm và yên ắng trở lại, mọi người được phép trở về. Nhưng hỡi ơi, họ về đến nơi thì nhà cửa đã tan hoang, đổ nát vì bom đạn. Súc vật nuôi cũng chạy tứ tán đâu mất không còn con nào.

Trong cơn chơ vơ không biết bắt đầu từ đâu thì nghe tin chính phủ sẽ đền bù những tổn thất, hư hại mà người dân gánh chịu do nổ kho bom. Sau đó, người dân được tổ trưởng, dân ấp... hướng dẫn làm đơn kê khai đầy đủ và tất cả mọi nhà được Mỹ bồi hoàn nhanh chóng, xứng đáng.

Ngay cái ngày, ngày mà mọi nhà trong xóm Eo nôn nóng chờ đợi đã đến, vẻ mừng rỡ rộn lên trong xóm. Mẹ và nhiều gia đình khác được kêu tên lên lãnh tiền bồi thường. Cứ như là tiền trên trời rơi xuống, mà có nằm mơ cũng không nghĩ tới số tiền mà người Mỹ ban phát cho mọi nhà.

Cũng có vài nhà, mưu cầu sẽ đổi đời từ sau vụ nổ bom nên đã kê khai gian dối nhưng mộng không thành, như nhà ông Ngãi, kế nhà Eo. Nhà ông khai man những thứ mà nhà ông không có như tivi, tủ lạnh, máy đĩa, xe đạp, honda... nên không được cứu xét để bồi thường như ý muốn.

Tức tối, ông Ngãi uống rượu và khi tối đến thì đi quanh xóm, hết đến trước nhà tổ trưởng chửi bới, trách móc lại đến nhà người nọ chửi đổng. Chưa hả, đến đêm khuya, ông về nhà, xách súng ra trước sân nhà Eo, bắn hai ba phát chỉ thiên làm bà con trong xóm sợ đứng tim. Có lẽ số tiền nhận được giữa nhà ông và nhà Eo quá chênh lệch... khiến ông đố kị và uất hận.

Nhưng sự thật vốn dĩ không thể vẽ vời, không thể bẻ thẳng thành cong. Con người sao lạ, lúc nguy cập cận kề sinh tử, chỉ cầu khẩn mong cho thoát chết là được... Thoát chết rồi đứng trước căn nhà đổ nát của mình thì lại lại ước nó có thể được nguyên vẹn như xưa. Khi có cơ hội xây dựng lại nó thì lại mong nó sẽ to đẹp hơn trước nhiều lần.

Có lẽ lòng tham con người vô đáy nên khi có cơ hội... được đền bù lại sanh lòng trí trá, muốn được đền nhiều hơn.

Với số tiền đền bù cộng với tiền chắt chiu để dành, thời cơ thuận tiện nên mẹ Eo mua đất, xây nhà mới cho các con ở.

Mẹ cùng gia đình của Bọ mua chung một cái đất nền của trường học ấu trĩ viên vốn đã đổ nát, nằm sát ngay sau lưng trường Tiểu-học Công-lập Trần Quốc Toản. Khu đất đó vốn dĩ chỉ dành cho các cấp sĩ quan. Vú không có tiền nhưng có chồng là sĩ quan trưởng ban tiếp liệu nên mẹ đã dùng tiền của mình kết hợp với cái đặc ân dành cho sĩ quan của gia đình vú mà mua chung mảnh đất đó.

Hai bên bắt đầu cất nhà. Mỗi bên sở hữu một nửa mảnh đất. Cái duyên là bà con, rồi hàng xóm của nhau từ xóm gần chợ Phước Tường lên đến trại gia binh của nhà Eo và nhà vú cứ thế mà tiếp diễn.

Đang trốn trong hầm, tiếng lùng sục của đám người (chắc lần này là Việt Cộng đã tới nhà) ngoài cửa vang lên cắt ngang dòng suy tưởng của mình. Tiếng động càng to, Eo càng cố trốn biệt trong hầm trú ẩn.

Hồi nãy, Eo muốn ngăn chị, không cho chị ra gặp, vì sợ lỡ Việt Cộng bắn hay bắt chị đi thì chết. Nhưng không dám nói ra suy nghĩ đó mà cứ nằm trùm mền im thin thít. Một lúc, Eo bỗng thấy không yên tâm và lo cho chị Kây lỡ có chuyện gì bất trắc xảy ra. Eo ngồi dậy, nhìn trộm qua cửa hầm, cũng tò mò muốn xem thử Việt Cộng ra làm sao?

Hóa ra mấy người đập cửa không phải Việt Cộng, cũng chẳng ai xa lạ mà là ông Bảy xe ôm ở xóm trong.

Nhà ông Bảy đến ở xen vào khu gia binh dành cho gia đình tử sĩ. Ông hay chạy xe ôm, đi-về ngang qua nhà Eo. Bữa đó ông cầm theo khẩu súng dài cũng đeo băng đỏ đen trên cánh tay. Ông đổi giọng, sừng sộ hỏi chị Kây:

- Anh mày đâu?

Chị Kây sợ quíu, nói:

- Không biết! Đi mấy ngày nay, tụi con mới về, đã không thấy anh con đâu hết!

Chị em Eo sợ lắm. Dù trong lúc này, chị em Eo rất mong có anh Hai về để nương tựa. Eo tin Anh Hai sẽ che chở, bảo vệ cho mình nhưng trước tình cảnh hiện tại, chị em Eo chỉ mong anh Hai đừng xuất hiện.

Vốn là đại úy độc thân, con nhà khá giả, đóng ở Hòa Khánh gần nhà, ngày ngày lái xe Jeep trắng vô ra cổng trại gia binh khiến không ít kẻ nhìn không vừa mắt, ngấm ganh ghét. Đến khi có dịp vùng lên thì họ nhân đó mà hoạch họe, bắt bớ để trù dập cho thỏa chí. Hai chị em cứ phập phồng lo lắng, sợ anh Hai không biết rõ sự tình ở nhà, bất tri bất giác quay về sẽ bị người ta bắt và bắn chết.

Có nhiều người lính, chắc quen biết với gia đình Bọ và anh Hai, kéo về đây ngày càng nhiều. Họ ở tạm nhà vú vì nhà vú lúc này trống trơn, không bóng người. Họ vất súng và quân phục ngổn ngang trước sân nhà, kiếm đồ thường dân mặc rồi sau đó vội vàng kiếm đường về quê; có người tìm đường đi bộ vào Nam hoặc tìm cách để về lại quê nhà phía Bắc.

Trong đám người đứng hạch sách chị Kây có vài người quen sống rải rác trong các xóm. Giờ nhìn họ có chút lạ lẫm khi thấy họ đeo băng đỏ trên tay. Họ vẫn chưa bỏ qua nhà Eo nên lại tới nhà tìm anh Hai lần nữa, tuy không moi được thêm thông tin gì nhưng trước khi bỏ đi, họ đã tịch thu, lấy đi nhiều súng đạn, quân phục của những người lính vất trước sân nhà.

Chị Kây đi chợ, lật đật chạy về nói với bác Nhàn:

- Chợ đò trống trơn không có người tụ họp. Con thấy dãy nhà có quán tạp hóa mở, định vô mua đồ khô với gia vị. Nhưng con liếc thấy bác chủ quán Bắc Kỳ-54 gặp mấy ông lính Việt cộng tới thì mặt mày xanh lét, hai tay co quắp cứ chắp chắp vái vái đi lùi, nói "Lạy Ngài, lạy Ngài... Ngài muốn gì cứ lấy đi ạ", con sợ quá bỏ chạy về luôn.

Không có gì cho bữa ăn, chị và bác ra sau nhà, chặt buồng chuối xanh chưa chín mang vào để dành kho ăn cả tuần.

Về nhà chưa được vài hôm thì một sáng sớm nọ, chị Kây vào hầm lôi Eo ra. Tay chị đã cầm sẵn cái túi xách bỏ sẵn mấy bộ đồ. Chị dặn Eo:

- Em đi với anh Ba (thương phế binh, vừa tìm về nhà) vào Nam tìm mẹ. Chị và bác Nhàn sẽ thu xếp vào sau.

Eo bỡ ngỡ gật đầu.

Đèn phòng được chị Kây bật sáng bất thình lình làm Eo vội đưa tay che mắt. Eo mặc vội bộ đồ bộ mới may và xỏ đôi giày nơ trắng, khoác thêm chiếc áo lạnh và đội chiếc mũ rộng vành... - tất cả quần áo đẹp này vừa sắm được hôm Tết – Eo chuẩn bị theo anh Ba đi tìm mẹ.

Eo bước ra khỏi cổng nhà, trời còn tối mò. Tuy trong lòng tràn đầy bối rối và ngỡ ngàng nhưng Eo không ngại mà nghe lời chị Kây một cách triệt để. Có lẽ hai từ "Cộng Sản" quá nghiêm trọng, đến nỗi Eo nghĩ mình phải rời đi ngay, nếu còn chần chờ sẽ bị giết chết.

Eo cũng cứ ngỡ đi tìm mẹ và anh rồi cùng nhau trở về nhà nên không kịp qua phòng chia tay với bác Nhàn. Eo cũng không kịp tỉnh ráo để nhìn kỹ lại căn phòng thân yêu của mình lần cuối.

Chị Kây ơi! Hầm nhà ơi! Xin cám ơn đã cho Eo chỗ nương tựa khi sợ hãi. Từ nay mai trên đường đời bao la, làm sao Eo biết mình sẽ chạy về đâu, nếu như bom đạn cuộc đời cứ tiếp tục dội xuống không ngừng nghỉ.

Eo hối hả rời xóm. Dãy nhà hai bên đường im lìm và tăm tối, trong nhà của họ vẫn không có hơi hám một bóng người, không có lấy một ánh đèn hắt ra. Giữa bóng đêm, Eo đã vĩnh viễn đánh mất nơi chôn nhau cắt rốn. Và bàn tay Cộng Sản lại đánh thêm một dấu chấm "tàn" cho ngôi trại sĩ quan gia binh Trần Quốc Toản, ngôi trường thân yêu Lê Bảo Tịnh, khu nhà Xứ và ngôi chùa Phổ Quang của Eo.

Hình gia đình - Trại gia binh Trần Quốc Toản (1974). Từ trái qua phải hàng trên - Thầy Nỉ, Anphongso (dòng Thiên An) - Anh Hai - Chị Kây - Anh Tư - Anh Ba - Sơ (dòng Mến Thánh Giá, cháu của mẹ Eo). Từ trái qua phải hàng dưới - Eo - Mẹ - Quốc Việt.

Chùa Phổ Quang trước 1975

Với quá khứ, có nhiều người muốn quên hết đi, nhiều người lại luôn cố níu giữ. Eo cũng không biết, Ông Trời ban cho Eo khả năng lưu giữ quá khứ là tốt hay xấu, là phần thưởng hay phần phạt. Nhưng dẫu có thế nào, Eo cũng xin đón nhận, bởi nó là nguồn cội tạo dựng nên số phận, cuộc sống sau này của Eo.

Bỏ lại xóm làng sau lưng...

Eo theo chân mấy anh lính đi thật nhanh ra quốc lộ 1A để đón xe vào Nam. Eo đâu hề biết rằng rồi đây, hình ảnh quê nhà thực sự trở thành những khoảnh khắc thuộc về dĩ vãng, đó là những tháng ngày hạnh phúc. Một khi bước chân lên xe, quê nhà mãi mãi trở thành nỗi tiếc nuối to lớn trong suốt cuộc đời của Eo!

Các cô Hiệp Hội Thánh Mẫu và cổng trại gia binh Trần Quốc Toản trước 1975

Bình minh ló dạng như mọi ngày. Nhưng sáng nay là buổi sáng đánh dấu cho hành trình tha phương cầu thực của Eo.

"Này công dân ơi! Đứng lên đáp lời sông núi…"
"Học sinh là người! Tổ quốc mong cho mai sau…"

Với mớ ý thức hệ của con bé đã học xong lớp năm, Eo chạy theo đoàn người tỵ nạn vào đời.

Eo đã bị thời thế đuổi khỏi thiên đường tuổi thơ đầy ắp hạnh phúc nhưng ngắn ngủi của mình. Để rồi nhấc một bước chân thôi đã lọt thỏm xuống hố địa ngục, lạc hậu của bọn người Cộng Sản - xưng danh "Giải Phóng".

Đầu tháng 4, thời tiết nóng bức khiến con đường Eo đi càng thêm vất vả. Đôi chân Eo phỏng rộp, có những lúc phải đi bộ hết nửa ngày dưới trời nắng chang chang, gặp phải cầu sập, đám đông lại phải vất vả đi bằng thuyền thúng để qua.

May mắn lắm thì quá giang được một chiếc xe nào đó trên đường, có khi là xe bộ đội Việt Cộng, có khi là xe chở hàng… mỗi khi xe ngừng lại cho quá giang thì anh Ba ném Eo vào xe, xong nhanh nhẹn phốc lên.

Tối đến thì đoàn người loạn lạc, ùn ùn kéo nhau tới những hiên nhà nằm hai bên đường xin ngủ lại, Eo ôm chặt anh Ba ngủ cho ấm, sáng ra lại tiếp tục hành trình vào Nam.

Đi suốt mấy ngày trời đầy gian khổ, chưa hết mừng vì đặt chân tới Nha Trang thì hay tin Nha Trang đã giải phóng trước đó được hai ngày.

Eo muốn đi tiếp vào Sài Gòn tìm gặp gia đình nhưng vì bom đạn đã làm sập nhiều cầu, trong đó có cầu xóm Bóng nên đường đi bị ách tắc.

Eo đành phải tìm đến nhà cô chú của Eo ở Nha Trang để ở đó. Mà Eo không muốn lưu lại cũng không được vì những vết phồng rộp ở chân Eo đã vỡ ra, mưng mủ và đau rát.

Cuộc tấn chiến (giải phóng) đang dần tiến xa hơn về miền Nam. Chờ đến khi Sài Gòn giải phóng, có nghĩa miền Nam hoàn toàn mất.

Sau khi Eo đi, bác Nhàn cũng từ giã chị Kây rồi về Long Khánh ở cùng với đứa con trai. Chị Kây liền bỏ nhà ở Đà Nẵng đi vô Nha Trang gặp Eo rồi tìm về Vĩnh Linh ở với gia đình vú.

Có lẽ, đời người, có giỏi giang mấy cũng không giỏi giang bằng Ông Trời, Ngài sắp đặt hết mọi biến đổi thăng trầm, sắp sẵn những bước đệm để đẩy đưa chị em Eo về làng Vĩnh Linh ở sau giải phóng.

CHƯƠNG 3

Sống nơi vùng đất chết

Trước đó một năm, đó là mùa xuân năm 1974, chị Kây đang theo học lớp 11, bị một trận đau màng óc (viêm màng não cấp tính) rất nặng. Làm như bệnh đã dồn nén khá lâu nên lúc bộc phát thì nhanh chóng đã trở nặng.

Eo nhớ hôm đó, chị nằm mê mệt trên giường, hễ tỉnh giấc thì đòi xuống sàn nhà gạch nằm la khóc, kêu đau lưng, đau đầu. Eo ngồi canh chị luôn. Bác Nhàn giao cho Eo nhiệm vụ canh gọi chị dậy để ăn cháo. Tuy nhiên, bệnh trở nặng đến nỗi chị Kây thường xuyên mê man, bất động. Khi Eo gọi có lúc nghe, lúc không.

Một lần, Eo lay chị đút cháo thì chị lịm hẳn không mở miệng được nữa. Mọi người liền tìm cách liên lạc gọi anh Hai về đưa đi cấp cứu gấp. Cũng may, chị được đưa ngay vào điều trị ở nhà thương tư Sam Bôn (Saint Paul) ở Đà Nẵng.

May sao sau đó, anh Hai dò tìm, biết có người bạn học cùng lớp ngày xưa ở Huế, hiện là bác sĩ đang làm việc cho nhà thương Đức ở Đà Nẵng.

Sợ chị chết lắm nên anh khóc, năn nỉ bạn: "Tốn phí bao nhiêu mày cũng phải chạy để cứu em tao".

Chị Kây liền được chuyển tiếp qua nhà thương của Đức để chữa trị.

Mỗi một ngày vào thăm, thấy chị trần truồng nằm bất tỉnh trên giường, đắp cái drap trắng, trên mình đổ nước đá ướp lạnh, Eo cùng gia đình khóc sướt mướt.

Chi mê man chữa bệnh như thế gần hai tháng trời, tưởng là không qua khỏi.

Tỉnh dậy rồi, gót chân chị bị thối, chị chưa thể đi lại bình thường được nên phải ngồi trên xe lăn. Sau đó còn phải vật lý trị liệu một thời gian, nào là tập nói, tập đi đứng. Căn bệnh quái ác đó đã cắt đứt con đường học vấn của chị Kây, cũng như lấy đi mất con người "thật tính", đáng yêu đáng quý ngày nào của chị.

Hai tháng sau đó, nhằm mùa hè năm 1974, dì Đẹp, chị kế của mẹ ở Sài Gòn ra thăm gia đình Eo, thăm chị Kây vừa thoát khỏi cơn bạo bệnh.

Khi dì về lại Sài Gòn, anh Hai có ý lấy ngày phép rồi lái chiếc xe Jeep nhà đưa dì về, nhân tiện dẫn chị em Eo vào Sài Gòn chơi, xem như là chuyến đi nghỉ hè cho chị Kây. Đồng thời nhân tiện đi thăm cho biết hết bà con, họ hàng ở trong Nam.

Chuyến đi hết ghé xóm Bóng - Nha Trang, ghé Vĩnh Linh - Cam Ranh rồi đi tiếp vào thăm phố Sài Gòn.

Đi thăm cô bác một vòng cũng gần hết cả tháng. Đi đến đâu cũng được bà con đãi ăn uống, tiếp đãi nồng hậu. Cũng nhờ chuyến đi này mà chị em Eo nhận biết được một số bà con bên nội bên ngoại đang ở rải rác khắp nơi, nhất là bà con ngoại đang ở trại tị nạn Vĩnh Linh, Cam Ranh.

Trong thời chiến loạn, có khá nhiều trại tị nạn được hình thành. Bắt đầu từ Tết Mậu Thân 1968, Thừa thiên Huế đến Mùa hè đỏ lửa 1972, "Đại lộ kinh hoàng" ở Quảng Trị, quân đội miền Bắc đã giết hàng chục ngàn người ở miền Trung.

Tiếp đó là những năm 1972-1975, triệu triệu người dân Quảng Nam, Quảng Tín… sống trong mất mát, hỗn loạn… Có biết bao gia đình tan nát, cha mẹ mất con, vợ mất chồng và ngược lại…

Tháng 8 năm 1973, nghe đâu một lễ cầu siêu có khoảng ba ngàn tăng ni Phật Tử tham gia kéo dài 7 ngày 7 đêm nhằm dành cho các gia đình về tìm xác, chôn cất những người chết trong trận chiến tàn ác của Cộng Sản.

Dân Miền Trung không còn đất sống, trắng tay. Bà con của ba mẹ Eo đã di tản vào Đà Nẵng trú ngụ trong hai trại tập trung tị nạn lớn chính là ở Hòa Khánh và Non Nước.

Đến năm 1974-1975, phần nhiều dân tị nạn ở Hòa Khánh, Công Giáo, lại di cư vào Vĩnh Linh, Cam Ranh. Còn phần đông dân tị nạn ở Non Nước thì di cư vào Quảng Sơn, Ninh Thuận.

Dân chúng di tản - Ảnh minh họa

Trại tỵ nạn Cộng Sản – Ảnh minh họa

Có thể nói, Vĩnh Linh là quê hương thứ hai của dân tị nạn Quảng Trị, Huế, Đà Nẵng do chính phủ Việt Nam Cộng Hòa di dân vào.

Làng được quản xứ do hai linh mục ngoại lệ là cha Trần Văn Điển và cha Lê Viết Hoàng. Hai cha đã theo gia đình, con chiên của mình vào đây để dân chúng có thể sống "an cư lạc nghiệp".

Làng Vĩnh Linh nằm dưới dãy chân núi rừng Tà Lua, diện tích khoảng 4 km vuông. Sau này làng Vĩnh Linh thuộc xã Cam An Bắc, Cam Ranh, Khánh Hòa, làng cách xa quốc lộ I tới hơn 9 cây số và cách thành phố Cam Ranh 18km.

Dân chúng sống tạm ở đây, chờ khai hoang lập ấp gọi là "trại tị nạn"

Mới đầu, dân được đưa vào ở trại tập trung. Họ cùng nhau sống tạm cư trong những lều lớn dựng bằng bạt ni lông màu xanh, hòng che mưa che nắng. Vùng đất đặt trại này tương đối vắng vẻ, nằm giữa làng Vĩnh Thái và làng Vĩnh Cẩm và chờ đợi chính phủ cấp nhà đất.

Tất cả những gia đình sống chen chúc nhau dưới những cái lều lớn tập trung này, được chính phủ cấp lương thực và tiền bạc hàng tháng. Khi đất gia cư được khai phá, san lấp xong thì chính phủ liền xếp lô chia liên gia.

Mỗi gia đình nhận một lô, diện tích chừng 1 sào rưỡi đất (1.500 mét vuông) và vài tấm tole để làm nhà. Đường sá chưa kịp cày ủi xong thì Cộng Sản ập đến. Điều này đồng nghĩa với việc chính phủ Việt Nam Cộng Hòa bị tan vỡ. Hệ quả, việc dân di tản ở Vĩnh Linh không còn được chính phủ Việt Nam Cộng Hòa cấp lương thực, tiền bạc. Người dân tị nạn ở làng Vĩnh Linh hoàn toàn rơi vào thế hổng chân. Chưa bao giờ sự hụt hẫng, trắng tay, nghèo đói lại lan rộng đến vậy.

Tình cảnh người dân làng Vĩnh Linh những ngày đầu thật đúng với câu tiến thoái lưỡng nan. Làng thì chưa xây dựng xong, đồ đạc riêng tư thì phần nhiều bị mất trong cuộc di tản. Xòe tay thì chỉ thấy tay trắng, nhìn quanh thì chỉ thấy nước độc rừng thiêng.

Vĩnh Linh lúc ấy như một vùng đất bị lãng quên, như một đứa con hoang lạc loài nơi rừng rú: chưa xong nhà, không tiền, không đất rẫy và không cả đường sá cầu cống nối liền Vĩnh Linh với đường quốc lộ.

Vĩnh Linh chia làm bốn thôn, Cửa Tùng, Triệu Hải thì thuộc về giáo xứ Vĩnh An; Hiền Lương, Thủy Ba thì thuộc về giáo xứ Vĩnh Bình. Đa số dân làng Vĩnh Linh là người Công giáo.

Sau tháng tư đen tối, hai vị linh mục Điển-Hoàng đã may mắn di tản qua Mỹ. Đức Giám Mục Phanxicô Xavie Nguyễn Văn Thuận và Đức Giám Mục Giáo phận Nha Trang đã cử linh mục Antôn Nguyễn Văn Bình, đang về sống tại chỗ với gia đình, tạm làm Quản xứ Vĩnh An.

Mùa hè 1975, chị em Eo vô làng Vĩnh Linh sinh sống. Hai chị em được đăng ký, cấp đất cùng một liên gia 13 với gia đình vú – mẹ của Chúc, thuộc thôn Triệu Hải.

Lại không hẹn mà nhà Eo và nhà vú lại trở thành hàng xóm với nhau một lần nữa. Bà con trong xóm giúp hai chị em dựng một cái nhà vách đất trộn rơm, mái lợp rơm, che chắn chung quanh nhà cũng bằng rơm để ở.

Vì vị thế làng bao vây bởi núi, đất nhiều đồi dốc, khí hậu khô nắng, ít mưa nên cái xứ "kinh tế mới" này nghèo thiếu đủ mọi mặt. Đất này cũng không hợp cho tranh mọc nên đa số lợp nhà mái rơm, mà mái rơm thì mau nát mục hơn tranh.

Trời nắng thì nắng rọi xuyên qua lỗ hổng. Khi trời mưa thì nhà dột tứ bề, ở trong nhà mà cứ ngỡ đang núp dưới tàn cây. Mưa lớn khiến nước dột chảy thành dòng, phải kiếm nilon che lại để ngủ tạm.

Sau dần, nilon cũng kiếm không có, muốn vá víu cũng phải chờ đến mùa lúa, tới chỗ ruộng người ta đang thu hoạch mà xin rơm mang về rồi nhờ người ta đan thành tấm lợp… còn trong thời gian dài chờ đợi thì đành lấy thau xô hay bất cứ thứ gì để hứng nước mưa. Nhưng, chừng đó thì đã thấm gì so với những khó khăn mà Eo phải đối mặt khi sống ở Vĩnh Linh.

Ảnh minh họa
– Nhà rơm vách đất

Vào những ngày hè, Vĩnh Linh như một cái chảo lửa, có ngày không có lấy một ngọn gió, cây cối oằn mình chịu hạn, chết khô, chết cháy. Không khí đang khô khốc nhiều ngày là vậy thế nhưng tình hình sẽ nhanh chóng đảo chiều nếu có cơn dông xuất hiện bất chợt.

Lúc ấy, trời đang nắng gắt bỗng kéo mây đen thật nhanh, sấm chớp nổ liên hồi. Thoắt cái, cơn mưa nặng hạt ầm ào trút xuống.

Có người đi rừng đang vác cuốc rựa, dại dột tìm chỗ núp dưới bóng cây, lắm khi bị sét đánh trúng, chết đen thui.

Có người đi làm rẫy, thấy nước đang dâng cao nhanh bèn vội vã bơi qua khe vì nôn nóng về nhà thì bị con nước chảy xiết cuốn đi.

Mưa ở Vĩnh Linh đến nhanh và tạnh cũng nhanh, thường chỉ sau hai ba tiếng đồng hồ. Nếu kèm thêm gió mạnh chừng nửa ngày là gây ra lũ quét.

Làng Vĩnh Linh vốn nằm giữa ba phía núi, những khe nước rất mạnh từ trên sườn đồi vỡ xuống, cuồn cuộn đổ tràn về khe rạch của làng. Khe nước thường khô hạn trong những ngày nắng hạn. Giờ bỗng trở nên hung dữ như thể Thần Nước đang nổi cơn lôi đình, tuôn xiết vô cùng dữ tợn.

Dòng nước dữ cứ thế mà cuốn trôi theo rác rến, củi cây khô, làm bật cả gốc cây lớn còn tươi và quét phăng cả những căn nhà, con người, hoa màu… nằm ngáng trên đường nó đi.

Nhà của Eo là liên gia 13, nằm áp chót sát chân núi Tà-lua. Ngay trước nhà, có một khe nước vốn hình thành từ trước, chảy ngang qua khúc đầu sân nằm trong khu gia cư của Eo.

Bắc qua khe nước để đi vào nhà là những tấm phên bằng sắt, phên do Mỹ đóng rất chắc chắn trên những cọc cây to. Eo nhớ rất rõ là trên tấm sắt có những lỗ tròn nhỏ.

Mỗi lần mưa, nước tràn lên ngập sân và chung quanh nhà. Nhà Eo như nổi trên sông lớn. Eo nằm trong nhà chỉ biết cầu xin nước đừng ngập hết nhà mình, mưa đừng đổ nữa để Eo đừng… chết trôi. Sự lo lắng sợ hãi đó khiến Eo luôn ở trong tư thế sẵn sàng chạy sang… tị nạn nhà hàng xóm.

Trong kí ức tuổi thơ của Eo, những cơn lũ quét đó luôn là nỗi ám ảnh, hãi hùng khó quên.

Mỗi khi thấy sấm sét báo hiệu sắp có dông bão, mưa gió là Eo vội vàng chạy vào nhà chui vào mền và bịt chặt tai.

Khi trời tạnh, người trong xóm rủ nhau đi dọn dẹp rác rến tấp vào nhà mình hoặc chạy tới những nhà bị hoạn nạn lũ lụt hoặc nhà nào có người thân bị nước lũ cuốn trôi. Họ tận tình giúp đỡ mai táng, an ủi nạn nhân… rồi cùng nhau chặt cây, kiếm rơm rạ gầy dựng lại nhà cho người mất mát.

Có những lúc, con người phải cúi đầu chấp nhận trước thiên nhiên.

Người làng Vĩnh Linh nơi Eo ở thôi không còn mong Mỹ cứu trợ vì chính phủ nền VNCH đã tan rã. Tổng thống, một số người có quyền cao, chức trọng và những người dân… tẩu thoát ra được nước ngoài thật may mắn. Số tướng lãnh kém may mắn kẹt lại thì bị bắt đi tù, bị nhốt.

Người lính miền Nam đã thua cuộc, kẻ tuẫn tiết, người buông súng, cùng toàn bộ dân lành, phải nói là cả nước Nam cũng đồng chịu kiếp nô lệ, tù binh bằng cách này hay cách khác.

Lính VNCH buông súng - Ảnh minh họa

Trại cải tạo "ngụy quân, ngụy quyền VNCH" - Ảnh minh họa

Phải, 30 tháng 4 năm 1975, chấm dứt để không còn chiến tranh giữa Nam và Bắc nữa. Trên chính nghĩa: không có nghĩa là sẽ có hòa bình?

Và Eo chỉ thấy bắt đầu từ đó một cuộc cách mạng "lớn" giữa phe Cộng sản không chân chính và đám dân lành cả hai miền.

Ngày qua, xem phim Mỹ trên tivi, hình ảnh những anh hùng của những bộ phim cao bồi Mỹ, Eo thích nhất Bonanza- Magnificent Seven, cũng là đầu tiên trong đời thấy cảnh thế nào là cuộc chiến? Chiến tranh xảy ra giữa những người Mỹ trắng và Da Đỏ. Cảnh phim bắn giết nhau tóe lửa, cảnh tàn phá, đốt nhà, bắt người làm tù binh…

Những cuộc chiến tranh phục kích, thù hiểm giữa những người "hùng" là như vậy. Chiến tranh chỉ trở nên chính đáng khi bảo vệ lẽ phải và không làm tổn thương đến người già, đàn bà, trẻ em.

Còn nay, trước mắt Eo hiện ra một cuộc đời bi ai và buồn bã khi bị chính người của mình bắt làm nô lệ nhưng ai bản năng khiến con người phải phấn đấu được sống còn. Đám dân như bị trói tay, trói chân không cho lấy một miếng ăn để bỏ vào bụng, lấy gì dám chống cự lại kẻ đã hung hăng lăm le chĩa súng vào đầu, sẵn sàng tiêu diệt, bắt bỏ dân hòng cướp tài sản, nhà cửa.

Cuộc sống đó là một "trời" thống khổ.

Hình ảnh như khi bầy khỉ "độc" trong rừng chui ra, khi canh và bắt chụp được nhóm Seven hay Bonzana (đường cùng vì không lường trước được lũ khỉ "đỏ" thuộc nữa người nữa ngợm này…). Xong rồi, chúng khoái chí, hăng tiết vịt mà ra tay đày đọa "con người" theo bản chất hung tợn sẵn có. Chúng thích thú với những cảnh trả thù như tra tấn, trói tay, bịt miệng, gông cùm, siết cổ… kéo dài đến thế hệ con cháu.

Giả như cha mẹ, vợ con của tù binh "Seven", số phận bây giờ của họ sẽ ra sao?

Eo, con bé sớm hiểu đời, bây giờ đã mười hai tuổi, cũng sớm đành chịu thân phận như con người thất trận… Một cuộc đời sớm bị vùi dập đến thảm hại.

Lũ "quỷ" đỏ thuộc nữa người nữa quỷ đang dã tâm, muốn cướp bóc-hốt của cải của người miền Nam. Họ mang danh người Cộng sản, du kích, kẻ nằm vùng ở khắp nơi, dễ lòng tràn lan các ngõ ngách.

Họ là kẻ chiến thắng, kẻ duy nhất bây giờ có vũ khí, vũ lực trong tay. Họ là kẻ có công với cách mạng lâm thời. Cho nên mạnh ai nấy cướp, mặc sức mà trấn lột tài sản của kẻ thua cuộc một cách ngang tàng. Họ ngang nhiên, vung tay càn quét mọi của cải thời hậu chiến tranh mà về làm của riêng cho mình.

"Được làm vua thua làm giặc"

Lúc đầu, dân gọi Cộng Sản là Quân Giải Phóng, sau gọi là Quân cướp! Quân "Đạp Đồng Đài", Quân Ba Đê, có nghĩa là ăn cướp xe đạp, đồng hồ và đài (máy) radio! Có lẽ lúc này đã phải cộng thêm "một Đ" nữa là Quân Bốn Đê, đó là cướp đất (nhà).

Chính vì sự vơ vét tham lam đó mà nhiều người dân lâm vào cảnh "màn trời chiếu đất", đau thương, khổ cực muôn vàn.

Người dân không dám oán trách, chỉ biết kêu van cầu xin Thượng đế thương xót. Nghèo khổ thiên tai nhưng lại khiến con người gần với thượng đế, con người gần với con người hơn vì con người ở đó biết chia sẻ, thương xót lẫn nhau hơn.

Eo thấy dù đói khổ, bệnh dịch, cháy nhà, trôi nhà, hoa màu rẫy nương bị càn quét, mất mùa … con người ở Vĩnh Linh vẫn có thể đưa tay giúp đỡ lẫn nhau, làm lại được bằng sức mình… Nhưng sức người có hạn, chống chọi được mấy với thiên nhiên. Xung quanh Eo là những con người bị tổn thương và cái chết luôn chực chờ rình rập.

- Đó là hình ảnh mấy cha con lên núi chặt cây, bị cây đè chết.

- Hình ảnh mấy mẹ con đi rẫy để bới khoai non về nấu ăn qua cơn đói nhưng bị nước cuốn trôi.

- Hình ảnh mấy anh em đi làm rẫy bị sét đánh chết.

- Hình ảnh cả gia đình sống gần khe suối, lũ về không kịp chạy, bị cuốn cả nhà… Chưa hết, dịch lây từ người qua người, vật qua vật, người ăn vật nuôi rồi lăn quay ra mất mạng.

Còn những cái chết do chó dại, rắn độc cắn, ong độc chích… ăn phải nấm độc, rau, trái dại…hay bị sốt rét rừng, trúng gió… thì không hề hiếm.

Dường như, bốn phương tám hướng, không đâu là nơi thực sự an toàn cho những người khốn khổ của làng Vĩnh Linh.

Vì cùng số phận, cùng mệnh nước, cùng một cuộc đời... nên người làng Vĩnh Linh càng đồng cảm, đồng tâm tự an ủi lẫn nhau. Họ xem việc hỗ trợ nhau sau hoạn nạn như bổn phận chung. Họ đến lo cho kẻ chết: kiếm gỗ đóng hòm, mặc cho người chết mảnh vải trắng lành lặn trước khi liệm cất. Họ đem đèn dầu, nến qua thắp cho linh hồn kẻ bạc phước được ấm áp hơn.

Không có cỗ mâm, không có trống kèn... chỉ có những bình nước chè tươi được nấu mang lên. Đám con nít, người lớn đông đúc đến đọc kinh, cầu hồn cho kẻ quá cố. Tiếng kinh đọc lớn, đều đặn vang lên trong bầu trời chiều tối như muốn lấn át đi sự ảm đạm, thịnh nộ của đất trời.

Có khi trời gieo tai vạ, nhưng cũng có khi con người gây tai họa.

Tai họa hay xảy ra ở đây nhất là hỏa hoạn. Bởi vì đa số nhà ở làng Vĩnh Linh đều làm bằng cây, tranh, rạ nên khi chỉ cần một mồi lửa bén, chúng bốc cháy và lan rất nhanh, trong tích tắc là thiêu rụi tất cả, không còn gì.

Có một tối năm 1976, chị Kây đi ăn chè với bạn thì vào khoảng 9h, Eo đang nằm ở nhà chờ chị về thì nhà bị cháy.

Nguyên do là đêm đó gió thổi mạnh làm lửa từ cây đèn dầu để gần cửa sổ bén vô phên rồi cháy qua liếp rơm bọc bên ngoài.

Thấy lửa bốc lên, Eo phóng ra ngoài, chạy kêu cứu thằng Trâu Cui sát nhà. Nó và mấy người hàng xóm nhanh như chớp nhảy lên bứt hết mấy liếp rơm lôi xuống. Lúc đó, lửa tắt dần và lịm.

Eo sợ chết khiếp, lúc thấy nhà phực lửa cháy, nghĩ nếu nhà cháy tiêu tan hết, mình sẽ ở đâu? Nghĩ đến đó thì hai chân Eo bắt đầu run lẩy bẩy, đứng không vững. Một tiếng đồng hồ sau mà vẫn chưa hoàn hồn.

Chị Kây về, Eo chỉ kể: "Cháy nhà chị ạ! Cũng may là dập tắt kịp!" với giọng hờn trách nhưng vừa nhìn thấy khuôn mặt vô tư của chị Kây, Eo vôi chợt chùng lòng nghĩ lại: "Dù gì, chuyện đã qua và chị cũng không có mặt!".

Eo không nỡ trách chị Kây bởi biết rõ chị mới lành bệnh "đau màng óc" nên tính chị trở nên vô tư, không chín chắn như người khác. Với chị đang ở tuổi mới lớn, lại không có mẹ và các anh của Eo (mấy anh rất ư là khó tính) luôn ở bên kềm cặp cho nữa nên chị như chim sáo tự do bay nhảy. Chị hay đi chơi lang thang khắp nơi, không chấp nhận nổi hoàn cảnh đau thương côi cút hiện tại vì khi ấy chị mới 17,18 tuổi đầu.

Chị Kây không biết phải làm gì cho mình và Eo. Chị cũng không biết phải đương đầu với cuộc sống như thế nào. Nhưng sau này, Eo nghĩ lại, có lẽ như vậy lại tốt cho chị. Sư vô tư đó mới giúp chị có thể tồn tại giữa thời đại khắc nghiệt vì không phải nghĩ đến cái buồn và những nỗi sợ, sự bất an rình rập chung quanh.

Với Eo, chị Kây trở thành niềm hi vọng và bấu víu duy nhất. Vì thế, mỗi đêm, Eo như con chim non nằm ở tổ trông ngóng chị Kây về.

Khi mới vào Vĩnh Linh ở, mỗi ngày có chị bên cạnh, chị hay mua xôi bắp vào mỗi sáng. Chị cũng đi chợ, nấu ăn cho hai chị em. Chị Kây nấu gì, Eo ăn đó, mừng lắm không dám nhõng nhẽo.

Để đỡ đần cho chị, Eo luôn múc nước đầy thau, thùng để sẵn cho chị nấu nướng, tắm, giặt. Eo cũng sắp sẵn củi trong bếp cho chị nấu cơm.

Tuy chị đi không có nhà nhưng Eo luôn ngoan ngoãn ở nhà chờ chị về. Miễn thấy mặt chị Kây là Eo mừng rồi. Nhiều khi vắng chị, có đói cũng phải chịu.

Không có chị bên cạnh, Eo dùng nhiều thời gian lo nghĩ cho chị nhiều hơn chính bản thân mình, nhưng mà Eo có gì cho chị đâu ngoài nỗi nhớ thương và mong cho chị về bên mình. Đã thiếu tình thương của gia đình mọi thứ, mọi bề, chị em Eo phải cố gắng thương yêu, bảo bọc nhau hết lòng mới phải. Còn chị thì không màng, bỏ đi hoài, có khi đi mất mấy ngày mới về nhà.

Dần dà, chị không còn thấy bận bịu, bịn rịn, cũng như không còn trách nhiệm, bổn phận gì với Eo nữa. Hai chị em bắt đầu sinh ra hai cách sống. Kẻ vô tư, buông xuôi… người nặng lòng, bám víu. Dù trong thực tế, cả hai cùng có chung một con đường sống đầy cô độc, phũ phàng phía trước.

Dù biết chuyện đã qua rồi, cố bình tĩnh dỗ giấc nhưng giấc ngủ cứ chập chờn, thỉnh thoảng Eo lại giật mình đánh thót, đưa mắt nhìn ngọn đèn dầu, sợ nhà sẽ bốc hỏa lần nữa.

Mùa đông năm đó cuối cùng cũng đến.

Sau khi tới Vĩnh Linh được 2 năm, chị Kây có vẻ gầy hơn trước nên quần áo chị vẫn tạm đủ mặc. Riêng Eo, quần áo đẹp đã chật và cũ, không thể vá chắp cho rộng thêm được nên Eo không có lớp đồ khác để thay thế.

Mùa đông năm đó rất lạnh lẽo, khi vàng bạc đã tiêu hết, trong nhà chỉ còn hai cái mền (chăn) để đắp. Nhưng cái mền tốt nhất dành cho Eo và Chúc đắp cũng bị chị Kây lấy đem ra Nha Trang bán, sau đó về nói với Eo là bị mất để Eo khỏi buồn.

Những thứ vơ vét bán được để ăn chị Kây đều bán hết, nhà không còn thứ gì đáng giá.

Dân ở đây chỉ còn trông chờ vào đất và núi. Ai cũng cố tranh nhau leo lên sườn núi phát đất trồng lúa, dặm thêm mấy hàng bắp hòng thu hoạch thêm chút lương thực.

Ngặt thay, mùa vụ chẳng mấy khi hanh thông. Đến khi lúa trổ đòng đòng thì lại gặp trời hạn hán đến khô cháy, chúng phơi cờ trắng không có hạt. Bắp thì èo uột, đậu trái đó nhưng trái có hột, trái không.

Người dân bắt đầu nhận ra, đất và thời tiết ở đây quá khắc nghiệt, không thích hợp để trồng lúa hay hoa màu. Năm đó, dân chúng chỉ còn biết bó tay chờ cơn đói đến.

Nhà của vú thì không có rẫy đất sẵn, chỉ có mảnh đất mới phát hoang, đang trồng vụ khoai, sắn nhưng chưa đến mùa thu hoạch. Mà có tới mùa thu hoạch đi chăng nữa thì phần lương thực mang về chắc cũng không nhiều bởi phần đất được phát hoang không bao nhiêu, nên không đủ ăn vẫn hoàn không đủ ăn.

Cả nhà vì thế chỉ trông chờ vào đi làm thuê, làm củi bán, đến mùa thì đi mót, hết mùa thì đói. Khoai lang, bắp, thì còn mong mót được chứ khoai mì và bo bo thì không. Thế nên sau mùa khoai mì và bo bo thì cả nhà lâm vào cảnh đói deo đói dắt.

Mùa màng thất bát, nhà nghèo có nhà không có gì ăn ngoài bã sắn của những nhà giàu làm bột thải ra, phơi khô để dành nấu cháo cho heo ăn. Nhà nghèo xin về, đánh loãng ra vừa có bã vừa mong sẽ còn sót (mót) được chút bột, sau đó bỏ thêm mắm ruốc thành món cháo canh cho dễ ăn.

Món quen thuộc thứ hai của cả nhà là lá rau khoai, lõi chuối non, rau dền, rau tàu bay, rau sam… hễ rau nào ăn được là ăn độn thêm.

Ở Vĩnh Linh ngày đó, do khí hậu khắc nghiệt, người dân ở đây hay trồng khoai mì Ấn Độ, là loại cây chịu được khô hạn, củ rất to, lấy được nhiều bột nhưng lại rất độc, ăn nhiều bị người xanh xao, suy nhược.

Khí hậu sống không tốt, cộng thêm môi trường kém vệ sinh nên người dân ở đây dễ mắc bệnh sốt rét, bệnh cảm sốt thương hàn và những bệnh truyền nhiễm khác. Cơ sở y tế không có, tầm hiểu biết còn hạn chế nên những trường hợp bị đột quỵ, tai biến mạch máu não, chết bất đắc kì tử thì người ta đổ cho là bị trúng gió. Còn ai bị sình bụng, sưng mặt, sưng người, phù thủng chân tay, trương bọng đái thì họ đổ cho là do do ăn đồ của người Thượng trồng hoang trên rừng nên bị "thư ếm".

Không có bác sĩ chẩn bệnh, người bị trọng bệnh không có thuốc men. Bệnh viện thì xa xôi, đa số chưa kịp khiêng tới bệnh viện thì đã tử vong trên đường. Rồi họ tự cho là chết do số Trời kêu, Đất gọi chứ không phải vì quá nghèo đói, thiếu thốn, lạc hậu gây nên.

Mạng sống con người không có thuốc, tiền để được chữa trị, huống chi đến con vật. Thú nuôi bị dịch chết đi nhưng thịt của chúng vẫn được sử dụng vì…rất quý. Người ta vẫn mang thịt đó ra chợ bán "rẻ" cho mọi người ăn.

Trường hợp đó thì chủ nuôi cứ nghĩ mình đã "đãi" cho gia đình và hàng xóm một bữa thịt ngon lành. Chẳng ai nghĩ tới việc ăn những loại thịt ấy là đang mang vi trùng, dịch bệnh vô người, tự mình đoạt mạng mình mà không hay.

Khi mà làng Eo bị ghẻ dịch chốc đầu, mỗi tối ngủ thường rất ngứa, gãi rát, máu mủ lại chảy ra làm tóc dính bết lại, sau cứng khô đi khiến đầu như bị phủ một lớp sáp nến. Đến sáng phải dỡ ra, lòi cái da đầu lở loét, máu mủ tanh hôi.

Chờ cho tóc khô khốc, Eo phải tự khẽ-nhẹ se tóc mình cho vảy, mày ghẻ rớt xuống sau đó mới gội vì nếu để nguyên hiện trạng như vậy mà gội thì đầu tóc cứ nhờn nhớt máu mủ, vò xả lâu sạch, mất thì giờ, chưa kể đụng mạnh đến da đầu lở loét khiến đau đớn lắm.

Mấy bà hàng xóm, chỉ chị Kây sắc (nấu) nước bồ kết, lá chanh, lá sả, lá ổi… gội cho Eo. Hễ nhìn thấy thau nước ấm đặc máu và mủ, Eo không khỏi chua xót mà cắn răng chịu. Phải gần hai tháng sau, bệnh chốc đầu của Eo mới hết hẳn.

Hết dịch chốc đầu, ghẻ lở đến dịch đau mắt đỏ, rồi đau mắt hột, cứ chớp, nhắm mắt lại thì đau đớn, buốt ruột buốt gan. Eo la khóc vì chịu đựng không nổi. Nhỏ nước muối rửa mắt mà cũng thấy không thấy xi nhê gì. Bà cụ hàng xóm xót ruột bèn bày cho cách dân gian, đó là nhỏ nước cốt chanh. Trời ơi, nhỏ chanh nó xót, nó khiến Eo đau rát điên cuồng. Nếu nước muối nhỏ vào mắt đau rát thấu (thấy) một Ông Trời thì nước chanh đau thấu mười Ông Trời lận.

Giờ nghĩ lại vẫn không khỏi rùng mình. Sau này, mỗi khi cầm trái chanh Eo không bao giờ quên được giây phút mình như bị "xé mắt" đó.

Lúc thật sự đói mà không có gì để ăn, quần áo không đủ để mặc, trời lạnh rét-sốt không đủ chăn đắp, đau ốm không một ánh mắt chăm sóc ủi an chỉ thui thủi một mình, Eo mới thấm cảnh mình mồ côi mà tủi thân vô kể.

Những đứa trẻ khác có gia đình, dù có thiếu thốn thế nào đi chăng nữa nhưng mỗi khi tối về còn có cha mẹ, người thân ôm ấp vỗ về. Còn Eo, Eo biết than thở với ai? Chỉ biết âm thầm chịu đựng trước những thiếu thốn mọi bề được lặp đi lặp lại.

Cái chết nhan nhản xảy ra xung quanh cuộc sống của Eo. Xúc động nhất là cái chết tức tưởi của cả nhà hay đám khách khứa bị ngộ độc nấm chết từ một buổi tiệc cưới. Họ chết không vì bom đạn pháo kích nhưng họ chết vì rủ nhau ăn nhằm rau cỏ dại.

Chứng kiến những cái chết quá thương tâm, bi thảm, Eo bị ám ảnh. Hễ nghe thấy tiếng chuông tử từ nhà thờ đánh lên, Eo nghe nỗi mất mát lại cào lên trong dạ.

Sau đó, Eo lại chìm đắm trong sự sợ hãi mênh mang, đau khổ quá đôi khi Eo nấc lên:

- Thượng đế ơi! Ngài còn sẽ lấy đi những gì nữa từ những kẻ khốn cùng này...

Rồi xoay ra tức tưởi với nước mắt:

- Làng Vĩnh Linh ơi…!

Làng Vĩnh Linh là vùng đất mới khẩn hoang, sát rừng sát núi nên rắn rít bò cạp nhiều vô kể. Eo sợ nhất là rắn.

Một lần sáng sớm, Eo đang quét nhà thì thấy một con rắn đen rất lớn nằm khoanh tròn sát cái bồ, được đóng từ mấy tấm ván cao tầm 1m, dài tầm 2m dùng để đựng ngũ cốc. Eo sợ ghê lắm, cả đời có bao giờ nhìn thấy rắn đâu, chỉ mới nghe chuyện người này người nọ ở đây bị rắn cắn chết là Eo hãi nên giờ thấy nó thì sợ chết khiếp. Eo sợ đến nỗi toát mồ hôi và muốn xỉu.

Lần đó, may mà kêu thằng Trâu Cui kéo theo mấy ông hàng xóm nhanh chân chạy tới đánh chết con rắn.

Ngược với Eo, họ rất mừng vì mình kiếm được mẻ thịt rắn, mua rượu kêu bạn bè tới nhậu.

Eo sợ rắn, tránh rắn nhưng rắn nào có biết… tránh Eo. Lần thứ hai Eo gặp rắn còn kinh hoàng hơn lần thứ nhất.

Chuyện là ở Vĩnh Linh những ngày đó, người ta đào hầm xí là một cái hố lớn hình vuông, mỗi cạnh chừng 1-1,5m, sâu

1-1,5m, bắc ngang miệng hố là hai thanh gỗ lớn để làm chỗ đặt chân khi đi nhà xí.

Nhà nào có người lớn, đàn ông khỏe mạnh thì đan bên trên mặt hố những cây rào nhỏ, phủ lá chuối rồi đổ đất lên, chỉ chừa một cái lỗ để đi.

Xung quanh hố xí có chôn thêm bốn cọc cây làm khung che chắn xung quanh, có nhà thì che chắn bằng mấy phên rơm, bằng liếp tre đan, riêng nhà Eo neo người, khi cầu "che" bị hư không có ai làm lại dùm cho ra trò nên bên trên và bốn bề cầu thường tả tơi, xiêu vẹo, không kín.

Mỗi lần đi mỗi lần nhìn xuống là thấy gớm, nhất là vào mùa mưa nước dâng lên sát miệng cầu, dòi bọ lổn nhổn tràn trước mắt, nhìn rất ghê.

Cứ nghĩ đến cảnh mình lỡ chân té xuống là Eo rùng mình, toàn thân nổi gai ốc.

Sau khi có anh rể, chồng chị Kây về ở, anh đã cuốc đi một nửa ụ mối lớn, làm lại một cái nhà xí ngay đó. Nhà xí mới "khang trang" hơn nhiều vì phía trước mặt có sẵn bức tường đất của ụ mối che kín nên Eo thích lắm.

Lần thứ hai Eo nhìn thấy rắn chính là liên quan tới cái nhà xí này.

Hôm đó đi nhà xí, nhìn "ngắm" ụ mối to đùng trước mặt, Eo đã tận mắt chứng kiến một con rắn to, đen sì trườn mình phóng vô cái lỗ tròn sâu thẳm ở ụ mối. Eo chỉ biết ngồi điếng người nhìn hết một lúc mà không kêu được tiếng nào. Eo cố nhịn, đi kêu anh rể ra chỉ.

Anh nấu một nồi nước sôi đổ vào miệng hang, một lúc sau, từ trong hang có hai con rắn dài thật to bò ra, trông thật khiếp đảm. Nhưng nhờ vậy mà anh rể Eo lại được một trận nhậu nhẹt thịt rắn với rượu trắng đã đời với mấy người bạn trong xóm.

Còn Eo, từ đó, gớm dòi, sợ rắn Eo tuyệt đối không bén mảng tới gần cái nhà xí sau ụ mối hay bất cứ cái nhà xí nào nữa. Eo chỉ đi ra khoảng đất sau nhà, xong rồi lấp đất chôn. Chính vì sự bất thường này nên Eo thường xuyên nín, chờ đến giờ vắng như trưa hoặc chiều tối. Có lẽ vì nguyên do đó mà Eo bị mắc chứng táo bón.

Nước ở đây khan hiếm. Muốn có nước dùng, người ta phải đào sâu mới tìm được mạch nước. Giếng nhà giàu thì có miếng chắn đậy, có bi nhìn sạch sẽ và an toàn còn giếng nước nhà nghèo dã chiến vừa không có bi chắn đậy mà còn chỉ rào cây quanh miệng để tránh con nít té giếng.

Nhưng người còn biết thấy giếng mà tránh chứ con vật thì biết gì. Những con vật nhỏ như gà, vịt con... rồi chuột, rắn... té giếng dài dài. Nhưng chúng còn được thấy mà vớt lên, chứ như đám côn trùng thì... thây kệ.

Vì vậy mà hễ có mưa to, hay giếng sập lở là cóc, nhái, ễnh ương nhảy bì bõm đầy dưới giếng.

Có lần chị Đỗ bị dịch đau mắt đỏ, mắt như có mảng máu tươi nằm. Người ta mách bắt con nhái sống, mở bụng ra đắp lên mắt, có "vị" mát sẽ bớt, ai dè đâu mắt chị không bớt mà càng càng lở loét. Đau đớn tệ hại hơn, đến khi mò đến được nhà thương, soi vào mới thấy một đám vi khuẩn đẻ đầy trong mắt. Mắt chị bị nhiễm trùng nặng, phải móc luôn con mắt.

Từ đó, Eo không dám uống nước giếng, dù nước giếng được cất chứa trong lu, để xài uống cho sạch và mát. Eo sợ côn trùng cũng như vì sợ uống nước bẩn. Eo rất ít và hầu như không uống nước nên cơ thể bị thiếu nước trầm trọng. Eo cũng hay bị đi tiểu gắt từ đó chăng.

Sau rắn thì rít, bò cạp cũng là "vị khách" thường xuyên "ghé thăm" người làng Vĩnh Linh. Chúng sống chui rúc trong mấy phên vách, vết nứt của tường nhà vì chúng vốn được làm từ bùn và rơm. Rít với bò cạp cũng hay sống trong mấy kẽ nứt, vỏ cây dưới đất.

Chúng cũng đặc biệt thích lẩn trốn trong quần áo mặc đi rẫy được mắc trên vách vốn dơ và ủ mồ hôi. Nếu không giữ cẩn thận trước khi mặc thì bị chúng chích là chuyện thường.

Chính vì quá sợ rắn, rít, bò cạp nên Eo rất cẩn thận. Sự cẩn thận đó đã giúp Eo chưa bao giờ trở thành "nạn nhân bị tấn công" bởi bò cạp, ong, kiến, nhện độc hay rắn, rít.

Côn trùng, bò sát quẩn quanh, thú rừng cũng đôi khi ghé nhà thăm viếng. Một buổi trưa, Eo đang ngủ thì giật mình bởi tiếng khẹc khẹc phát ra từ trên đầu. Mở mắt ra, Eo thấy ngay một con khỉ đang đu tòng teng ngay trên cây đòn tay. Eo chỉ biết trân ra nhìn, không biết xử sự ra sao hay phải làm những gì. Con khỉ to bằng đứa bé hai tuổi, có bộ lông nâu vàng thật, vì nó cứ ngồi yên trên cây đòn tay nên Eo cũng bớt sợ.

Được một lúc thì Eo len lén chạy qua kiếm thằng Trâu Cui. Cũng may, vừa qua trông thấy con khỉ thì biết nó là của ai. Hóa ra nó là con khỉ người ta nuôi mà bị sổng chuồng.

Trâu Cui đi gọi và người ta đến đem nó về. Lúc đó, Eo mới dám trở vô nhà. Chỉ tội thằng Trâu Cui, lúc nghe Eo báo, nó cứ đinh ninh là con khỉ rừng, sẽ có bữa thịt khỉ ăn cho đã, nào ngờ lại là con khỉ nuôi nên xong việc thì nó lủi thủi đi về.

Điều thích thú nhất trong những ngày tháng ở Vĩnh Linh, đó chính là khi đi rẫy, đi rừng mà gặp thú rừng như nai, hoẵng, cheo, khỉ, heo rừng… Người cầm cuốc, kẻ cầm rựa, hét hò nhảy vô rượt bắt, giết thịt rồi chia nhau, tối đó mọi người trong xóm sung sướng vì được một bữa thịt ngon lành.

Thời đó, bọn trẻ con hay chế lời bài hát "Cô gái vót chông" hay "Đàn Ta lư" để hát nghêu ngao: "Như bao cô gái ở Vĩnh Linh, Cô gái Vĩnh Linh cày cuốc như trâu, ba bốn hôm mới tắm một lần, đi trong gió còn nghe "hôi"…" rồi "Đi chăn bò cầm cái roi thật to, bò không đi em lấy cái cây em chọc đít bò, bò đứng dậy đi ngay"…

Lúc mới đến, hễ gặp con bò trên đường, Eo cứ cắm đầu bỏ chạy vì sợ bò húc. Bây giờ, con bò, con trâu là ông thần tài, là cả gia tài người giàu có mới sắm được. Dễ gì đám con gia đình nghèo kiết xác như Eo được ngồi trên cộ, để bò kéo đi cho hưởng mùi "công chúa được hoàng tử rước kiệu mã"

Cuộc sống lúc mới đến ở, Eo chưa thấy buồn, khổ và nhớ nhà cho lắm vì chung quanh có nhiều bà con, bạn bè. Ban ngày dù là cũng đi mót, gánh củi, làm rẫy… nhưng cuộc sống lúc này đối với Eo chỉ toàn những điều mới mẻ, đầy thích thú, như những đứa trẻ lớn lên ở đây, chúng làm gì Eo tập tành học làm theo.

Đương nhiên, đa phần bọn trẻ cỡ bằng tuổi Eo ở đây, khoảng mười tuổi đã là người lớn rồi, không phải đi học mà ở nhà cáng đáng phụ gánh vác gia đình, nên không biết áp lực học hành là gì.

Ban ngày, chúng phải đi theo phát rẫy, cào cỏ. Đến mùa trồng trọt, người lớn dùng cuốc "chét", loại cuốc có lưỡi nhỏ bổ lỗ trên đất, tụi nhỏ thoăn thoắt gieo hạt giống xuống lỗ rồi dùng chân hoặc dùng cào lấp lỗ lại.

Gia đình nào trồng khoai, sắn thì sau khi đắp vồng, tụi nhỏ liền nhét dây khoai, khúc xương cây mì xuống. Rồi đến mùa thu hoạch, đám nhóc lại có việc như phụ nhặt củ bỏ vào bao. Cái khoản này thì con nít ăn đứt người lớn.

Tuy cực nhọc, vất vả suốt ngày ở rừng rẫy. Nhưng hễ chiều tối đến, sau khi tắm rửa, ăn uống xong, thì lũ trẻ hẹn nhau đến nhà thờ trước để thờ phượng Chúa sau đó được cùng nhau ở sân chơi đùa.

Ba mẹ tụi nó bắt buộc tụi nhóc học Đạo (giáo lý) hành Đạo, ví dụ như phải đi nhà thờ, xưng tội, rước lễ, không muốn bỏ lễ một ngày nào.

Họ thấy đó là bổn phận và lại cũng không đóng tiền học, không tốn tiền mua sách vở bút mực gì nên càng khuyến khích.

Tất cả tựu về nhà Chúa học, tiếng đọc kinh thánh thót, tiếng hát ngân vang. Đi dự thánh lễ và lũ nhỏ xếp hàng dài để rước lễ.

Nhà thờ giống như ngôi trường dạy dỗ, đào tạo tụi nhỏ biết sống nên người, đạo đức, thánh thiện. Các cha, các thầy, các sơ, các anh chị giảng viên giáo lý… là người hết lòng dìu dắt, dạy dỗ.

Người Việt đi đến đâu, tới chân trời nào, dù nghèo khổ cách mấy, trước tiên họ cũng phải dựng nên cho họ một ngôi giáo đường, để họ và gia đình đến thờ phượng Thượng đế của họ.

Tôn giáo nào cũng dạy con người "làm lành lánh ác". Điều này dĩ nhiên chống lại người Cộng sản vì họ chủ trương vô thần. Kẻ có lý lịch Đạo không được học cao, vào Đảng hoặc vào nghành làm việc mà chỉ dành cho con cái Đảng viên nhà nước.

Eo thấy, không chỉ riêng gì người Công giáo mà ngay cả những tôn giáo khác. Ngay sau tháng Tư đen, đều đồng chịu sự kỳ thị, áp bức một cách tàn ác, dã man nhất trong lịch sử… Một thể chế độc tài cai trị bắt nguồn đi từ Cộng sản miền Bắc. Hãy nhìn vào xác chết của ông HỒ CHÍ MINH còn nằm đó, một vị lãnh tụ Cộng Sản Vô Thần làm gương.

Trước năm 1975, nhà thờ vốn dĩ được dựng tạm cho dân tị nạn, đó là một cái lều đất che bạt màu xanh khá lớn. Nằm bên cạnh là nền đất sẵn để chuẩn bị xây nhà thờ mới. Bây giờ thì không còn hi vọng nhà thờ sẽ hoàn thành từ tiền trợ cấp từ chính phủ, giáo hội… nên dân chúng cùng nhau đóng góp bằng cách đi rừng lấy gỗ và góp ngày công xây dựng.

Từ từ, nhà thờ mới này cũng hoàn thành và được làm bằng gỗ và tole. Eo nhớ khi cử hành thánh lễ đầu tiên vào buổi tối, nhà thờ bỗng được được thắp sáng bởi cây đèn măng-xông to sáng như điện. Vì thế, bọn trẻ con rất mừng. Bởi vì ở Vĩnh Linh, nhà nào cũng thắp đèn dầu, có khi để tiết kiệm còn tắt hẳn đi.

Bọn trẻ thích nhất là những đêm trăng sáng. Bóng trăng trắng ngà chính là ngọn đèn dầu treo được ông trời thắp lên cho lũ trẻ ở đây chơi đùa.

Sau thánh lễ chiều thì sân nhà thờ trở thành sân chơi của bọn nhỏ, là món quà của ông trời dành cho.

Càng gần rằm, ánh trăng càng sáng rõ. Ánh trăng dần tròn đầy, vằng vặc mỗi đêm theo mong chờ của lũ trẻ, tụi Eo bày ra những trò chơi như trốn tìm, tè núp tè bắn, cứng mềm, tướng dẫn quân, rồng rắn lên mây, thiên đàng hỏa ngục hay lấy giấy hoặc lá chuối khô cuộn bó lại thành trái banh lớn chơi, lấy lông gà lông vịt bó lại để làm cầu đá…

Những tiếng cười, niềm vui trong sáng dưới trăng như làm cho bọn trẻ thấy được no đủ, khiến chúng như quên đi cái đói cơm đang cồn cào trong bụng. Đúng mười giờ tối cha xứ đuổi tất cả phải về. Bọn trẻ dù chia tay nhau nhưng trong lòng vẫn luyến tiếc chưa dứt. Niềm vui đó được mang vào giấc ngủ hiền hòa.

Những đêm trăng như thế giúp bọn trẻ tạm quên đi tiếng thở dài lo lắng của cha mẹ khi nghĩ đến mất mùa, đói khát.

Ngoài kia trăng vẫn tỏa sáng, chia sẻ cuộc đời thế hệ của trẻ thơ bất hạnh của mảnh đất mà được gọi là vùng kinh tế mới.

Một trại tù "không có người nuôi"

CHƯƠNG 4

Những chuyến tàu nước mắt

Tháng 8 năm 1975…

Tưởng rằng dù Cộng Sản vào, niềm mơ đi học của tụi nhóc vẫn được tiếp tục, Eo ghi tên vào trường trung học.

Trường trung học Hoàng Hoa Thám cách nhà Eo 5 cây số, nếu dậy từ lúc 5h sáng rồi đi bộ bằng đường tắt xuyên rẫy thì tầm 7h, Eo đã đến được lớp học.

Mỗi sáng, mấy đứa trong làng hớn hở gặp nhau tại đầu thôn, rồi cùng nhau băng qua rẫy, đường xa vắng người để đi học. Đến chiều lại hẹn nhau cùng về. Nhà Eo xa, gần sát trong chân núi, nên Eo là đứa cuối cùng về tới nhà.

Trong đám con gái bọn Eo, gồm bốn đứa, chỉ có mỗi Hằng là có xe đạp cũ chạy đi học. Cứ mỗi lần thấy Hằng đạp xe ngang qua dốc đỏ, đám con trai chạy lại, bu theo tiếp sức đẩy xe cho Hằng phóng mạnh lên dốc.

Kệ, tuy mình không có, nhưng đẩy "ké" được chiếc xe vẫn sướng hơn là đứng nhìn ngắm Hằng đi xuống, đẩy bộ chiếc xe lên dốc.

Mỗi lần như thế, Eo nhìn theo Hằng và ước mình được leo lên chiếc xe đạp một lần. Những lúc như vậy, nỗi tiếc nhớ dồn nén bao lâu chợt òa vỡ... Eo bỗng nhớ đến chiếc xe đạp nhỏ của mình ngày nào.

Ngày đó, chị Kây đâu thể biết chiếc xe nó quý và cần thiết với Eo đến chừng nào mà mang nó vào đây cho Eo. Bây giờ không biết nó đang ở đâu rồi.

Chị Kây dẫn Eo vào nhà thuốc tây, mua thuốc cho Eo. Trong sân, Eo thấy đứa bé trai lái chiếc xe đạp nhỏ chạy quanh sân chơi với người đàn bà đang trông nom nó. Có lẽ, nó là chiếc xe đạp dành cho con nít nên khác lạ và duy nhất trong xứ Eo. Eo thấy thích quá. Khi chị Kây vừa bước ra, Eo chỉ:

- Chị ơi, chị có xe rồi, chị mua cho em chiếc xe đạp nhỏ này được không?

Chị Kây ngẩn người theo phía tay Eo chỉ, chị nói:

- Được rồi, chị nói anh Hai mua cho.

Eo nhắc tiếp liền:

- Chị nói anh Hai đi Đà Nẵng mua cho em nhé, rồi em sẽ học giỏi hơn nữa.

Eo mỉm cười sung sướng, theo chị ra về, vì có bao giờ Eo đòi mua quà gì mà chị không về nói anh Hai hay mẹ mua cho đâu.

Thế rồi một hôm Eo đi học về, thấy có chiếc xe đạp nhỏ dựng ngay giữa nhà, chỗ thường dựng chiếc xe honda của chị. Chiếc xe này cao hơn của thằng bé mà Eo thấy ở tiệm thuốc tây nhưng nó vẫn là loại xe đạp dành cho con nít.

Mừng quá, Eo dắt xe ra khỏi nhà ngay, đẩy xe đi quanh xóm khoe. Lũ trẻ ra xem, bu quanh trầm trồ, đứa này, đứa kia giành nhau dắt, đẩy hộ Eo. Eo sung sướng và vui mừng chết đi được.

Vì lần đầu chưa quen dắt xe, cái bàn đạp cứ quay tròn ngược, đập vào ống chân Eo đau điếng, Dù đau nhưng Eo không bỏ cuộc, cứ đi khoe chiếc xe, đến chiều, khi trở về nhà thì ống chân bên phải bị bầm tím.

Sáng hôm sau, Eo dắt xe đạp, đi bộ đến trường, gởi cho cụ Lai gác cổng. Tới giờ tan học lại dắt xe khoe bạn học. Tụi nó nói Eo cứ ngồi lên đạp xe để tụi nó đẩy. Nhờ vậy, mà Eo biết chạy xe đạp lúc nào không hay.

Cuối năm đó (năm 1973), khi Eo học lớp bốn, lần đầu tiên lớp được đi cắm trại qua đêm ở nhà thờ Pháo Binh, Hòa Vang. Nhờ chiếc xe đạp này mà Eo làm liên lạc viên, làm "tà lọt" giúp Lệ Phương (phó lớp) bên đội con gái được rất nhiều việc. Thậm chí Eo còn chạy xe theo mấy anh vào làng Thượng mua cây về làm cờ cho đội.

Chiều hôm trước đó, để đội Eo sẵn sàng phục vụ cho đêm hội trại. Eo vất vả lấy xe đi đến nhà từng đứa gom chở đồ dùng lặt vặt, thức ăn, nồi niêu… tới dồn ở nhà Phương. Để sáng hôm sau chất lên xe lam lên đường sớm.

Eo vẫn còn nhớ như in những gì đã diễn ra trong đêm hội trại đó. Các đội cùng nhau tham gia thi nấu ăn ngon. Tụi Eo có biết nấu gì đâu, tuy nhiên miễn có thi là vui rồi.

Đêm hội trại còn diễn ra buổi ca múa văn nghệ. Đội Eo múa Lèo bài Ươm tơ tằm và Nhớ nước non xứ Lèo.

Sơ đã giúp đám con gái lớp Eo làm dây tua bằng giấy kiếng đủ màu dán vào những đôi đũa. Sơ còn dán mớ tua rua đó quanh váy. Tuy nhiên, có đứa múa hăng quá làm rơi cả lớp tua rua đó xuống đất.

Ngoài thi nấu ăn, văn nghệ, hội trại còn tổ chức những cuộc thi khác như sinh hoạt hay, kỷ luật giỏi và kéo co… Mấy anh trong lớp hướng đạo thắng cuộc thi sinh hoạt hay, đội con gái thì thắng cuộc thi kỷ luật giỏi.

Có lẽ, trong cuộc đời học sinh của Eo, đó là đêm đầy tiếng cười hồng ân, chất chứa kỷ niệm nhất mà Eo không bao giờ quên.

Tiếng gọi của bạn đằng trên dốc thúc khiến Eo dứt ra khỏi dòng hoài niệm:

- Eo! Đi nhanh lên về.

Eo lật đật chạy theo bắt cho kịp đám bạn. Eo dễ thương, trắng trẻo, nói tiếng Bắc lanh lảnh trong khi cả đám bạn ở đây đều nói tiếng Quảng Trị. Thấy lạ ngộ, nên bị bạn chọc ghẹo, nhất là mấy đứa con trai. Tụi nó hay nhại giọng Eo là "Hiệu chưởng (trưởng)… muốn chưởng cho một cái không?".

Gia tài Eo còn mỗi cái cặp táp chị Kây đem từ Đà Nẵng vào, tụi nó cũng không ngại lấy của Eo giấu đi, hai ba ngày sau mới trả, nên Eo không có sách vở để học bài.

Đồ ăn trưa bới theo cũng bị chúng giấu, làm cho Eo bị đói dài dài. Nhất là những ngày phải đi lao động sản xuất, cuốc đất trồng cây cho trường sau buổi học. Vì nhịn đói không quen, Eo mấy lần muốn xỉu.

Hôm chị Kây không có ở nhà. Đi học về, nhà vắng tanh, bếp núc nguội lạnh. Không có ai lo cơm nước cho. Khi chiều sập tối, Eo thắp đèn trong nhà lên nhưng vì vắng người lại thêm tính sợ ma nên chạy qua nhà vú chơi sẵn ăn chực.

Ăn hoài thì ngại nhưng không biết cách làm sao hơn!

Nhưng thời gian đi học của Eo cũng duy trì không được bao lâu. Những đứa đi học cùng Eo đã nghỉ dần vì đường xa, vắng vẻ và nguy hiểm.

Người lớn còn cảnh báo tụi nhóc, coi chừng khúc đường băng qua trại tị nạn cũ, có thằng mắc bệnh tiêm la, giang mai… nó rượt.

Một phần nữa là không có phương tiện, chửa kể tiền bạc mua vở bút, đóng học phí nên nhiều đứa nghỉ ở nhà phụ giúp, đỡ đần cha mẹ cho xong.

Hai tháng sau, ngoài Hằng có xe đạp ra, cả đám con gái đều đã nghỉ hẳn. Còn lại một mình, lủi thủi theo tụi con trai đi học, Eo cũng nản quá, bèn nghỉ học luôn, mặc dù tiếc mãi!

Một ngày vào cuối năm 1977, có hai người đi đi thật sâu vào khu rừng hoang tìm kiếm gỗ quý. Đang băng qua rừng núi hoang vu thì bỗng nhiên "lạc" phải một rẫy khoai mì già, xen lẫn những cây mít lớn có trái chín rụng đầy. Diện tích rất lớn mà hình như không thấy ai thu hoạch.

Giống mì già, ruột rỗng nhưng củ thì to bằng bắp chân của đàn ông. Ăn rất thơm ngon và bùi lạ lùng.

Người thì nói là của người Nùng bỏ lại, người thì đoán là của bộ đội trốn trong đó trồng, nhưng họ đã rời đi lâu lắm rồi.

Hai người đó về, dự định báo cho vài người quen đi lấy "kho tàng" thôi, nhưng rồi cũng cả thôn biết.

Dân "đói" mừng như vớ được vàng, kéo nhau lên đào mì đó về ăn. Ngày nào cũng vậy, cứ khoảng 3 giờ khuya, đàn ông thanh niên sung sức rủ nhau đi. Người dẫn đầu thắp một chiếc đuốc sáng, cả đoàn sát theo sau vì sợ dẫm phải đoàn kiến heo, giống kiến này bu dày đặc, cắn đau và độc đến chết người.

Khoảng 8-9 giờ sáng đến nơi, đào rồi vác về. Thường thì ham lắm nhưng không ai dám vác nhiều quá sức mình vì đường đi-về rất xa và gian khổ. Về tới khe suối thì đã gần nửa đường, khoảng 12h trưa, mọi người nghỉ lại đó để cùng gặp người nhà đem cơm lên cũng như tiếp sức mang mì về.

Đó là một dốc khe suối thiên nhiên "tuyệt vời" ẩn trong rừng sâu. Thấy nó, mọi mệt mỏi lê bước của Eo chợt tan biến. Dòng nước trong vắt mát lạnh, trong suốt chảy tràn qua các hòn đá to.

Cảnh đẹp toát ra cái không khí trong lành, lạnh lạnh hơi nước khiến cho con người ráng tranh thủ đến đó mà rửa mặt nghỉ chân. Eo cũng lên đó, đem cơm cho anh rể ăn, xong rồi chia bớt mớ khoai mang về để anh nhẹ bớt.

Eo vốn "chiêu" lắm, vì đường lên cũng dốc mà đường vác mì về cũng dốc. Cứ đổi vai này đến vai khác, đường dốc xuống nếu bước không thăng bằng, cẩn thận thì té.

Ra khỏi đường núi về tới đường bằng thì mừng như thể về tới thiên đàng, lúc đó Eo có thể đổi vai, mà đội bao mì lên đầu đi lon ton.

Về tới nhà khoảng hơn 4 giờ chiều, ăn uống nghỉ ngơi, loay hoay làm việc nhà-loay hoay thì đi ngủ.

2h sáng hôm sau, anh rể lại phải sửa soạn dậy đi tiếp. Khoai mì này ngon "nổi tiếng" chợ mối nên bán chạy như tôm tươi. Anh rể siêng năng, không ngừng đi đào mì mỗi ngày nên nhà Eo có của ăn, của bán.

Cũng may vì nó ở quá xa, đường mở để đi lại coi bộ khó hơn đi hái măng, bứt mây… nên không ai dám tham, bê về quá sức của mỗi người, nên đám mì lai rai tiêu hao.

Nhiều tháng sau, khi đám mì đã rã sạch, không còn gì để bám víu nữa thì cũng may cho dân làng khi bắt đầu tìm được kế sinh nhai mới.

Trước năm 1975, các tuyến đường xe lửa chạy cả hai hướng Bắc Nam này thường bị Việt cộng đánh phá làm hư hỏng liên tục.

Sau khi chiếm miền Nam, Cộng Sản cho tu bổ lại toàn bộ đường sắt, tất cả các trạm ga chính chạy từ Bắc chí Nam. Từ đó, những đoàn tàu Thống Nhất SE1, SE2, 3, 4…8… chạy từ Hà Nội-Sài Gòn được thành hình.

Sau đó, nhà nước Cộng Sản cũng cho ra đời những đoàn tàu xe lửa chợ. Chúng được "chia ra" từng vùng, từng chuyến (tuyến) đường ngắn. Đây cũng là 'phương tiện" duy nhất cho dân nghèo vùng hẻo lánh xa xôi sẽ được dùng xe lửa để "di chuyển" hoặc buôn bán "hàng hóa".

Trước hết, nhà nước cho xây dựng thêm những nhà ga "chợ" nhỏ để những con tàu chợ này hoạt động và sinh hoạt… Tàu Chợ được phép chính thức dừng lại đón khách ở những ga Chợ nhỏ này. Ở cách làng Vĩnh Linh khoảng 4 cây số, con đường này rất vắng vẻ. Nhà nước vừa mới cho xây dựng xong ga chợ, để người dân đi lại. Tên gọi là ga Suối Cát.

Làng Vĩnh Linh lúc này đói rét cùng cực, kẻ "sống còn" không thể "cạp" đất mà ăn. "Nghe tin", dân chúng lại có dịp tìm "đường sống" họ ùn ùn kéo nhau ra ga tàu sinh sống, cứu đói.

Có lẽ, đây là cách ông trời tập cho Eo dần quen với những chuyến đi buôn sau này.

Ngày trước, có một lần Eo thấy vú đi chợ về, Eo theo nằn nì vú:

- Vú ơi, vú cho con đi chợ bán với!

Vú hỏi lại:

- Rứa mi (con) gánh có nổi không?

Eo nói:

- Con sẽ thử!

Lúc đó, vú mới xếp thử mười hai bó rau heo (rau lang) vô gánh cho Eo gánh đi theo.

Eo bắt đầu quen bước chân với vú…hành trình đi-về hơn 25 cây số!

Việc gánh rau "heo" ra chợ Cam Đức bán rồi mua lại rau "người" như bầu, bí, mướp, lá chè xanh từ chợ gánh về Vĩnh Linh bán kiếm đồng lời.

Nhờ những chuyến theo vú đi tập tành buôn bán đó mà Eo để dành được chút tiền, tuy không nhiều nhưng nó khiến Eo rất hạnh phúc vì tự thân kiếm được vài đồng bạc cắc.

Thực ra, Eo cũng biết tập tành gánh nặng từ ngày theo chị vào Vĩnh Linh. Ở nhà, nhiệm vụ kiếm củi để nấu ăn là của Eo. Eo ra rẫy gần nhà kiếm củi rào bó lại bằng dây chuối khô, rồi vác trên vai hay đội trên đầu mang về.

Những ngày đầu mới vào Vĩnh Linh, làm gì ở đây có cái lò xô để nấu bếp. Nhà Eo kiếm ba cục gạch nung bằng đất sét, kê thành lò, nấu bằng củi.

Eo thì chưa quen, nên chỉ dám quanh quẩn ở những cái rẫy gần đó để kiếm củi rào, loại củi từ những cành nhánh cây nhỏ mà chủ rẫy phát vườn, dồn lại một góc, để khô đi rồi đốt rác. Loại củi này cháy nhanh, tàn cũng nhanh. Một ôm to củi rào cũng nấu chẳng được mấy.

Mấy lần sau, Eo đi theo thằng Trâu Cui (tên Châu, sở dĩ gọi nó là Trâu Cui vì tướng nó cục mịch, làm việc mạnh như trâu) sát nhà vì nó thường đi vô rẫy xa kiếm mấy gốc cây khô to, bửa ra làm củi.

Bửa xong, Trâu Cui dặn Eo:

- Eo chất ít thôi, chứ không là gánh về không nổi!

Nhưng Eo thấy củi đẹp thì ham, chất nặng hai đầu gánh, Eo cố gắng gánh theo Trâu Cui nhưng đi được một lúc thì gánh củi trở nên rất nặng, nó bảo bỏ bớt ra, nhưng Eo tiếc, nên cứ ráng.

Cứ đi một đoạn ngắn, đổi vai gánh rồi lại dừng nghỉ. Hai vai Eo bắt đầu thấy đau, ê buốt. Thằng Trâu Cui thấy Eo tội quá nên cũng phải chờ nghỉ theo.

Đến lúc, Eo không gắng nổi nữa thì Trâu Cui phải gánh gánh củi của nó đi một đoạn lại quay ngược trở lại gánh dùm gánh củi của Eo cho kịp về!

Tối hôm đó, hai vai của Eo sưng tấy lên, rất đau nhưng khi

nhìn lại đống củi đẹp được chất bên bếp thì dường như quên cả đau. Eo thấy rất vui. Mỗi lần đun nấu gì bằng củi đó thì Eo lại có cảm giác tiêng tiếc.

Cơ duyên biết gánh gồng buôn bán của Eo là vậy còn cơ duyên đi buôn chuyến của Eo bắt đầu từ cái lần con heo nái của chị Thảo, em ruột Bọ, mới đẻ được một bầy. Eo năn nỉ chị:

"Để cho em một con!".

Chị nói:

"Mày phải về làm chuồng rồi đi xin nước cám, cắt rau, học nấu cháo cho heo".

Nói là để hứa cho vui qua chuyện chứ đâu ngờ Eo làm thiệt.

Chị đưa cho Eo một con heo cọt (loại heo nhỏ nhất đàn, không ai mua) đem về nuôi. Khi nào bán được thì đem vốn trả. Nhưng chị chẳng nói vốn là bao nhiêu.

Anh rể cũng làm cho nhà một cái chuồng để nuôi heo.

Từ đó, mỗi sáng sớm đi bán ở chợ Hòa Nghĩa về là Eo đi lấy nước gạo, khoai rẻo ăn bỏ ở trong xóm, xắt rau chuối, rau khoai nấu cho heo ăn rồi tắm cho heo. Eo siêng chăm sóc cho heo lắm.

Nuôi chưa được bao ngày, con heo mới phổng ra được chút thì một hôm, Eo về nhà thì thấy chuồng trống trơn.

Chờ chị về hỏi thì chị nói, đã bán với giá 35.000 đồng rồi, vì trong nhà không còn gì để có thể xoay ra tiền.

Eo buồn lắm, vừa tiếc vừa chạy lên nhà chị Thảo kể: "Chị Kây bán heo lấy tiền xài, nên giờ em không có tiền vốn mà trả cho chị".

Eo mới đưa tất cả số tiền mà Eo để dành từ ngày đi buôn bán đến giờ cho chị Thảo. Eo vừa khóc vừa thương con heo. "Phải gì chị Kây nuôi cho nó lớn thêm chút nữa rồi bán?" Chị Thảo mới khuyên Eo: "Thôi đừng buồn, giờ tao mua heo con vô Long Khánh bán, mày đi theo với tao".

Cuộc sống đi buôn trên xe lửa của Eo bắt đầu từ đó.

Rồi Eo cũng có cái "cớ" mà chạy theo mọi người trong làng đổ xô ra ga, làm đủ mọi nghề để sinh sống, người chở rau, củi thuê, kẻ làm nghề bốc vác, kẻ buôn khoai, sắn, bột, kẻ thì bán hàng rong, trà đá, thuốc lá dạo...

Thu hoạch mùa màng, Eo cũng gom góp để dành được tí vốn riêng, đi theo mấy chị trên tàu buôn bán tập tành kiếm ăn, đại khái là buôn rất "nhỏ". Lúc đầu, vốn ít thì bắt đầu buôn một vài ký cá khô, đường, gạo... theo tàu từ Nha Trang vào Long Khánh, sau cuối cùng cũng mon men vô đến tận Sài Gòn.

Ngày trước chưa "giải phóng", nhà Eo nấu rượu nuôi heo. Chủ đại lý lấy xe tải chở hàng chục bao gạo lớn vào cung cấp cho mẹ. Những nong cơm lớn để nguội trộn men cho vào những lu lớn để dành lên men nấu thành rượu.

Bã cơm rượu, cơm cháy trộn với cám lấy cho heo ăn.

Hễ có người đến trước cửa nhà đi xin ăn, thì Eo vội vàng chạy vô xúc gạo đem ra cho, điều này mẹ đã dặn, như một bổn phận Eo phải làm.

Còn đường, bột ngọt, cà phê... những thứ gọi chung là nhu yếu phẩm. Cá thịt, thức ăn, quần áo, vải xổ, rượu, thuốc lá... ê hề, bán đầy sạp chợ Phước Tường, chỉ sợ không có tiền mà mua.

Còn bây giờ "phỏng dái" dân miền Nam rồi, những thứ cần phải ăn phải sống tối thiểu như hạt gạo thì không có mà ăn huống gì những thứ như cái mặc, cái dùng, cái ở... nếu có được thì dân cũng đem ra bán hết cho Việt Cộng để đong đổi từng lon gạo mà ăn, mà sống.

Ấy vậy, nếu buôn những thứ ấy trót lọt, qua mặt được Việt Cộng... thì đem vô lại bán cho Cộng Sản để kiếm lời. Không làm thế cũng không được, bởi xoay đường nào cũng bị ép chết.

Nhưng chuyện kiếm ăn đâu có dễ, kiếm ăn trong thời buổi này còn khó khăn gấp bội. Những người buôn bán như Eo, vốn liếng đâu có bao nhiêu, mua bán xong chuyến hàng có lời mới dám mua đĩa cơm trắng, chan tí nước thịt mà ăn, nếu không muốn nói là ăn khoai bắp qua loa cho qua bữa.

Được bữa trúng mánh trót lọt thì để dành mua cái áo, cái quần cũ mặc coi cho được là ngon, chứ đừng nói chi đến chuyện có tiền mà mua vé tàu đàng hoàng như người ta. Dẫu có mua thì tiền lãi kiếm được cũng không đủ bù vào tiền vé.

Eo cũng như những anh chị đi buôn khác, trốn vé hay nói nôm na là dân "nhảy tàu". Để trốn tránh kiểm soát viên, Eo phải tìm cách này hay cách khác..

Những ngày đó, trên mui tàu xe lửa luôn bám chật ních những người trốn vé. Những người đi tàu trốn vé này sợ nhất là nhà ga có tên Ma Lâm (Mường Mán).

Trước khi tàu tiến vào ga Ma Lâm thì ở gần ga đó có một cái cầu sắt. Có lẽ đây là chiếc cầu xe lửa dài và đi qua con sông Cà Ty, Mường Mán, rộng và sâu nhất trên chuyến đường từ Long Khánh ra đến Nha Trang. Phía bên trên cầu, thay vì là khoảng không trống trải như bao cầu khác, cầu lại có thêm mấy thanh bắc ngang, nhìn từ xa, cầu như cái khung sắt hình hộp chữ nhật.

Mỗi khi tàu chạy ngang cứ như đang chui vào một cái ống vuông bằng sắt. Khoảng cách từ mui tàu đến thanh ngang ấy rất thấp, khoảng chừng hơn mét, thấp hơn chiều cao một người đứng.

Thời Việt Nam Cộng Hòa, khi xây những chiếc cầu lớn như thế này, chính phủ muốn phải bảo đảm cho nghành giao thông bằng đường sắt được chắc chắn và tuyệt đối an toàn. Không ai nghĩ rằng, sau này khi miền Nam sụp đổ, sẽ có một ngày dân chúng không còn điều kiện để di chuyển bằng ô tô hay tàu lửa đàng hoàng mà phải bám nóc tàu để di chuyển, buôn bán sinh sống.

Nhớ ngày di tản hồi tháng Ba năm 1975 ở bến cảng Tiên Sa, Đà Nẵng, khi mọi người cố sống, cố chết chen lấn nhau xuống chiếc tàu thủy, bu kín chặt cả cột buồm tàu, với niềm hy vọng mong manh ra đi tìm đường sống thì giờ đây, người dân "thất trận" sống trong xã hội chủ nghĩa cũng đang cố sống chết bám bu trên nóc tàu, cánh, đuôi xe lửa để kiếm miếng ăn.

Nhìn có khác gì một "xã hội" loài kiến đang bất chấp mạng sống, cố gắng bu lấy "cục đường".

Cầu xe lửa - Ảnh minh họa

Vì thế, mỗi khi gần đến chiếc cầu đó, ai cũng nhắc nhở nhau phải ngồi hoặc nằm sát xuống mui tàu. Nếu quên hay vô ý đứng lên là bị mấy cái thanh đó gạt rơi xuống. Khi đó sự quên hay vô ý phải trả giá bằng mạng sống. Chính nơi đây, hằng ngày tàu chạy vô ra đã lấy đi biết bao mạng sống của con người trốn vé.

Con buôn thường gọi những người đi tàu mà bị gạt chết là… "khui nắp hộp".

Ngày đó, những người đi buôn khi đụng tới cái gì cũng bị bắt phải đóng thuế, nhưng đóng nhiều khoản như vậy thì con buôn lấy đâu ra đồng lời?

Chưa kể đến chuyện bị đòi hỏi, tra xét giấy tờ, nào là giấy phép thông hành do địa phương cấp và được cấp để (tạm trú) đi đâu, nào là hộ khẩu, nào là bị hạch hỏi rằng có điều kiện để có chỗ đậu chưa mà xin thông hành?

Không có giấy thông hành thì làm sao mà mua vé? Mà giả như có thể mua vé cũng không đào đâu ra tiền.

Nếu như đời đãi cho nhiều may mắn, thì kiếm được giấy thông hành đã trần ai khoai củ, mua được vé tàu cũng tróc vẩy trầy vi thì vẫn chưa hết chuyện.

Muốn mang theo đồ nhu yếu phẩm phải được cấp giấy cho phép (lại giấy phép) mang theo vài kí, mà hay những người chọn cách đi buôn chuyến nguy hiểm như Eo thì đâu thuộc diện học sinh, cán bộ hay công nhân viên chức nhà nước mà được cấp giấy?

Đói thì đầu gối phải bò, đành đem mạng mình ra mà đánh đu với cơm áo gạo tiền. Để buôn được vài kí gạo, kí đậu, đường, bột, café… đến nơi đến chốn thật không kể xiết biết bao nhiêu vất vả, nguy hiểm.

Vì ngoài cán bộ, công nhân viên nhà nước Cộng Sản ra, có ai dân Ngụy "thứ thiệt" có sổ mà đi lãnh lương thực hàng tháng cơ chứ. Đói thế nên phải tự đi buôn bán kiếm tiền mua thực phẩm ngoài luồng mà ăn mà sống.

Không có giấy tờ chứng minh nguồn gốc thì gọi nôm na là hàng quốc cấm. Mà là hàng quốc cấm thì các ông chính quyền có quyền tịch thu, ăn cướp có chính sách! Công an nhà nước gom hết vốn, hết liếng, bóc lột dân buôn một cách thảm hại.

Để trốn vé mà mang được hàng vào ga, tìm được chỗ cất giấu thật khó khăn muôn phần, chưa kể mỗi lần tàu dừng ở các ga như Ba Ngòi, Phan Rang, Ma Lâm, Long Khánh v.v. (ga chiến địa gồm nhiều Việt cộng nằm vùng ở nhất) đều gặp phải chiến dịch bắt hàng, còn gọi là "tuôn hàng", con buôn nghe tới hai chữ này là phát sốt, sợ xanh mặt mày.

Không thiếu những lần, công an leo lên tàu tìm, lôi và ném tất cả hàng hóa xuống đất, xung quanh là mấy ông tay đeo băng đỏ, vác súng ống đứng sẵn dưới sân ga canh giữ rất cẩn mật.

Nếu con buôn nào có giấy phép thì nán lại ga để xin xỏ, đóng thuế; còn những người không có giấy không tờ thì bị tịch thu trắng.

Hàng đóng thuế thì không có tiền để đóng thuế, bỏ chuyến tàu đang đi dở dang, ráng ở lại mà chờ giải quyết, chứ con buôn lậu như tụi Eo cậy thế gì mà ở lại, ở lại có mà chết đứng, mà nếu ở lại, đợi đến khi xét không có giấy tờ, có khi, xui rủi lại bị bắt nhốt mút chỉ, mút mùa.

Cho nên, mỗi khi nghe tiếng còi tàu hú vang, mọi người lật đật nhảy lên tàu bỏ chạy, bỏ hết vốn liếng của mình lại cho lũ đã quen ăn cướp của dân nghèo vốn dư dả đói khổ, rách nát, hèn mạt.

Eo đã quen với cảnh bị "bắt" hàng ở các trạm ga xe lửa hay trên chuyến tàu buôn, đứng nhìn bị khoai mì hoặc mấy ký đường thẻ của mình bị lấy đi… đến tuyệt lộ rồi mà cũng không dám mở miệng đến xin nhận lại. Lúc này mới cảm giác được sự đau khổ vì bị ức hiếp đến tột cùng. Eo chỉ biết nuốt hận.

Cộng Sản ơi! Sao các ông ác quá!

Xe lửa đang dừng tại ga- Ảnh minh họa

Nhớ mãi một lần, Eo bó trong người 2kg gạo, 2kg khác thì được bó gút trong ống quần hoặc tay áo rách làm bộ vất rải rác đây đó có ý giấu sâu trên kệ, sàn tàu…

Trước khi đến ga ở Phan Thiết và đến đích là ga Long Khánh.

Con tàu bỗng xình xịch đi vào đường ràng xe lửa của trạm dừng, một ga trước đó… vì phải tránh chuyến tàu đi ra, nên chiếc tàu Eo đang đi rẽ và dừng lại đợi ở đường ràng dành cho tàu tránh.

Trên chuyến tàu ra, tàu này không được phép dừng lại ga tránh mà chạy thẳng qua luôn.

Tàu chạy nhanh nên chỉ nghe loáng thoáng đám bạn hàng bên kia tàu la hét bảo: "Nó tuôn hàng ở ga Ma Lâm, Mường Mán đó!".

Những người nghe rõ nói lại khiến tất cả con buôn đi chung chuyến với Eo vô cùng lo sợ.

Giá như lúc đó có tàu bên kia "dừng" thì sẽ chuyển ngược hàng trở về nhưng đó chỉ là ước muốn vì không thể thoát nữa, giờ chỉ hoảng hốt và lo lắng thêm.

Khi tàu Eo chuyển bánh, mọi người lật đật tỏa ra đi kiếm chỗ để giấu hàng nhưng mà không biết giấu ở đâu nữa, những chỗ giấu được đã làm rồi.

Thế rồi bần thần hồi hộp, nghẹt thở khi nghe tiếng tàu xình xịch đang tiến về ga Ma Lâm. Lui thì không còn đường mà tới thì ai cũng biết chuyện gì sẽ đến. Sẽ mất trắng ư? Sự sống gần như so sánh với sự chết, chỉ vì miếng cơm bỏ bụng.

Đến ga Ma Lâm, Mường Mán của Phan Thiết thì gạo của Eo trên toa tàu bị tuôn, lôi xuống và dồn chung tất cả với than củi, gà vịt, heo gà… Hàng hóa chất thành từng đống cao ngất dưới đất mỗi gông tàu.

Mọi người chạy theo khóc lóc van xin được cho lại. Phần gạo Eo bó trong người cũng bị soát và lấy hết. Mặc cho Eo đứng khóc lóc trước đống hàng, khẩn thiết van xin được lấy lại thì cũng chẳng ai trong chúng động lòng.

Khi tàu hú chuyển bánh, một số người xin hàng định giựt chạy, nhảy lên khoang tàu nhưng bị chúng hung hăng đánh cho. Eo cũng là nạn nhân bị chúng lấy báng súng AK, CKC… đập mạnh vào đầu, phang vào tay và nện cả trên lưng một cách không thương tiếc. Đau quá, Eo vùng chạy cùng lúc tàu chuyển bánh. Eo vội vã chạy để bắt kịp tàu.

Yên vị được trên tàu rồi nhưng cảm giác đau đớn, hoảng hốt vẫn mới nguyên. Ngày mai biết lấy gì để kiếm tiền, lấy gì ăn để sống? Vốn liếng coi như đã đi đời nhà ma. Eo tấm tức khóc. Thân xác đau buốt, trái tim bật máu vì uất ức.

Có chị bạn cùng cảnh, cùng ngộ, chị còn ba đứa con dại vất cho bà mẹ chồng già mắt yếu, bệnh hoạn ở nhà. Bà già vậy rồi mà phải chống gậy đi xin ăn thêm nuôi cháu.

Chồng chị đi lính nhưng sống chết ra sao không rõ và cũng không thấy trở về. Có lẽ vì thế mà chị liều mình xông vào cướp lại gạo bị tụi nó dộng vào mình, đau đớn chị ngồi vật vã trên sàn tàu, kêu khóc thảm thiết:

- Trời ơi, sao không đánh cho tui chết đi, mà để cho tui khổ ri hè! Con ơi là con ơi. Khổ chi mà khổ dữ ri. Trời ơi! Con ơi là con…

Nhìn áo chị cũ mòn lại toạc rách vì giằng co với tụi bảo vệ "hàng tịch thu". Giờ này quá bức xúc nên chị bấu rách áo, tự "trách mình" cho tả tơi thêm… lòi cả phần ngực ra ngoài, tê tái tâm trí không còn biết xấu hổ là gì.

Eo đứng lên cởi chiếc áo lính khoác ngoài của mình đưa cho chị rồi lớn tiếng nhắc:

- Chị Quỳnh! mặc áo che bụ (vú) lại tề (kìa).

Chiếc áo dày dạn, theo Eo bươn chải cũng như để giữ hơi hám của "anh Hai" nó vẫn còn ôm ấp sau cuộc chia ly tan nát.

Khi khẩu súng đã "buông" của chú, bác, anh em nó, làm sụp đổ một đất nước Tự do Cộng hòa. Ở quá khứ thời Cộng Hòa, nơi đó, không hề có trạm xe lửa tuôn hàng, bắt người.

Nơi đó có trạm Quân Cảnh, y tá, bệnh viện, trường học, nhà thờ, chùa chiền, chợ búa… quanh xứ Phước Tường, đã đem lại cho Eo có một cuộc sống ấm no và hiền hòa giờ còn đâu?

Đến Long Khánh không còn gì để bán để mua, Eo nằm chờ đón tàu ra Cam Ranh về nhà, nói là nhà chứ chắc sẽ phải về nhà chị Thảo, em của Bọ thôi. Nhà chị Thảo nằm ngay đầu thôn trước, thôn Hiền Lương của làng Vĩnh Linh.

Còn về nhà vú Bọ ư? Nhà ở cuối cùng sát núi của thôn sau, thôn Triệu Hải của làng. Đã xa lại phần nghèo khổ lắm, càng thảm thân vú hơn vì Eo không thể về ăn bám các em được.

Nhớ đến vú, Eo lại nhớ đến bạn bè thân yêu quanh xóm rồi đến ngôi nhà thờ. Ở nơi nào đó, một góc sâu lắng trong trái tim của Eo có chứa đầy tiếng cười tuổi thơ dòn tan.

"Ông trăng xuống chơi ông bụt thì ông bụt cho chùa, ông trăng xuống chơi học trò thì học trò cho bút. Ông trăng xuống chơi tuổi thơ thì có chờ Eo chơi cùng?" Eo lẩm nhẩm hát một vài câu trong bài Ông trăng của Phạm Duy, hát trong xa xót vô cùng.

Eo vẫn còn ở tuổi hoa niên, vẫn chưa tới tuổi trăng tròn nhưng con trăng của đời Eo chỉ đến 13 thì đã không bao giờ đến nữa. Eo đã phải bươn chải từ năm mười ba tuổi. Tuổi trẻ của những đứa như Eo sống trong xã hội Cộng Sản đả bị mưa bão cuộc đời che khuất. Tự bao giờ, Eo đã không còn được ước mơ và nụ cười cũng sớm pha nét mếu máo theo khổ hạnh của cuộc đời.

Đêm đó, ở ga Long Khánh, trời đổ mưa, không gian ướt át, mọi người đổ dồn vào thềm ga trú đêm và đợi tàu. Hết chỗ, Eo ra sân ga mua một bao nilon trùm lên người, nằm trên đống hàng của chị bạn.

Ngoài trời mưa lớn, dù đã che tấm nilon mỏng nhưng những giọt mưa nặng hạt theo nhau bắn vào mặt, vẫn khiến Eo thấy giống như bị ai đó tát nước thẳng vào mặt, vào người. Sự ức hiếp tựa vũ bão khiến Eo không có đường chống chế. Eo cảm thấy mình bất lực, sự ướt át thấm vào làm lạnh sốt run người. Đầu, vai, tay, lưng đau nhức, ê ẩm rã rời.

Thường, sau khi đi buôn trên tàu mệt, con "buôn" thường chống đôi dép để kê đầu vừa ngủ vừa giữ dép vì bọn chôm dép ở ga "nhiều tàn bạo". Những lần trước, khi đặt được lưng xuống là Eo ngủ như chết vậy mà đêm nay, một đêm mưa dầm dề, sức cùng lực kiệt mà Eo không tài nào ngủ được.

Eo nghiến răng kèn kẹt: "Eo ghét hòa bình... Eo càng ghét Việt cộng!".

Chiếc tàu ra hôm đó buồn vắng, với tâm trạng mất mát, nhìn ai cũng như thể đi dự đám ma về. Rảnh rỗi, Eo ra ngồi chỗ tầng cấp của toa tàu. Cánh tay, vai đau nên Eo không buồn giơ lên để búi tóc, cũng thả lỏng đôi chân của mình xuống cho nó được dịp tự do, thỏa chí đong đưa. Chỗ ngõ này thường ít khi Eo "tọa" vì tàu chợ đông, chen chúc người là người lên xuống, và lại phải canh me, chạy trốn vé luôn.

Trời đã lập đông, từng cơn gió mát thổi xoắn xít trên da thịt.

Qua ga Suối Kiết. Chiếc tàu lướt qua cánh rừng, vì chân để sát nơi lên xuống tàu nên bị lá cỏ làm quệt xước chân, Eo không ngại, không phiền vì đang dõi mắt nhìn về cánh rừng hoang trước mặt, vẽ vời để về gần với bầu trời trong xanh, đồi núi quê "ngoại" Vĩnh Linh nghèo khổ.

Con tàu đi qua cầu "tử" rồi tiến vào ga Ma Lâm.

Tàu ngừng, gió trời bị ngừng theo… Kéo Eo trở về thực tại. Lòng Eo chợt dậy lên sự kinh hãi. Eo ôm chặt cánh tay đau của mình và nhớ cái báng súng nện xuống… Giờ đây, trên các nẻo đường, các trạm "canh" để cướp bờ, cướp cạn nổi lên như nấm.

Người chèo ghe, kẻ gánh bộ, người dùng xe đạp, xe đò, xe lửa, để làm phương tiện buôn bán "lậu"… Buôn nhỏ chúng lấy nhỏ, buôn lớn chúng lấy lớn, nếu có tiền đóng thuế, hay hối lộ cho chúng ở trạm này thì trạm kế tới liệu có thoát cảnh bị chúng tịch thu, cướp trắng?

Những tiếng van kêu nguyền rủa, hãi hùng thoát ra từ trái tim con người chịu đầy nghịch cảnh, nhưng thống thiết, vô vọng: "Cái nhân bản của con người đang bị loài khỉ đỏ, quỷ đỏ có đuôi hủy hoại". "Ôi! Cả miền Nam, đang sống trong ngục tù của lũ Quỷ". "Thật là một lũ quỷ khốn nạn"…

Trong lúc căm phẫn tột cùng. Hai từ "Cộng Sản" cũng không ai dám thoát ra, thế mới thấy Cộng sản còn đáng sợ hơn lũ quỷ dữ.

Eo cố không để rớt nước mắt, đã quen mà nuốt hận, vì có khóc tủi cho nhiều cũng chẳng làm được gì?

Móc tiền còn trong túi gim chặt trong lưng quần. Eo dõng dạc nói với bà bán cơm:

- Dì cho con dĩa cơm không, chan nước thịt một ngàn rưỡi! - Ngẫm nghĩ một lúc, Eo đổi ý - Thôi dì cho con dĩa cơm thịt sườn ba ngàn luôn đi!

Eo ăn ngấu nghiến miếng thịt vì thèm, vì đói, vì uất. Vì chén cơm hôm qua đã lại bị lấy mất hay là Eo hiểu ra rằng từ nay, càng ngày cuộc sống của Eo càng khó khăn hơn, Eo phải cứng rắn, lì lợm hơn để đương đầu.

Một bà mẹ mù dắt theo con bé khoảng 7 tuổi đi xin ăn trên tàu. Eo xích ra nhường chỗ cho họ chờ xuống ga Phan Rang. Đôi lúc, Eo thầm ước gì mình sẽ là con bé "con trong tay, mẹ trong tay" đó. Tủi thân, nước mắt Eo bỗng tuôn rơi:

"Mẹ ơi! Sao mẹ bỏ con?".

Eo tự hỏi, mẹ mãi mãi không trở về nữa sao? Bỏ Eo bơ vơ giữa dòng đời, chẳng còn gì ngoài nước mắt và nỗi thương nhớ.

Không phải Eo không biết sợ hãi hoặc chưa ngán ngẩm những chua chát của chuyện đi buôn chuyến, nhưng nếu không đi buôn thì Eo biết làm gì để kiếm miếng ăn nếu chị Kây... Nhắc tới chị Kây, lòng Eo dậy lên một nỗi buồn khổ:

"Chị Kây ơi, đừng bỏ Eo nữa! Sao chị đành lòng bỏ rơi Eo? Sao chị có thể bàng quan khi Eo leo lên chiếc xe lửa, biến nó là nhà, là cuộc đời để kiếm ăn, kiếm sống?".

Những ngày đi buôn, Eo hay đi lễ tại nhà thờ Núi ở Nha Trang hay nhà thờ Chính tòa Xuân Lộc ở Long khánh, nhà thờ Fatima Bình Triệu... Tuy những nhà thờ này nguy nga, đèn đuốc tráng lệ, các cha trang trọng, ca đoàn cung nghinh, giáo dân có vẻ đầy đủ sung túc, bản thân Eo cũng ăn mặc tươm tất, đàng hoàng nhưng Eo rất cô đơn và thương nhớ làng Vĩnh Linh của mình quay quắt. Eo vẫn ước với "Ông Trời" cho Eo được trở về "quê" êm ả, nơi tuổi thơ, bạn bè của Eo vẫn "réo gọi".

Chắt mót này nọ, mượn thêm... hàng xóm cũng giúp cho Eo đóng hàng nợ như là sắn khô, khoai khô đem bán gom tiền. Eo lại đi buôn tiếp.

Một đêm nọ đã chuyện đầy khiếp sợ xảy ra cho Eo ở ga Sài Gòn. Loa nhà ga phát thông báo tàu sẽ đến trễ, thời gian đến dự kiến có thể là vào lúc 12 giờ 30 phút. Chuyến tàu chợ hay trì trễ vì sự cố xảy ra luôn nên chuyện "tàu trễ" là chuyện thường tình.

Ánh đèn trên đường Lê Lai vàng vọt, èo uột lan tỏa trên con đường vắng lặng. Từ cửa nhà trọ bên này nhìn ra tường ga Sài Gòn đối diện ở bên kia đường, Eo lo lắng chờ đợi.

Khi nghe tiếng tàu xe lửa hú. Tim Eo mỗi lúc càng nhảy loạn xạ, càng hồi hộp khi tàu đến gần. Tàu vừa dừng, hai chiếc xe ba gác chất đầy gạo nằm giấu sẵn trong nhà trọ nhanh như chớp được đám người bốc vác đẩy lao qua đường. Xe đậu ngay bờ tường ga, dọc theo con đường Lê Lai và họ đang nhanh chân bốc số gạo đó chuyển qua tường, rồi sẽ chất thẳng lên boong xe lửa.

Không may, ngay lúc đó, gặp một ông cán bộ cấp lớn đi về khuya ngang qua. Thấy cảnh đấy, ông liền hét lên.

- Dừng xe lại!

Tụi bốc vác thấy ông ta, biết bể mánh rồi nên bỏ chạy tán loạn, còn đám con buôn như tụi Eo và xe gạo bị bắt tại trận. Họ bắt tụi Eo phải tự bốc tất cả số gạo của mình bỏ ngược lại lên xe ba gác. Họ luôn miệng quát tháo:

- Mày ôm "trai" được thì mày bế những tạ gạo này được!

Gạo được đưa thẳng về kho "nhà nước", còn đám con buôn thì xếp hàng và bị dẫn độ về ở chung trong một nhà giam lớn nằm trên đường Huỳnh Thúc Kháng gần đó.

Sáng ra, đến phiên nhóm Eo trình diện. Họ kêu chỉ tên từng đứa tới bàn để làm bản tự khai và kiểm điểm. Cứ hết cán bộ này đến công an nọ ở đó thay phiên nhau la hét, dọa nạt bắt tụi Eo phải khai:

"Tại sao buôn bán lậu?".

Eo không biết tại sao, trong phòng bắt rất nhiều người từ các nơi, tội hình sự như trốn thuế, buôn lậu, trốn nghĩa vụ quân sự, trộm cắp... tội phạm pháp không tuyên án như những người ngồi uống cà phê mà tụ tập trên ba người, tội chưởi chế độ, hát nhạc vàng, nhạc ngoại, khiêu vũ (múa đôi)... cũng được đem tập trung nhốt về đó. Riêng Eo, trong đám các chị em đi hàng chung, bị chúng nhắm, kêu tới bàn làm việc thẩm vấn hơi nhiều.

Sau đó, có ba bốn thằng, có thằng tát mạnh vào mặt Eo, luôn mồm quát tháo:

- Con nhỏ ranh này, mới nứt mắt, mày đã làm đĩ, mày ngủ với thằng nào mà nó bốc vác giúp cho mày? Mau khai ra!".

Eo là nhỏ tuổi nhất trong đám, các chị đã trưởng thành, nhưng không bị kêu lên tra khảo tới lui mà chỉ kêu Eo. Eo muốn ứa nước mắt:

- Em còn nhỏ, đi theo mấy chị thôi, không có biết ngủ với ai hết. Em nói thiệt mà. Xin mấy anh tin.

Nhưng tụi nó vẫn không tha, đến chiều tối hôm đó. Sau khi kêu "tái" hỏi cung vẫn "lập luận":

- Con đĩ kia, mày ngủ với thằng nào, khai ra?

- Em không ngủ với ai hết!

Nó tát thêm hai cái thật mạnh vào mặt Eo rồi hét:

- Con đĩ già mồm, bắt nó đi!

Không đỡ nên cái tát trúng môi, đập vào hai chiếc răng khểnh làm rách môi, chảy máu và sưng chù vù.

Các chị đang dõi mắt theo cuộc hỏi cung của Eo hồi hộp la lên:

- Con Eo bị bả (tát) toe mỏ (bể mồm) rồi tề (kìa)!

Eo đứng lên, đi theo hai tên công an, nó đem nhốt Eo riêng trong một phòng khác. Ở đó chỉ có Eo với hai con chó đen bự tổ chẳng bị xích. Hai con chó dữ lắm.

Suốt đêm, Eo sợ quá, ngồi thu người một góc tránh xa hai con chó. Eo khóc và van xin Đức Mẹ ban Thiên Thần Bổn Mạng đến "cứu" tháo bỏ "xiềng xích" tù ngục. Sự sợ hãi tăng lên trong tâm trí, khẩn trương đến mức Eo "nhận" ra rằng mình là ai!

Một cô bé không gia đình, không người thân, không nhà cửa, không giấy tờ… hằng ngày che mặt sau cái nón lá cũ và "gói chặt" phận mình trong chiếc áo lính rộng, cầu xin được "yên thân" để đi kiếm miếng ăn?

Khoảng nửa đêm, Eo nghe tiếng con Lài, có họ hàng với Eo, gõ cửa kêu tìm:

- O (cô) ơi, o có trong đó không?

Nghe tiếng người mừng quá, Eo la lớn lên:

- O đây !

Nó mở cửa không khóa chạy vô ôm Eo. Nó tình nguyện ở lại đó với Eo. Hai đứa đều nơm nớp sợ không biết chuyện gì sẽ xảy ra cho mình.

Khoảng 1 giờ sáng, Eo đoán là vậy, hai trong bốn tên tra khảo hồi chiều tối trở lại la hét hai đứa một hồi:

- Mấy con đĩ ranh, "làm đĩ" với thằng nào? Khai ra! Không tao đập chết! Phải gởi tụi bây đi "cải tạo" mút mùa cho chừa.

Eo lại khóc rồi năn nỉ xin tha:

- Em không có biết ngủ với ai hết!

- Xin mấy anh tin!

- Mấy anh thả cho em về lại phòng giam với mấy chị đi!

- Xin đừng đưa em đi cải tạo…

- Ở đây em sợ mấy con chó này lắm!

- Xin anh! - Eo bật khóc nức nở.

Thật là khó khăn để cố phân trần cho họ tha, họ hiểu: "Eo không phải là con đĩ".

Vì chính Eo biết chắc mình không được phép đụng chạm đến con trai. Còn "ngủ với thằng nào" nghĩa là gì, lúc đó, Eo vẫn chưa rõ lắm? Eo chỉ biết lờ mờ nó ghê lắm. Mà Eo được dạy bảo là không được phép để cho mất trinh, và không được có bầu trước khi cưới. Muốn để phòng chuyện này xảy ra Eo phải tuyệt đối không cho phép đàn ông đụng vào người. Thế thôi!

Tụi nó bỏ đi sau khi "đuổi" con Lài trở về lại phòng "khách" cũ.

Còn lại mình Eo với hai con chó, lúc này Eo hoảng sợ "thật sự", chuyện gì nửa sẽ đến với mình (con đĩ)…cải tạo… tại khám Chí Hòa?

Eo lại khẩn khoản kêu lên trong phòng giam: "Chúa ơi ! Xin cứu con! Cứu con! Mẹ ôi!"

Lúc vừa bước vào tuổi dậy thì, mỗi lần đi đến nhà thờ Vĩnh An, Eo tắm rửa, thay quần áo sạch sẽ xong rồi kéo hẳn mái tóc dày, dài đen mượt của mình ra hai đằng trước ngực để che hai cái vú nhu nhú sau lớp áo. Nếu phải đứng trước mặt con trai, Eo thường khoanh tay xéo trước ngực để chắc chắn rằng tụi nó không nhìn thấy gì.

Khi kiếm được đủ tiền, Eo chạy vội ra chợ mua cho mình cái áo ngực ngay. Rồi cái ngày đầu tiên khi có "chu kỳ", Eo cũng phải tự mình xoay xở.

Năm 1978, khi còn ở thôn Triệu Hải, biết Eo có kinh, con bạn thân ở cùng ở ca đoàn Thiên Thần biểu Eo:

- Chạy đến tiệm may chị Thể mua vải dư về may túi, nhét vải mục vào đó làm băng lót đi!

Eo ngần ngại chạy đến nhà chị, đứng tần ngần một lúc rồi lấy hết can đảm nói với chị đang ngồi may:

- Chị bán thiếu cho em mấy miếng vải dư.

Nói rồi, Eo chỉ xuống cái quần đen Eo mặc đang ướt đẫm dưới (đũng).

Chị Thể chỉ cái túi vải rẻo để bên cạnh:

- Cho mi lựa, miếng mô (nào) xài được thì lấy về mà xài !"

Lựa được một nắm vải trong tay, Eo cắm đầu cắm cổ chạy về nhà rồi cặm cụi chắp chắp vá vá khâu cho xong được hai cái túi. Sau đó, kiếm vải mục nhét vào làm băng vệ sinh, Eo mừng trong dạ lắm.

Nhưng riết trong nhà cũng không còn kiếm được đâu quần áo "mục rách cũ" rất quí ấy ra mà dùng. Eo bèn móc vải mục (băng) trong túi ra giặt sạch để nhét vô để xài lại. Nhưng than ôi, hễ Eo vò vắt đến đâu thì vải mục đó nát ra đến đó.

Hôm chị Kây sanh cu Bee, chị dùng quần áo cũ và mua thêm một mét vải về cắt may làm tã cho em bé. Hằng ngày, hai anh em đi lấy sắn Nùng vừa về đến nhà là phải giặt một thau (chậu) ngâm sẵn tả của cu Bee.

Như mọi ngày, Eo dỡ những chiếc tả hình tam giác cuốn đầy phân, vàng nhớt như chè kê, chè đậu xanh đánh dính chặt vào vải, rồi dùng bàn chải chà đánh bay. Hôm đó tã thay nhau rách rồi nát ra như tương vì đến thời kỳ mục nát.

Chị Kây xót ruột mắng Eo là "tại mày dùng bàn chải quá mạnh".

Lúc đó, vải quần áo cũ trong nhà rất cần để làm tả, lau đít cho cu Bee rồi "vất". Cho nên giờ tới lượt Eo cần dùng, thì chả còn miếng nào.

Vì thế, Eo đành phải đứng cả ngày, không dám ngồi, hễ "ra" đến đâu là lấy lá khoai mì, lá chuối khô chùi sạch ngay. Tối lại thì mới nằm, lót nguyên tàu lá chuối dưới mông ngủ.

Hai chiếc quần vải đen của Eo thì thay nhau nằm trên chiếc dây phơi quần áo. Chốc chốc, Eo lại chạy ra sờ… mong nắng gió thổi cho mau khô mà thay. Cũng hên, sau lần đầu đó, mãi đến hơn một năm sau, Eo mới thật sự có "ngày" lần thứ hai.

Từ đó, mấy người hàng xóm dặn dò Eo: "Không được cho con trai bóp vú sẽ mang bầu", "Không được cho nó nắm tay đưa vào bụi rẫy sẽ có bầu cho coi"…

Eo thắc mắc hỏi tại sao, vì mỗi tối, Eo chẳng phải chơi với mấy đứa con trai ở trong ca đoàn: tè núp tè bắn, trốn tìm v.v trong bụi rẫy hay sao.

"Nó sẽ tụt quần mi… Rồi mi (mày) sẽ có bầu đó mi nợ (cho coi)!" – những người lớn hăm he.

Eo nghe, sợ quá, thế là từ đó Eo không dám đến gần con trai "lạ".

Eo sợ đến gần con trai là thế, làm gì mà dám ôm thằng bốc vác nào để nó bốc gạo cho mình? Càng nghĩ càng uất, Eo khóc thút thít, nghĩ tới lời dọa bị cho đi cải tạo.

Eo càng hoảng loạn hơn. Nhất là khi nhớ lại cái chết của người em họ - Hoàng Dong – xảy ra vào ngày 18 tháng 8 năm 1978.

Dong chết vì một lý do không đâu vào đâu. Hôm đó, cả gia đình chú hai Khương, ba mẹ anh Dong, từ Cam An, Cam Ranh đón tàu lửa, tranh thủ ra Nha Trang sớm.

Họ ghé chợ Đầm, mua sắm thêm đồ đạc cần thiết cho buổi "đám hỏi" của anh Dong, con trai thứ hai của chú. Chiều họ trở về lại ga Nha Trang, đang ngồi chờ đón tàu đi vào Suối Nghệ, Long Khánh vì nhà gái ở trong đó.

Không may cho hôm đó, lúc đó tại ga Nha Trang, thanh niên bị Công An bao vây xét giấy tờ. Thì cùng lúc đó, Hùng -

một thanh niên đi buôn tàu - bị công an xét, vì không có giấy tờ tùy thân nên bị công an bắt áp dẫn đi. Đang lúc đi theo công an lên xe, anh ngoái cổ, cố tìm người quen ở làng mình, để nhờ tin dùm về gia đình rằng mình "đã bị bắt".

Không may gặp được Dong ở gần nhà vừa đi ngang, anh Hùng mừng rỡ "túm lấy" nhắn nhủ. Công an cho Dong là đồng lõa nên bắt luôn anh lên xe, dù anh có mang theo giấy tờ đầy đủ. Cả hai người bị đưa về trại giam A 30.

Số Dong nhẽ ra phải "bị" đi nghĩa vụ, nhưng vì đã sớm phải lòng "người đẹp" và lại là một đứa con rất giỏi, siêng năng, cha mẹ nhờ… nên họ quyết định để đứa con trai út là Dũng đang đi nghĩa vụ thế anh mình. Có lẽ vì vậy mà anh ngại xuất trình giấy tờ chứng minh của mình chăng!

Đêm đó, ở ga Nha Trang, cả nhà đổ xô đi tìm Dong. Ở trại, vì quá nóng lòng cho gia đình cả hai bên, nên Dong quyết định "vượt ngục"

Nửa đêm, đang lúc bơi qua con sông của trại A30, Dong bị công an trại phát hiện. Chúng nhắm vào anh, thi đua nhau nổ súng, bóp cò.

Cái chết đầy khiếp sợ của Dong in dấu trong lòng Eo chưa kịp nguôi ngoai thì hôm nay, giờ này đây Eo bị tù tội.

Eo không muốn bị nhốt trong khám Chí Hòa, không muốn bị nhốt chung với "đĩ". Có khi nào ở trong này lâu, Eo sẽ bị ghẻ lở đầy người như hồi Eo còn ở làng Vĩnh Linh. Một loại ghẻ ngứa, mọc những mụt nhỏ ở khẽ giữa ngón tay và ngón chân, ngứa chà gãi đến bung mụt chảy máu ra, nó càng ngứa dữ tợn. Rồi ghẻ lở, dịch lây lan ra khắp người gãi đến bung mủ, cào thịt tóe máu mà vẫn không "đã ngứa". Loại ghẻ này dân chúng gọi là ghẻ Bộ-đội.

Tụi nhỏ chế bài "Bão nổi lên rồi" của mấy anh bộ đội giải phóng, vừa hát vừa gãi: "Ngứa nổi lên rồi từ bàn tay xuyên qua con cu, từ "lộ khu" chui lên trên lưng bay tới trước ngực tràn vào đẩy mình…".

Eo còn sợ chết khiếp nếu như cô nào ở trong khám Chí Hòa lâu còn bị lây bệnh giang mai, mồng gà, tiêm la… từ những tù nhân trong khám. Nghiệt ngã thay, số phận không thoát khỏi này lại xảy đến với hai chị em Thảo-Hạnh con dì Tư trong làng, sớm chịu mồ côi cha lẫn mẹ, chị em bèn dẫn dắt nhau tha phương cầu thực. Không may cho cô chị, Thảo 16 tuổi, ốm yếu bị bắt nhốt vào khám Chí Hòa, đến khi được thả ra thì bị mắc bệnh giăng mai, ghẻ lở đầy mình nên không ai cho ngủ nhờ trước hiên, cũng không ai muốn đến gần bố thí cho bữa cơm vì sợ lây nhiễm. Cô em, Hạnh lai Mỹ đen 12 tuổi, to con, mạnh khỏe, lúc này đang ở Sài Gòn, chợ Tân Bình, đi giúp việc ban đêm cho một gia đình làm bánh mì và một hộ khác làm bún tươi bán, ban ngày kiếm thêm việc giữ xe đạp ở chợ để kiếm tiền đút nhét lo cho chị của mình.

Thấy Thảo đắp chiếc chăn nằm co quắp ở trước mặt hàng me ga xe lửa Eo không khỏi bùi ngùi, dúi cho bạn ổ bánh mì không và tấm ni lông che mưa nắng Eo vội rời đi. Cầu xin cho Thảo mau lành bệnh mà sớm trở lại đi buôn với bọn này. Eo lại nhớ đến tiếng cười dòn tan của Hạnh: " Bà biết không, tui dữ có tiếng, thằng nào ở chợ Tân Bình này mà bày đặt dê tui, tui dỡ võ ra, đấm cho mấy đấm, đạp cho mấy đạp là chạy mất dép". Tự hào là thế đó!

Eo tức tưởi, Hạnh ơi, giờ đây tao bị nhốt rồi! nhớ đến đây Eo bỗng thấy hoảng loạn quá, Eo không ngừng cầu xin: "Chúa ôi, xin sai Thiên Thần khóa miệng hai con chó bẹc-giê này, như Ngài đã khóa miệng sư tử hung dữ, nên chúng nó không ăn thịt Tiên tri Đa-ni-ên khi bị vua Đa-ri-út ném vào hang sư tử.

Mẹ ôi! Xin cứu con ra khỏi đây… như Chúa đã gởi Thiên Sứ của Ngài đến tháo gỡ xiềng xích của Thánh Phê-rô và giải cứu ông thoát khỏi ngục tù của vua Hê-rô-đê."

Trong căn phòng tối, chỉ còn Eo và hai con chó "dữ". Eo sợ hãi, ngước lên trời tìm Chúa và nước mắt lã chã… Xin cứu con cho khỏi "sự dữ" – AMEN!

Một lúc sau, mấy chị đi buôn nghĩ cách, nên biểu con Lài trở lại mở cửa phòng lôi Eo trốn về phòng "khách lớn" của họ. Họ lấy mũ nón, áo khoác trùm kín Eo lại, đẩy giấu Eo nằm trong góc xa. Người lạ ngồi kín chung quanh cố che chắn để không cho ai phát hiện ra dấu tích nhìn thấy Eo.

Đêm đó, một đêm nằm trốn giữa phòng giam, nhưng Eo thấy quá dài, đầy sợ hãi và hồi hộp muốn lọt tim ra ngoài.

Sáng ra, do cả đám người của Eo ký giấy để họ tạm giữ số gạo (nằm ở Ngô Đức Kế) chờ ngày công an giải quyết nên mọi người được tha về. Có lẽ trong đời Eo không bao giờ quên những người bạn cùng chia sẻ, nâng đỡ nhau trên chiếc tàu cho những năm khốn khổ, đói rách đó.

Những gì liên tiếp dồn dập xảy đến trong đời, quá sức chịu đựng, vượt qua sự hiểu biết của Eo. Eo không biết khóc, than thở với ai? Chỉ biết quay lại hết lòng cậy trông vào "Đấng Vô Hình". Eo tin tưởng Ngài sẽ nghe thấy tiếng nguyện lòng thổn thức của Eo.

Từ khi chỉ biết tỉ tê với Chúa, Eo trở nên ít nói, chỉ biết nhìn, quan sát sự việc xảy ra. Sự sợ hãi luôn làm Eo để cao sự cảnh giác, tìm cách trốn tránh những cái không may sẽ xảy đến cho mình. Eo luôn tìm cách đi buôn chung chuyến với các chị lớn tuổi với sự tin tưởng họ có thể bảo vệ mình.

Mãi đến bây giờ có dịp hồi tưởng lại Eo mới hiểu, lúc đó Eo mới lớn, khoảng 14, 15 tuổi, trắng trẻo, xinh xắn như một con mồi ngon, có lẽ tụi nó muốn ép vô tội làm điếm để hành lạc. Giả sử như Eo chưa từng ngủ với thằng nào, nó sẽ nhốt riêng, lừa cơ hội đưa Eo đi ra ngoài rồi hãm hiếp. Hãm hiếp rồi, có thể dễ dàng gài Eo vào tội làm điếm.

Sau đó ép viết, ký tờ tự khai, kiểm điểm… rồi chúng sẽ đẩy Eo vào khám Chí Hòa cho cải tạo mút chỉ, lại hay Eo bị bắt đem về phục vụ cho lũ quỷ râu xanh ở trong khám, thế là yên!

Nhưng Eo tin đêm hôm đó... Đức Mẹ đã cứu Eo.

Lại đón tàu về lại Nha Trang với tâm hồn tan nát, Eo buồn chán nói với cô Tùng - người chủ vựa cá khô: "Con hết tiền, hết vốn, giờ lại không biết đi đâu bây giờ".

Thương cảm và hiểu cho hoàn cảnh, nên cô Tùng đóng cá nợ cho Eo đem vô bán Long Khánh, Sài Gòn, rồi đóng gạo trở ra Nha Trang lại, Cô bảo, có lời thì đem vốn trả lại.

Thấy Eo trổ mã xinh đẹp, mấy chị bạn buôn ghẹo: "Con nhỏ này đẹp mà không biết lợi dụng cho tụi tao nhờ, như con Loan Sự (con ông Sự), con Bích Trun (cổ nó ngắn)…".

Loan-Sự và Bích-Trun biết lợi dụng, cặp bồ với kiểm soát viên. Con buôn không hội đủ điều kiện để mua vé chính thức thì phải đút lót, hối lộ cho kiểm soát viên để cho được giấu hàng, giữ hàng trên toa tàu của mấy ổng một cách chắn chắn, đảm bảo.

Eo chưa biết đó là mối quan hệ lợi dụng giữa con buôn và nhân viên hỏa xa thế nào, nên khi mấy ông "kiểm soát viên" trẻ cứ thoáng thấy bóng Eo thì muốn ghẹo, tìm cơ hội lại gần để dê dẫm nên cứ tìm cách rượt bắt Eo. Còn Eo cứ tưởng họ tìm bắt soát vé mình vì họ biết tỏng Eo có bao giờ có vé đâu?

Báo hại Eo cứ phải rượt đuổi nhau như trò trốn tìm. Khiến Eo cũng bao lần khốn đốn tìm trốn những chỗ nguy hiểm nhất trên tàu, xém chết.

Eo lủi trốn từ toa này qua toa kia. Những lần bị rượt gắt, hai ông kiểm soát viên nháy nhau đứng chắn hai cửa toa, thế nên

Eo phải nghĩ cách nhảy xuống cửa sổ. Khi đi đến cùng đường, Eo cũng đành chọn cách trốn ở giữa hai toa tàu "bịt bùng" nối nhau, đây là cách nguy hiểm nhất khi không còn chọn lựa. Eo liều lĩnh "đứng" đó dù rất sợ và ám ảnh cảnh rớt tàu.

Khi trốn ở chỗ nối hai toa tàu này, chân Eo đặt trên cái móc kéo của hai toa, tay thì cố vịn bám vào thân toa bịt bùng, nó trơn tru thường không có chỗ nắm, cố gắng giữ thăng bằng trong khi con tàu lắc lư di chuyển không ngừng.

Eo như người không biết đu dây mà cứ phải cố bám chân vào sợi dây giữ thăng bằng để đi nếu không muốn bị bánh sắt con tàu nghiến nát.

Đa số không ai dám liều mạng đứng trốn giữa hai toa tàu mà leo lên mui. Trốn ở đây đúng là khó bị kiểm soát vé phát hiện, nhưng nguy hiểm vì có thể "rớt" tàu bất cứ lúc nào.

Nghe tiếng xình xịch, cót két liên tục của con tàu đang kéo làm tâm trí Eo căng thẳng đến cực điểm. Khi tàu chạy bỗng "giựt" mạnh, không khéo lại "rớt" cho tàu cán chà "phanh thây". Giây phút đứng đó tưởng như đang ở chín tầng địa ngục. Nói cách khác, việc này đúng là cực hình, nó chẳng khác nào là cách tra tấn tâm trí.

Chờ đến khi tàu ngừng hẳn, chạy vô lại trong toa "khách" rồi mà đầu óc Eo vẫn còn sợ hãi đến tê dại. Eo thật chẳng muốn đến "đứng" đó lần nào nữa.

Đến lúc liều, thì Eo cũng bắt buộc phải nhờ mấy đứa bạn thử một lần kéo lên mui tàu, ngồi vào ở giữa tụi nó cho chắc. Ngồi được trên mui tàu vốn trống trơn, không bám được vào đâu cả. Eo quá sợ vì không quen, chỉ sợ mỗi lần nó xóc sẽ hất tung Eo hay cả đám xuống đất.

Trên mui tàu vốn không chỗ bám, tàu lúc lắc và có vẻ còn dễ rớt hơn. Lúc này Eo mới phát hiện là mình sợ "cao" lại dễ bị "ngợp" hơn trốn chỗ hai toa tàu nối nhau nên Eo cũng không muốn trốn trên đó thêm một lần nào nữa.

Lúc trước, Eo phải nghĩ cách chạy vào mấy nhà vệ sinh trên xe lửa, đóng chặt cửa rồi trốn trong đó. Mà trong cầu tiêu của tàu chợ dành cho dân nghèo đi thì phải chịu dơ dáy, phân và nước tiểu đầy rẫy trên sàn cầu khiến không có chỗ mà đứng. Khó khăn lắm mới có chỗ đặt ngón chân rồi đứng nhón suốt cho tới khi tàu ghé trạm. Hai tay, Eo phải bám vững tường cầu và người phải luôn giữ thăng bằng, lỡ mà té bệt xuống sàn phân… thì thật là xui xẻo không có đường gỡ.

Thật là ngu ngốc khi trốn trong nhà vệ sinh của tàu nhưng ít ra Eo vẫn cảm thấy an toàn hơn trốn ở ngoài khoang.

Khi tàu dừng, Eo có cảm giác như vừa thoát khỏi địa ngục. Vội vàng nhún người nhảy xuống đất qua đường cửa sổ nhà vệ sinh rồi lại hớt hải đi vào khoang tàu trốn tiếp cho tới ga mình xuống.

Sau này, khi những con buôn bắt đầu đổ liều, biết chiếm cầu tiêu để chất hàng như lồng gà vịt, lồng heo, than củi… thì Eo cũng hết chỗ trốn.

Thấy Eo bị bắt hàng riết đến hết vốn. Con nhỏ Bích-trun thương tình ra tay nghĩa hiệp cứu.

Một lần, nó cho Eo chạy theo vào toa bịt bùng mà nó đã quen để hàng. Khi đêm về, có mấy ông kiểm soát viên cầm đèn ra hiệu cho tàu chạy xong thì nhảy lên toa tàu bịt bùng, đóng cửa lại nghỉ trong đó.

Thấy cô bạn bị họ lợi dụng thể xác, bù lại thì được hàng, bảo đảm khỏi bị đóng thuế hay bị tịch thu, bị mất, Eo mới hiểu ra câu nói trước đây mà các chị nói là ám chỉ cái gì?

Eo cũng rất sợ nếu để đàn ông họ nắm, họ ôm… sẽ mang bầu thì khổ cho nên Eo không thể làm như Bích Trun được. Eo nhất quyết không ra mặt làm quen với kiểm soát viên dù để dúi tiền hối lộ, vì nếu có trả tiền sòng phẳng chắc gì họ đã tha "để" với Eo?

Nhưng từ đó Eo biết dùng cái kẻ hở của những toa tàu đặc biệt đó để bỏ hàng, trốn vé mà không một ai phát giác.

Eo cố lấy nón che mặt, mặc áo khoác che kín người, leo lên bỏ hàng rồi lẳng lặng trốn kín trong toa. Đóng vai tỉnh bơ như mình là người nhà, là khách hàng thân quen của tên kiểm soát viên hành sự hôm đó, cho đến khi tàu gần tới bến rồi theo xuống luôn mà không bị ai làm phiền.

Một hôm, tình cờ nhận ra người chị dâu lấy ông anh con của bác Nhàn coi nhà cho mẹ Eo trước giải phóng (phỏng dái) đi buôn cá khô. Nửa đêm lên ở ga Cà Ná, Eo chờ cho chị lên hàng xong, Eo mừng vừa chưa kịp chào thì cửa sắt bịt bùng kéo lại. Ông kiểm soát viên già với chị quan hệ giỡn cợt, rên rỉ. Eo nghe thấy vừa sợ vừa buồn não ruột. Vì cuộc sống quá đói khổ mà chị phải "bán thân" đi buôn kiếm miếng cơm manh áo cho chồng con.

Thấy những hoàn cảnh éo le đó, Eo đâm ra lo sợ cho bản thân, sợ bị dê, có bầu…thì đời tàn, nghĩ đến đây Eo bỗng dưng lạnh cả xương sống, toàn thân run lên bần bật.

Nhủ lòng mình phải thật để cao cảnh giác lũ đàn ông con trai, Eo quyết tâm cầu xin Đức Mẹ giữ tâm hồn trinh trắng.

Nói đến ăn cắp, ăn cướp ở chợ, ở nhà ga, trên tàu thì nhiều vô kể. Lúc nào cũng có thể xảy ra, vì thế Eo luôn trong tư thế canh chừng cẩn mật. Ngay cả đôi dép cũng bị mất nên lúc nào ngủ cũng dùng kê đầu. Tiền thì cất kỹ vào cái bị (ví) vải may, cột lại, rồi nhét vào lưng quần, gài hai ba cái kim băng cho chắc ăn.

Thế mà có đứa mệt quá, ngủ mê đến nỗi vẫn bị tụi trộm lấy dao lam rạch lấy tiền mà không biết, khóc lóc thì chuyện đã rồi.

Có hôm buôn bán xong, theo chân các chị vào chợ trời Sài Gòn, chen lấn tìm sắm cái quần, quần áo cũ để mặc. Đang đi lơ ngơ, chợt Eo bị hai mụ đàn bà kè áp, sáp vào hai bên, nhanh như cắt, một mụ vòng qua ôm chặt lấy thân và hai tay Eo, mụ kia một tay thì tóm lấy cổ áo từ đằng sau, tay kia thi thò vào trong cổ trước tìm dây chuyền để giụt. Vì Eo mặc áo khoác lính rộng che cổ, họ tưởng có ý che dấu giây chuyền trong đó. Không thấy gì, họ hậm hực xô dúi Eo ra, bỏ đi.

Có lần, xe lửa vừa chạy rời khỏi ga Suối Kiết, tiến về Phan Thiết, trời bắt đầu tối, cái gió của biển thổi về làm mát dịu bớt cái nóng thiêu đốt của buổi ngày. Eo chen ra ngồi gần cửa toa cho mát.

Khi con tàu đi ra, ngang rừng, cách khá xa mới đến ga tiếp. Đêm không trăng, trong toa tối om, cái nóng ban chiều vẫn còn âm ỉ, hầm hập. Sự chuyển động trong toa cũng dần lắng dành lấy cho sự nghĩ ngơi cho hành khách. Tiếng tàu xập xình đơn điệu được một lát thì có đám thanh niên ở trên mui tàu leo xuống chui nhanh vào trong toa.

Có ánh sáng của bật lửa lóe lên trong toa, có tiếng người nhốn nháo: "Cướp… cướp…"

Có tiếng ra lệnh: "Ngồi yên, nếu không thì chết".

Bọn cướp bắt đầu lục soát lẹ làng, nhắm ngay những đối tượng đeo vàng bạc, đồng hồ, mang theo hành lý có giá trị… mà chúng đã quan sát vào ban ngày.

Eo đang ngồi giữa sàn ngay cuối toa tàu, gần lối cửa đi ra kê dưới mông là cái giỏ lác, bên trong đựng mấy bao bố không, đã cột chặt lại. Nghe có cướp, Eo vội luồn lủi vào một góc, nhấc mớ bao bố ra hất sâu vào sàn toa dưới chân dãy ghế hành khách ngồi.

Xong xuôi, Eo ngồi xuống sàn gần đó canh giữ, bởi vì ở trong mấy cái bao bố rách rưới đó Eo cất giấu tiền của mình. Eo hồi hộp, run rẩy vì sợ ăn cướp. Sau một lát, không thấy cướp đến vía mình, Eo nghĩ Eo đã thoát.

Tụi nó cướp rất nhanh và rút cũng lẹ làng. Không ai muốn giằng co để khỏi bị đâm chết uổng mạng. Đám ăn cướp này chỉ cướp tàu chợ, toa hành khách thường dân đi vì toa chật chội, chất nhét hàng hóa và thường ít khi có cán bộ nhà nước, bộ đội nào ngồi.

Đi buôn riết rồi Eo cũng học đủ mánh mung để mà trốn ăn cắp, ăn cướp trên tàu.

Hàng mà cất giấu lên tàu Eo cũng phải hau háu mà canh chứ sơ ý chút là tụi trộm rinh mất. Cũng không thể để cho hàng bốc lên hay xuống ở ga được, vì phải đóng phạt vé và thuế, phần nhiều là bị tịch thu sạch. Nên sau đó, con buôn chung tiền, hợp tác với kiểm soát viên, thuê tụi bốc vác chất thẳng hàng hóa qua thành tường để mang cất giữ số hàng trên gông bịt bùng mà do họ kiểm lý.

Con buôn liệu mà tuôn hàng trước khi tàu đến ga dừng và phải theo sát hàng xuống đất và canh, không thôi tụi ăn cắp nó vớt hàng của mình lẹ như chớp.

Có thể nói, đi buôn theo tàu, nguy hiểm đâu chỉ có từng đó. Nhất là ga xe lửa ở Suối Cát để lại không ít nỗi đau thương.

Năm 1978, trong làng Eo, người đầu tiên bị nạn đó là anh Dũng.

Anh Dũng là chủng sinh ở Nha Trang, sau giải phóng thì giải tán nên rời tiểu chủng viện về nhà để đi học, nhưng vẫn tìm cách ra vô nhà dòng ở Nha Trang đeo đuổi con đường tu trì của mình.

Khi bắt đầu có xe lửa di chuyển đi về "quá giang" không mất tiền lại đỡ vất vả nên cứ tưởng "dễ ăn".

Hôm đó cũng lớ ngớ học cách lên được tàu về Suối Cát, có lẽ vì trốn vé lại không sành sỏi như tụi con buôn đi kiếm ăn nên anh ra đứng ở giữa hai gông tàu chắp nối. Khi tàu chạy thì giựt mạnh, rủi ro rớt xuống, anh bị tàu cán mất hẳn hai chân.

Người thứ hai đó là anh Nghị đi thi học ở Sài Gòn về đến ga, đứng ngay tam cấp lên xuống toa, chuẩn bị xuống tàu thì bị tụi con buôn tuôn hàng đụng, rớt xuống, bị tàu cán chết tươi.

Sau đó là mẹ của Bích-trun, bà đi bán trà đá dạo cũng bị tàu cán cụt hai chân.

Kể sao hết những tai nạn đường sắt kinh hoàng xảy ra ngay trước mắt khi nạn nhân chính là những đứa bạn buôn trên tàu của Eo.

Dân buôn tàu ở làng Vĩnh Linh nổi đình nổi đám nhất vẫn là anh em nhà thằng Học. Anh ruột rồi tới phiên em gái ruột thằng Học bị tàu cán chết, xác thịt bị nghiến nát. Nó phải nhảy xuống lượm xác cho đủ "bộ" bỏ vào bao đem về.

Trưởng tàu chỉ dừng lại làm biên bản qua loa, rồi thổi còi cho con tàu vẫn vô tình chạy đi.

Lần sau, Eo chỉ kịp nghe tiếng kêu lên:

- Con Hiển bị tàu cán rồi!

Nhanh như cắt, thằng Học, bạn buôn của tụi Eo, bứt ống thẳng, chạy đến bế xốc Hiển trên vai, tay thì cặp cái chân cụt đã cắt rời của con Hiển chạy thẳng ra cửa ga Sông Lòng Sông.

Eo nhìn theo thấy máu me tuôn thành vòi lên người thằng Học. Lòng Eo thương đau như cắt, nỗi khiếp sợ vây kín hồn.

Chuyến đi buôn cuối cùng của Eo là cuối năm 1980, kết thúc cuộc sống ở trên xe lửa của Eo.

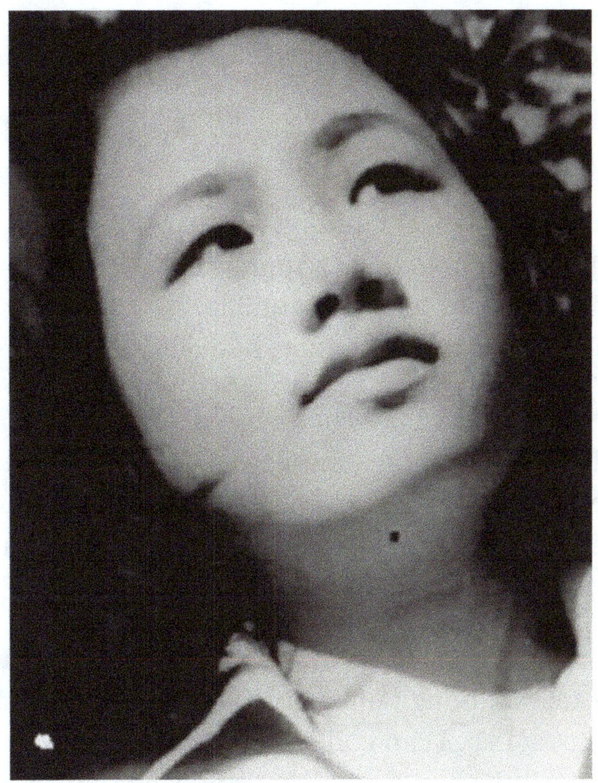

Hình ảnh của Hiền bạn buôn tàu với Eo ngày đó.

Được một thời gian đi hàng, trong toa bịt bùng không bị tuôn, bị bắt nữa. Eo chưa kịp mừng vì có chút tiền lời khấm khá đủ để gom lại đóng được một vài tạ bắp thì…

Lần đó, Eo buôn hai sọt cá chuồn khô, đóng hàng từ vựa Nha Trang chuyển vào Long Khánh bán, rồi mua bắp ở Long Khánh chuyển ngược về Nha Trang.

Khi tàu đến ga, những bao bắp được cất gửi ở một nhà sát ngoài ga sẽ được những người bốc vác, đưa qua thành tường.

Cảnh chờ tàu ở sân ga trước khi tàu đến tương đối không nhốn nháo, hành khách đi tàu "nghiêm chỉnh" thì chờ đợi ở trong ga, lác đác có vài con buôn "nằm vùng" thì lảng vảng ngồi quanh sân ga chờ "tin" tàu.

Khi nghe tàu đến, như những đội quân đã nằm đợi sẵn, vùng lên nhanh như chớp nhảy qua tường ga. Kẻ lo bốc hàng vào ga lên tàu, người lật đật tuôn hàng xuống, sân ga thoáng chốc đầy chật người và hàng hóa chất đống, hỗn độn như vỡ chợ.

Như mọi lần, khoang chở hàng hóa tàu chợ ở Sài Gòn ra thường đã rất chật, nhưng hôm nay dồn lên gấp bội vì tàu bị trễ nhiều giờ, có thể nói gần như hai chuyến tàu ra dồn lại một. Tụi Eo hối hả thúc bốc vác, bốc nhanh lên cửa khoang tàu vì không thể để chuyện trễ tàu xảy ra.

Nếu trễ tàu phải trả thêm tiền ngày cho chủ nhà chứa, lại tốn thêm tiền ăn uống tắm rửa ngủ lại, vậy thì lấy đâu ra tiền và còn gì mà lời lãi. Đám con buôn, bốc vác vì không muốn trễ chuyến tàu nên đã phụ tụi Eo chất cho bằng được hàng lên tàu bất cứ giá nào để lấy tiền.

Những bao bắp chất lên toa hôm đó quá tải vì đang mùa buôn bắp, nên không tài nào họ di chuyển vào bên trong ngay được nên đành nhét, chất chúng cao đầy ngay cửa toa, gần đụng tới nóc, mọi người cứ nghĩ đơn giản là chờ tàu chạy rồi sẽ tự tìm cách giải quyết đưa chuyển chúng vào trong.

Nào ngờ… Tàu sắp vừa chuyển bánh, Eo cũng nhảy vội leo lên ngồi ở bao bắp ở trên cùng.

Khi tàu bắt đầu chuyển động là lúc mấy bao bắp cũng bắt đầu lắc lư, xê dịch theo. Mấy người kia đang ráng cố hết sức thu gọn chỗ để chuyển mấy bao bắp của mình vào trong toa nhưng không được.

Tàu chạy mới được mấy phút, mấy bao bắp lắc lư càng thêm dữ tợn, Eo cũng lỏng chỏng theo. Rồi, bất thần, những bao bắp chỗ trên cùng Eo ngồi ào đổ xuống khiến Eo cũng rớt xuống theo.

Lạy Chúa, Eo cứ nghĩ, lần này, đời Eo coi như kết thúc rồi, cú rớt tàu này sẽ làm Eo bị tàu nghiến tan xác như con bạn thân của mình. Eo nằm sợ ngất đi luôn, hồn tan phách lạc.

Con tàu như con "ma" lướt nhanh, cơn chấn động như "hút hồn" cũng qua điểm cao trào…

Một lát, Eo dần mở mắt, nhận ra mình "còn sống" đang nằm sấp trên mặt đất, sát đường rày gần Trảng Bom. Những bao bắp bị bung mối may, bắp rơi vung vãi khắp nơi.

Eo nhúc nhích tay chân, mừng rỡ khi biết thân thể còn lành lặn, không bị nghiền bám dưới bánh. Eo cố cử động, dùng lấy hết sức mình bò lết lên về hướng đường đất, nằm cách xa đường rày một tí cho chắc ăn.

Lát sau, thoáng thấy bóng người chắc cũng về từ "cõi chết". Eo gượng dậy theo như một phản ứng mãnh liệt của sự sống tiềm tàng, lật đật bước sát theo, chắc hẳn một người bị rớt bắp, hay đúng hơn tên bốc vác theo chủ thấy bắp rơi bèn nhảy xuống vớt vát.

Hắn chỉ tìm được duy nhất một bao bắp bung, vẫn còn một nửa đầy vắt lên vai mà đi.

Rồi Eo thấy sau đó, mò đâu ra con Hóa, con bạn buôn ở làng Vĩnh Linh cũng thấy bắp mình bị rớt nên nhảy xuống đất kiếm hàng, thấy không còn gì thì vừa đi tới vừa khóc tù tù…

Còn Eo, vẫn còn đang mất hồn mất vía nên cứ thế mà chân không chạy loạng quạng theo bạn buôn ra đường lộ kiếm cách bán nửa bao bắp còn lại, rồi đón xe về ngược lại ga Long Khánh.

Lại mất vốn, đồ đạc tùy thân, lúc này Eo mới nhận ra rằng mình còn chăng cái túi vải tiền "lẻ" đang găm dính vào trong lưng quần. Hôm đó Eo cũng không buồn nhét gì vào bụng.

Eo không nghĩ tới "đời đói no" nữa mà chỉ nghĩ tới chuyện bây giờ về "nhà". Nhưng nhà nào?

Eo cũng không nghĩ tới việc làm cách nào để có tiền trở lại mà đi buôn tiếp. Eo lúc đó chỉ muốn tìm về một chỗ để được nằm nghỉ ngơi, không bị lắc lư và tất nhiên đó không phải là một chỗ trên chiếc xe lửa thêm lần nữa. Nhưng Eo chưa biết về đâu?

Ở ngoài ga Long Khánh, Eo nằm trên chiếc đòn gánh gác ngang qua hai sọt cá khô chuồn của người bạn ngủ. Chị vừa xuống hàng chờ sáng mai bán ở chợ Long Khánh, dưới lưng mùi hôi tanh của cá bốc lên, bên trên thì hơi lạnh tấn công bởi Eo chỉ đắp bằng miếng nilon mỏng dính. Eo kéo tấm nilon lên che kín người, như mọi hôm Eo sẽ nở một nụ cười mãn nguyện đi vào giấc ngủ. Nhưng không, nằm trên hai sọt cá, Eo không còn mừng, vẽ vời ảo ảnh, nào sáng mai ra chợ bán có tiền lời, để dành từ từ sẽ đóng thêm vài bao tải bắp thì sẽ lời to rồi ước muốn Eo sẽ đầy đủ…

Nhiều khi nhìn lại, Eo không biết mình có phải như Peret, cô bé vắt sữa, mơ mộng hão huyền trong câu chuyện ngụ ngôn của La Fontaine không nữa.

Nhưng giờ thực sự Eo đã mất hết vốn liếng, mạng sống tưởng cũng kết thúc dưới bánh xe lửa nhưng Trời đã thương cho sống sót về nằm đây. Lúc đó, sự sợ hãi làm cho đầu óc Eo như dại đi nhưng có cố cũng chẳng thể nghĩ được gì nhiều. Eo đành để mặc, ngày mai chuyện gì đến chắc sẽ đến.

"Người phu quét lá bên đường, quét cả nắng vàng quét cả mùa thu…", Eo nằm lẩm nhẩm lời bài hát "Góp lá mùa xuân" của Trịnh Công Sơn. Hồi trước, nhạc phản chiến của ông làm trước 1975, Eo cũng như lũ học trò thích lắm.

Bây giờ đây, tụi Eo đang nằm mếu máo, nghẹn ngào hát cho thân phận mình, mới thật là nhạc "phản chiến", ông ở đâu đó có nghe thấy không?

"Khi đất nước tôi thanh bình, tôi sẽ đi không ngừng! Sài Gòn ra Trung, Hà Nội vô Nam".

Ông đã viết thế, vậy bản thân ông có thấy bộ đội đi bộ vào Nam, đội đổ ra Bắc? Ông có đi lại Trung về Nam để thấy tận mắt?

"Cán-Công cướp của trên đường. Cướp chỗ em nằm, cướp cả đời Xuân"- TCS- Nếu thấy thế, ông có vỗ tay "hoan hô hòa bình" nổi không chứ?

Sáng ra, Eo gặp Lan Đỗ, con nhỏ bạn cùng tuổi, thấp người, da trắng hồng, mặt xinh xắn, có hai răng khểnh giống Eo, con nuôi của ông bà mù ở Hòa Yên, gần làng, đi buôn chung với Eo. Nó rủ Eo đi lễ ở nhà thờ Fatima, Bình Triệu.

Mang tâm trạng lo lắng, buồn rầu, Eo khẩn cầu, trước tiên Eo cảm ơn Chúa cho thân thể vẫn vẹn nguyên trở về đây. Lòng đầy khổ hãi, buồn thúi ruột khiến Eo không còn dám xin ơn trở lại đi buôn.

Rồi mai này, cuộc sống của Eo sẽ như thế nào đây?

Eo chỉ biết quay ra ngồi ở đó khóc, đường cùng là phó thác cho tay Chúa.

Đang vào ngày thứ bảy nên hai đứa cũng ở lại nhà trọ tới chủ nhật để chờ đi dự lễ lớn.

Eo và Lan đi lang thang với nhau hai ngày ở nhà thờ.

Lần đó cũng nhằm ngày lễ Đức Mẹ Vô Nhiễm Nguyên Tội cũng là bổn mạng của Eo. Ở đó, có rước kiệu Đức Mẹ đi xung quanh bờ sông nhà thờ rất long trọng.

Có phát nến, cùng tờ kinh cầu như sau:

"Lạy Đức Mẹ Maria Vô Nhiễm Nguyên Tội. Mẹ được đặc ân vô nhiễm do Chúa Ba Ngôi chí thánh ban cho Mẹ. Xin Mẹ hãy lấy đặc ân ấy bao phủ trên con, thánh hóa và gìn giữ con khỏi mưu chước ma quỷ để cho tình yêu và thân xác con được trong sạch trước mặt Chúa luôn. Xin Mẹ hãy lấy Đức: đơn sơ, điểm tĩnh, trung thành, khôn ngoan, quả cảm của Mẹ thay thế vào lòng con, để con được sống cuộc đời theo Mẹ. Mẹ ơi, Mẹ biết con yếu đuối và bất lực trong mọi sự, xin Mẹ hãy sống và hành động trong con mãi.

- Lạy Mẹ Vô Nhiễm Nguyên Tội, xin cầu cho chúng con là kẻ tội lỗi chạy đến cùng mẹ".

Khi nguyện gẫm, Eo đọc thuộc lòng được kinh này từ đó. Khi quỳ trước bức hình nhỏ nữa người của Đức Mẹ (làm bằng thạch cao) được đặt trong lồng kiếng ở cuối ngoài hiên tường nhà thờ, Eo cảm thấy có sự linh ứng.

Nghe nói, bức hình được lượm trong đống rác bởi một người đàn ông, khi ông mang về chùi rửa cho sạch thì thấy phía bên vai bức tượng Đức Mẹ đã bị bể một lỗ lớn. Nước mắt sống bắt đầu chảy ra từ mắt Mẹ. Bức hình Đức Mẹ làm phép lạ khóc được đem về đây.

Eo tin vào phép lạ từ giọt nước mắt Mẹ chảy ra và Eo cũng khóc với Mẹ, Eo thấy Mẹ Maria của Eo cũng đang khóc với Eo. Eo quỳ đó khóc một cách mùi mẫn đầy tủi thân, khóc một hồi xong lại cảm thấy được an ủi, phó thác cho Mẹ Ngày Mai.

Chiều chủ nhật, Eo từ giã Lan, từ giã con buôn, từ giã cuộc đời lang bạt trên xe lửa.

Từ đó, Eo đã không còn gặp lại Lan nữa. Nghe đâu, sau này, Lan có bầu với Xuân, anh chàng bốc vác hay đi theo phụ thảy đồ lên tàu cho nó. Rồi sau đó thế nào, Eo cũng không nghe tin tức gì nữa.

Từ ga Bình Triệu, chiều tối đó, Eo đón chuyến tàu Suốt sớm nhất về Cam Ranh có thể, vì Eo bị ám ảnh, không thích đi tàu chợ nữa.

Có chuyến tàu suốt từ Sài Gòn đi Hà Nội đón Eo đi quá giang về ga Ba Ngòi (ga chính) vì tàu suốt không ngừng ở ga chợ Suối Cát.

Eo xuống ga Ba Ngòi lúc ba giờ sáng, chờ ở ga cho tới sáu giờ, trời bắt đầu sáng tỏ mới bắt đầu đi bộ dọc theo đường rày xe lửa đến ga Suối Cát để về nhà cách đó 22 cây số.

Eo đi lên đường rày, lúc đầu còn hăng hái, tai vẫn cố lắng nghe tiếng còi tàu, tiếng xe lửa vang đến từ xa để tránh. Đến cầu, thì nhanh nhẹn bỏ dép ra, để chân dễ bám vào thành cầu. Cố gắng chạy băng qua cầu thật nhanh vì lỡ như đang đi mà tàu đến thì một là ôm cột sắt trên cầu nép thật sát hoặc là phải nhảy xuống, mà nhảy xuống cầu đang khô cạn thì gãy chân như chơi.

Eo phóng mắt ra xa, trước mắt Eo lúc này, con đường xe lửa dài vô tận, lên xuống hun hút và quạnh quẽ như con rắn dài thòng. Lòng thiểu não nhưng Eo phải hăng hái cắm đầu vừa đi vừa như chạy mong có thể về nhà sớm.

Cái nắng buổi trưa đã bắt đầu nóng lên, Eo thấy khát nước và muốn ngồi nghỉ một chút. Lót chiếc dép lên đường rày để ngồi, Eo nhắm con đường phía trước, đoán thử đến đâu rồi, lỡ liều "ba bảy cũng liều", chỉ mong phép lạ là sẽ mau thấy cầu Cha Hiệu trước khi trời tối, cầu đó gần nhà em Cha Hiệu nên lấy tên đặt cho cầu. Tới được cầu Cha Hiệu là gần về tới đầu làng Vĩnh Linh.

Từ đây, Eo sẽ nguyện không theo cuộc sống buôn bán sống trên xe lửa nữa, cái hình ảnh rớt tàu hôm qua làm Eo rùng mình, thấy sợ quá khiếp nhưng cũng có chút tiếc nuối, biết làm sao hơn.

Eo lơ đãng nhìn quanh, bất chợt trông thấy phía đối diện Eo, bên kia thanh sắt đường rày xe lửa có một cây cỏ hoa chuối, tên Eo và đám nhỏ đặt cho, một loại cây dại mà Eo thường hái để chơi đồ hàng.

Hoa bé xíu, có màu tím nhạt, rất mong manh, khi hoa tàn, bắt đầu đậu trái thì trái có hình thù như trái chuối cong, nhỏ bằng cây tăm. Khi trái già, bên trong có những hột tròn nhỏ xíu như hạt mè đen..

Cây cỏ "hoa chuối"

Có vẻ như cây hoa dại đó khó khăn lắm mới mọc vươn lên cạnh những viên đá lớn, trải dọc đường ràyy. Một thanh sắt có bề rộng khoảng một gang tay được bắt vít để nối giữ hai đường ràyy lại với nhau, thế mà nó mọc sát với thanh sắt này. Phần thân bên phải của nó bị bánh xe của tàu lửa qua lại nghiến nát, đã từ lâu phần thân cây cứ cắt xén liên tục không thể mọc ra được, sẹo đó trở nên già cỗi tật nguyền. Nhưng riêng phần thân phía bên trái của nó thì xanh tốt, mọc bò ra như tránh xa ngược phía ràyy sắt. Nó chỉ bám vào đá, hơi đất mà sống tốt.

Đường ràyy xe lửa

Eo chợt nghĩ đến thân phận mình mà ngậm ngùi. Ước mơ tụi Eo như cây cỏ này, bị những bánh xe sắt lửa vùng Bắc, đè qua dập lại nghiến nát… những gì Eo đã có, quá khứ, hiện tại, đã bị bánh xe đời nghiệt ngã đi lại chà cán, bóp chẹt đi tương lai của Eo.

Như một phản xạ tự nhiên của con người, lòng trắc ẩn trước vật đồng cảnh, Eo đứng lên, phủi hai tay, túm nhổ nó khỏi chỗ chết chóc, tìm đến bên vệ đường, chọn một chỗ đất tốt, trồng nó xuống trở lại:

"Phải sống nhé!"

Eo tự mỉm cười chúc phúc và tiếp tục bước về phía trước. Eo bước nhanh cô độc, lòng nao nức trở về làng Vĩnh Linh.

Bước chân Eo ngày đó vội vã ra đi, cũng như lúc này đang hối hả trở về.

Giữa trưa nắng đổ, bầu trời yên ắng chang chang, phía trước xung quanh Eo mênh mang đồi dốc xanh ngát. Chỉ có mỗi bước chân phiêu du của Eo đang bám chạy theo đường rầy xe lửa trở về mà lần này, chắc không sợ bị lạc.

Trước mặt, trong trái tim Eo cũng chất chứa một con đường rày xe lửa như thế này nhưng thẳng lối bình địa, yêu thương, hiền hòa quê mẹ!

Nghe tiếng còi tàu chạy ngang qua xứ Phước, Eo và lũ học sinh đứng nhìn giơ tay vẫy chào...

Đường rầy xe lửa xứ Phước trước năm 1975.

Khung trời xa xưa đó, cũng bao la, tỏa sáng như ánh sao bản mệnh, mang theo những ước mơ lung linh trong đời…

Ngày thơ ấu hạnh phúc của Eo, ánh sao đó, có phải đã bị che khuất bởi bầu trời xa xôi, đen thăm thẳm. Nên Eo cũng không dám ngước lên tìm ngắm ngôi sao đời mình, hình như đã không còn nhấp nháy nữa… .

CHƯƠNG 5

Tuổi thơ hoa mộng của Eo

Eo sinh ra ở xóm chợ Phước Tường. Hẻm nhà Eo là một trong số những con hẻm chật chội dẫn đi vào trong chợ. Hẻm đi, đường xóm, bằng đất cát do những bước chân đi qua lại nén đằm.

Phải nói đến con hẻm chính lớn, ở gần ngoài đường dẫn thẳng vào trong chợ. Xóm này có nhiều người Tàu tụ tập sống ở đây đã lâu, phần đông nhà nào cũng mở quán bán buôn ngay đằng trước nhà. Ngay cả khi chợ trưa, chợ chiều đã tan, thì mọi hàng quán ở đây vẫn bận rộn, bán buôn cho đến khuya. Họ làm ăn phát đạt lắm.

Cái nhớ nhất của Eo về con hẻm đó... họ thường cúng đốt vàng mã trước nhà, khói hương nghi ngút, rồi vung gạo, tiền cắc tung tóe trước đường.

Mỗi lần phải đi ngang qua, báo hại Eo mỗi bước đi đều quan sát cẩn thận trước sau, vì sợ sẽ "tội" dẫm lên hạt ngọc của trời, nên cứ phải nhón nhón ngón chân mà tránh bước.

Người Tàu còn bày cúng bánh in, bánh oản được gói trong miếng giấy kiếng đủ màu sắc, xếp đầy trên bàn thờ hoặc trong cái miếu trước nhà.

Một trong những niềm vui của Eo khi còn ở xóm chợ là cùng bọn trẻ chạy sang nhà nào đang cúng, chờ họ cúng xong rồi phát cho một cái gì đó ăn, có khi là trái cây, bánh in, bánh đậu xanh... Mỗi lần nhận được bánh trái như vậy thì mừng lắm, chạy về với niềm vui trẻ thơ là ăn chực.

Người Tàu ở xóm chợ thường tổ chức chơi số đề, số ùi. Cứ 7 giờ sáng, người chủ đề niêm yết cái bảng ghi sẵn một câu thơ, đóng vào gốc cây bồ đề cao lớn gần chợ để bà con chơi đề đọc thơ, đoán ra số mà đánh.

Đánh từ số1 đến số 99, số đề chỉ con số, nhưng số ùi chỉ con số ám chỉ con vật hay đồ vật. Tỉ như con mèo là số 13, người chết là số 9, cháy nhà là số 23 v.v.

Cùng lúc người chủ đề, họ chọn sẵn một con số - sẽ cho trúng hôm đó, gói-cột trong một cái túi đỏ, rồi cho người treo nó lên đỉnh cây bồ đề cao chót vót. Mọi người đi qua-về nhìn cái túi đỏ treo tòng teng trên cao.

Gần 4 giờ chiều, giờ xổ số, tất cả bà con, lớn bé kéo nhau về tụ họp dưới gốc cây. Trước mắt họ, một người cầm cái cây khều dài, khều cái túi đỏ xuống, khui số... Ai trúng thì hò hét vang trời, ai trật thì tiu nghỉu, tiếc hùi hụi...

"Trời ơi tui mơ thấy sông nước, mà không chịu đánh số con đò (32)".

"Số 32, tuổi ông xã khắc khẩu của tui, hồi hôm tui với ông cãi nhau một trận mà hôm nay tui quên không đánh"...

Cái lạ là trước khi đánh số, họ tìm đủ cách để đoán số mà đánh, mà sau khi đánh trật số rồi, họ cũng tìm đủ lý do để bào chữa tại sao mình không đánh số trúng đó. Điều này lại làm cho họ tiếc rẻ (lần này đáng lẽ mình soát đoán trúng rồi) lẫn hy vọng (lần tới rút kinh nghiệm không để cơ hội tuột khỏi tay nữa). Đánh một phát tới là phải trúng phóc, sẽ lấy vốn lẫn lời, chì lẫn chài... nên họ lại lo chạy tiền ngày mai đi đánh tiếp.

Thường lệ, chờ cho sau khi khui đề xong, họ lại trải khăn nhựa, bày vài sòng xóc đĩa dưới gốc cây bồ đề, ngô đồng chơi miết cho đến lúc chợ chiều tan, cờ bạc mãi cho tới lúc sẩm tối mới tan hàng.

Một ngày nọ, có rất nhiều người trúng đề, con số 53. Buổi chiều, mọi người bu lại trước cổng nhà của ông Cư, chủ đề, để chờ chung tiền. Ngay sau khi đề số, cửa nhà ông đã vội khóa kín, vắng vẻ, với một cái bảng to sẵn, gắn trước cổng:

"Cư đi ba bữa, Cư về/ Ai trúng số đề thì tới Cư chung/ Quân nhân chung trước, đồng bào chung sau/ Đồng bào chớ phá lung tung/ Cư mà nổi giận không chung đồng nào".

Thế rồi, vô tình, đám nhỏ cứ nhanh miệng, thông báo oang oang khắp làng nước... bằng cái bài thơ đọc thuộc lòng của ông Cư.

Cái xóm ở hẻm, kế trước mặt nhà Eo cũng không kém phần sôi động.

Ở đó là võ đường dạy võ của ông Đại, đám trẻ, thanh thiếu niên ghi tên học rất đông.

Tiếng "hu, ha" tập võ của mấy em vang dội cả xóm. Có tuần, cả trường võ, hẹn ngày ra sân trường Bồ Đề để đấu, đánh.

Mỗi nhóm lần lượt trình diễn thi đấu cho mọi người xem. Tụi nhỏ rủ nhau đi coi rất đông. Eo coi mà bắt thèm và nể những đứa có võ, thường ngày hay ăn hiếp mình, nên về nhà năn nỉ các anh của Eo xin cho đi học võ, nhưng mải vẫn không được phép vì cái cớ: "Con gái phải nhu mì, hiền lành, ai lại đi đấm đá, đánh nhau".

Eo tiu nghỉu, coi như giấc mộng tan tành theo mây khói.

Kế bên võ đường là nơi lên đồng của nhà bà Nhớn, nhà chị của ông Đại, bà nhảy đồng, lên đồng rất đẹp. Đồn rằng, bà cho số đánh đề rất linh, nhiều người xin số đã trúng, nên mọi người, hễ chiều chiều tụ lại, coi bà lên đồng rất đông. Bà xin cho người âm nhập về và xin người âm cho con số để đánh đề.

Eo hay len lỏi đám đông để coi, thấy bà Nhớn mặc áo quần đẹp, mặt đầy môi son má phấn, có khi ngồi lắc, rồi có khi đứng lên nhẩy múa, hai tay kẹp hai cái que thắp lửa.

Bày giữa những mâm bánh, trái và trước một nhóm người Thanh Đồng, nào là đập chiêng, trống, phèng la. Đàn cò, đàn bầu kéo inh ỏi. Hương khói nghi ngút lẫn tiếng phát lộc, lộc bà phát thường là bánh, trái. Hên lắm, Eo mới hưởng chút lộc từ những bạn chia cho.

Nhận lộc bánh trái mừng lắm, nhưng cái ý thích của Eo, còn tò mò muốn coi lên đồng là như thế nào để bắt chước. Về nhà bày trò chơi một mình, Eo kiếm cái khăn vắt lên đầu che mặt, rồi bắt đầu ngồi lắc... tay cầm hai cái que nhảy múa... bắt chước bộ điệu lên đồng của bà Nhớn...

Xóm kế sau lưng nhà Eo, nhà cất san sát dọc theo hàng rào của phi trường là xóm có tiếng tạp nhạp nhất vùng.

Ngoài hai gia đình tiệm vàng giàu có nổi tiếng là Thanh Toàn và Kim Phụng ở, số còn lại là dân tứ xứ mới dồn đến đây lập nghiệp, họ xoay xở đủ nghề kiếm sống, có các bà, có cô đi làm sở Mỹ, cũng có ít kẻ bán thuốc phiện (những nghề này thời lúc đó bị xã hội chê trách, lên án)... thanh niên xóm đó hay cờ bạc, cũng có một hai kẻ không may nghiện ngập...

Những vụ đánh lộn, mất cắp xảy ra liên tục nên thường chửi nhau như cơm bữa. Thậm chí, họ vác gậy, dao phay ra rượt chém nhau, nhưng thường là hù dọa thôi, chứ chưa hề xảy ra chuyện đáng tiếc.

Người Trung chửi giọng điệu Trung, người Bắc chửi giọng điệu Bắc, người Nam chửi giọng điệu Nam… nhưng có lẽ "sở trường" chửi nhau thì miền nào cũng như miền nấy. "Tổ choa cố tổ mi hỉ?", "Địt mẹ mày", "A đù mạ mi"… Eo nghe mà mắc cười muốn chết!

Nhớ nhất là bà Tý Chột (chuột), chột một con mắt, người ốm nhom, có tướng đi sàng qua sàng lại khó đụng hàng. Bà nổi tiếng ăn cắp vặt, chôm chỉa của xóm, nhưng hễ ai nghi ngờ bà là bà ra đứng giữa đường chửi cho nát nước.

Có một lần, trong cơn say chửi, khi bà cởi chiếc quần sa-tanh đen Mỹ Á ra, vứt xuống đất, rồi chổng mông nhảy, vỗ đùi đụi. Trong số người ùn ùn chạy ra coi. Có anh Bốn Lù ở trong xóm đó, dáng người mập thù lù, đi lù đù như cái tên anh vậy, nhưng có máu tếu lâm, lại tốt bụng, chờ lúc bà mải mê chửi, anh cuỗm lấy quần của bà giấu đi.

Anh Tư của Eo về thăm nhà lúc nghỉ hè cũng được dịp ra đứng coi, cảm thấy buồn cười quá bèn giấu tiếp bằng cách nắm lấy quần bà cuốn gọn, quẳng luôn lên mái nhà ai gần đó.

Sau khi chửi lộn đã đời, bà loanh quanh tìm quần mãi không ra, trời thì đã nhá nhem tối, bà bèn bỏ cuộc. Bà làm cả xóm đằng sau, hôm đó chộn rộn như hội chợ. Mỗi lần bà chửi lộn là một lần trình diễn cho người khắp xóm tụ lại coi, nghe đã con mắt lắm.

Lần sau cùng khi nghe tin anh Bù Đà, thanh niên nghiện thuốc phiện ở xóm đó bị bắn chết, bỏ xác ngoài vệ đường lộ thì mẹ Eo nhất quyết khóa đóng cửa chính trước nhà, tránh không cho các con giao lưu chơi với những người ở xóm trước nữa, vì mặt chính nhà Eo là con hẻm đó.

Cả nhà chuyển sang ra-vào bằng cửa sau, rồi lấy cửa sau làm làm lối đi chính nên từ đó cửa sau dẫn ra xóm sau, xóm này trở thành nơi sinh hoạt chính trong nhà Eo.

Xóm của Eo cũng quanh co, khúc khuỷu nhưng tương đối ít ồn ào hơn, những dãy nhà chật hẹp, gồm nhiều gia đình ở liền sát nhau là vợ con lính hoặc cũng có gia đình sớm trở thành cô nhi quả phụ (như nhà Eo vẫn lãnh lương đủ của lính) cùng quen mặt, biết tên, sống kề cận với nhau nhiều năm.

Nhà Eo, cả nhà đi hết từ sáng sớm, mẹ để Eo ở nhà với bà Năm, quê ở Tam Kỳ ra Phước Tường đi giúp việc ở trong xóm này đã lâu. Bà lớn tuổi, khỏe mạnh, hiền lành nên cả xóm đều thương, hễ nhà ai có nhu cầu, cần mướn bà đến phụ giúp việc nhà, bà sẵn sàng.

Bà trông coi Eo từ lúc lọt lòng... đến lúc Eo chập chững biết đi, biết chạy. Bà luôn dẫn Eo đi theo, khi bà qua phụ việc thêm cho gia đình bác Hà Béo kế sát nhà Eo một căn, cũng là nhà nằm cuối đường cùng của con hẻm, chuyên làm chả giò sống bán ở nhà, ở chợ.

Từ khuya sớm nhà bác Hà đã bận rộn lên đèn làm việc, luôn dồn dập đều đặn tiếng chày nện xuống những chiếc cối thịt. Chiều lại thì nấu xôi gà, cháo vịt bày bán ở chợ chiều Phước Tường.

Bà Năm thường đặt Eo vào cái võng nhà bác Hà cột sẵn dưới nhà dưới (nhà bếp), sợ Eo chạy loanh quanh nên bà dùng dây chuối khô đan chặt hai mép võng lại, nhốt Eo trong đó.

Trong lúc nấu nướng, hễ có cái gì ngon, bà lấy nhai rồi đút cho Eo, nhất là cái phần chót cuối của đuôi heo nhỏ, luộc giòn rụm, bà đưa Eo cầm mút-gặm, bà chủ ý để Eo nằm yên trong đó được lâu hơn.

Thường thì cho dù buôn gánh bán bưng đi xa, bận rộn tới đâu mẹ cũng cố gắng chờ tới giờ chạy về tìm bà Năm, cho Eo bú.

Khi Eo quá tuổi thôi nôi, mẹ và bà Năm tìm cách bỏ bú để cho mẹ đỡ vất vả. Mẹ mua đủ sẵn thức ăn bổ dưỡng, quà vặt ngon, để bà tập cho Eo ăn. Nhưng khổ nỗi, vẫn vì căn bệnh suyễn cấp tính bẩm sinh, Eo rất dễ bị dị ứng với không khí và ăn uống, nên tốt nhất vẫn phải cố nuôi Eo bằng sữa mẹ.

Hễ ăn uống vào, Eo lại thường xuyên bị cơn suyễn hành hạ. Nóng sốt, hít thở một cách khó khăn... Bệnh hoạn như thế, bà Năm dụ cách gì Eo cũng không chịu ăn, chỉ khóc mà chờ mẹ về cho bú thôi.

Thế rồi, mẹ lại biểu bà thử thay mẹ cho bú. Vú của bà nhăn nheo, khô cằn không có sữa. Eo bú hoài không no được... Bụng đói, miệng thèm, ôi Eo chỉ ước ao được ôm mẹ của mình.

Lúc đó, Eo cáu gắt khóc tức tưởi, khóc hờn tủi cho đến khi đói lả, vật mình ngủ yên trong lòng bà, trên tay Eo còn cầm quả trứng gà luộc. Ngẫm nghĩ, bà cũng không thấy hiệu nghiệm, vì họ nói chữa mẹo cứ thả trứng gà luộc dưới gầm giường bắt Eo bò xuống tìm ăn xong sẽ dứt sữa.

Mẹ chạy về canh chừng, thấy xót xa đứt ruột, không đành nên lật đật cho Eo bú lại ngay.

Tìm đủ cách này không xong, mẹ lại cố tìm cách khác. Có lần mẹ bôi dầu lưu huỳnh đen ngòm, đắng nghét vào vú mẹ cho Eo nhìn gớm mà không dám, thế mà như thói quen Eo táp vô nút một vài cái cho hết đắng rồi bú ngon lành.

Mẹ an ủi, vỗ về bà Năm: "Thằng T, thằng V, con K... tội nghiệp đứa mô tui cũng bỏ bú sớm mà dễ nữa, còn cái con Eo ni thì răng mà gan đởm, lì lợm hết sức. Thôi thì chị chịu khó với tui".

Gánh hàng rong của mẹ - Ảnh minh họa

Tuy mẹ nói vậy với bà Năm, nhưng cả hai khi nhìn thấy Eo, ngày một lớn, càng ốm yếu, khó nuôi. Mẹ không nghĩ Eo sẽ sống được lâu, nên cho Eo bú sữa mẹ tiếp tục, mẹ cùng với bà Năm ráng thương, nuôi Eo được ngày nào hay ngày nấy.

Mỗi khi cho Eo ngủ bà Năm hay vừa đưa võng vừa ngân nga những câu hát ru:

"Con mèo, con chó có lông. Bụi tre có mắt, nồi đồng có quai. Nồi đồng, đem để cho ai. Mà đem nồi đất nấu khoai cả đời".

Hoặc: "Trời mưa lâm râm. Cây trâm có trái. Con gái có duyên. Đồng tiền có lỗ..."

Những câu ca dao, dân ca mộc mạc bao đời mà bà hát đã ru Eo vào giấc ngủ, vọng theo tình thương yêu của bà dành cho Eo lớn.

Vào thời gian ở nhà bác Hà, ngoài đám con lớn của bác rất ngoan và chăm việc, lại có một đứa choắt cọt, da ngăm gọi là Bé-Tẹo (Gái), lớn hơn Eo vài tuổi, nghe đâu nó là con nuôi của bác.

Ỷ Eo là kẻ ở đậu, bà Năm thì ở đợ nhà nó nên nó không ngớt ăn hiếp Eo từ sáng đến chiều. Eo phải cho nó tha hồ mà nhéo, ngắt, tát, đấm, đạp, đá vào người cho đến lúc chiều tối mãn việc theo bà dắt về nhà mới thôi.

Sau này khi Eo biết đi chơi lững thững với những đứa trẻ khác, Eo thường hay đi cắn "người" lắm.

Một lần mẹ về, bà kể với mẹ: "Chu choa! Tui đang khom người đứng thổi lửa, con Eo nó đứng đằng sau táp tui một miếng, nó ngứa răng, ngứa nướu... nên nghiến tui muốn đứt mông luôn."

Cả nhà cười, mẹ cũng dặn bà coi Eo, tránh đừng để Eo chạy ra xóm cắn con người ta.

Những người lớn có con nhỏ bị Eo cắn thường sẽ mắng la, dọa nạt để Eo khiếp... mà chừa. Họ đánh vào mông, đánh vào tay hoặc vả vào mồm liên tiếp thật đau để Eo sợ. Hễ thấy Eo chạy đến gần con nít chơi, họ la hét đuổi Eo về.

Nặng nhất là hình phạt bắt Eo phải bò, bò từ đó mà bò về nhà. Cứ thế Eo cắm đầu cắm cổ bò, vì hễ ngẩng đầu lên thì thấy mấy đứa lớn hàng xóm cầm roi "đe" rồi hò hét bò... bò... bò...

Những lằn roi lâu lâu quất vào lưng không làm Eo đau vì đang mãi bận tâm đến phần của áo đầm xòe, khi Eo bò thì rủ xuống vương víu hai cái đầu gối làm Eo vấp váp, khổ sở. Hai đầu gối trần cứ thi nhau bò lê trên con đường lộ đất cát, sỏi đá, mảnh chai kiến da Eo bị trầy rát...

Thế rồi Eo ra sức bò thật nhanh cho đến nhà của mình. Vào nhà, Eo mừng quá ôm chặt lấy bà Năm, đưa hai bàn tay, đầu gối trầy xước, rướm máu cho bà bôi thuốc.

Từ cái tội "cắn người ta" đó, mà lũ trẻ nhỏ, trẻ lớn trong xóm lấy cớ... hễ có dịp thấy Eo là chúng hùa vào bày trò "ăn hiếp, hành hạ" Eo.

Mặc dù thời gian sau đó chúng biết rõ Eo đã hết dám cắn người rồi, nhưng thấy Eo đi chơi lủi thủi có một mình, chúng lại hùa vào chọc ghẹo.

"Chó cậy gần nhà, gà cậy gần chuồng" là vậy.

Giả như chúng chơi đùa quá trớn thì ai biết có chuyện gì sẽ xảy ra? Không có ai ở nhà để Eo về mách nên cũng sẽ chẳng có ai bảo vệ hay bênh vực... nếu chạy về méc bà Năm thì bà thấp cổ, bé miệng, có nói chúng cũng không nghe vì bà là kẻ đợ người hầu nên chúng nó coi chẳng ra gì?

Thế rồi lần đó!

"Lần đó", nó không gây đau đớn, nhưng dạy cho Eo biết thế nào là xấu hổ, bị hiếp đáp... lớn dần theo thời gian trong xóm đó là sự "chịu đựng"

Ở ngay xung quanh giữa xóm Eo, có xây một cái giếng nước công cộng khá lớn, mọi người thường đến đó giặt giũ, tắm rửa hoặc xách nước về dùng. Chiều lại, những nhà ở xung quanh bắc ghế đẩu ra trước sân hóng mát, tán gẫu. Đám con nít thì tụ năm, tụ ba, chạy nhảy.

Ở nhà Eo cô độc lắm vì bà Năm không biết chơi búp bê, bày chơi đồ hàng cùng với Eo... Còn lại, búp bê thì không biết nói, cười, hay nắm tay chơi đùa... như lũ con nít đang ở ngoài kia, nên hễ bà Năm lơ là tí xíu Eo lại chạy ra giếng nước gặp mấy đứa nhỏ. Ở cái tuổi lên hai lên ba, chỉ mong thấy, gặp mặt người thân, tìm sự thân thiện với đồng bạn. Eo vẫn chưa biết nhớ, biết sợ những cái xô đẩy, cái đánh bất ngờ của "người quen" dành cho mình mà chừa, mà tránh.

Hôm đó, Eo chạy ra đứng tựa cột nhà bà Xê, nhìn lũ trẻ chơi thì thằng Ây - con nhà bà Xê "ị" một đống, có hột bắp lẫn lộn ngay trước hiên. Mấy người nghịch phá đó đang kéo con bé Tẹo xuống phạt tội bằng cách nhấn và ép ăn.

Thấy nó bốc ăn ngon lành, chướng mắt nên Eo bèn có ý bước tới gần để biểu nó đừng ăn. Nhưng nó lại nhanh tay hơn chụp lấy Eo rồi tiện tay bôi trét phân vào đầy người Eo giữa những tiếng vỗ tay reo hò, đắc ý của lũ trẻ lớn bé.

Bà Năm nghe được tin mách, tới lôi Eo về tắm rửa. Bà bực tức ra mặt, vì họ đã chơi giỡn quá trớn. Nắm được chỗ nách tay không dính phân của Eo, bà lôi xộc đi, miệng chửi rủa:

- Tổ choa (cha) bây, chơi chi mà oác (ác) nhân, oác đức dữ rứa bây!

Mẹ về nghe chuyện, giận lắm, qua nhà hỏi mấy người nghịch ngợm đó mắng vốn. Lại hôm đó, mẹ về không thấy Eo bị xây xước gì trong người cả, mình mẩy đã được bà Năm gội rửa sạch sẽ thơm tho mà.

Vết tì nhơ đó đã sớm bị sự đùa dai của họ vấy vào tâm hồn, sự hiếp đáp vì lòng thương đồng bạn, chớm ám ảnh len vào tâm trí, Mẹ không biết để nhìn thấu suốt lòng con thơ mà sốt ruột. Nhưng cũng vì vấn để sinh nhai, nên mẹ tiếp tục bỏ Eo lại bơ vơ một cõi cho bà Năm.

Từ đó, mỗi lần gặp Eo là lũ con nít trong xóm la lên: "Lêu lêu... con Eo ăn cứt của thằng Ây... lêu lêu...".

Rồi tụi nó bu lại xô đẩy chọc phá, xem chừng thú vị lắm!

Eo chưa hiểu chuyện trêu chọc đó có ý nghĩa gì, mình đã làm gì sai? Nên Eo không bao giờ khóc. Tụi nhóc hay ức hiếp Eo nên Eo biết sợ chúng nó. Eo bắt đầu biết ngán ra đường, sợ chúng đánh.

Từ đó, Eo cũng rất sợ khi con bé Tẹo mon men đến gần, nên khi qua nhà bác Hà, Eo ríu ríu ôm cứng bước chân bà Năm không rời.

Lúc đã ba tuổi, Eo được gởi đến trường ấu trĩ viên. Eo vẫn chưa bỏ bú, nên ngày nào mẹ cũng bỏ dở "hàng gánh", trưa trưa chạy về dưới gốc cây trứng cá trước mặt nhà trẻ, ngoắc Eo ra... rồi lấy nón che, vạch vú cho bú. Xong rồi để Eo chạy lại vô lớp, mẹ lật đật chạy đi làm.

Thấy mẹ Eo già, nhìn giống như bà ngoại của Eo vậy đến hoài nên mỗi khi thấy mẹ Eo đến, tụi nó nhắc: "Bà ngoại mày đến cho mày bú kìa".

Eo chưa hiểu gì nên không cãi.

Nhà vú ở cách nhà Eo ba căn hộ, nhà tôn-gỗ của lính. Luân, con của vú, anh của Chúc, hơn Eo hai tuổi. Ngày mới bắt đầu đi học mẫu giáo 1, hai đứa được bà Năm đón đi, đón về cùng nên hai đứa chơi với nhau.

Đi học về, Eo chỉ lân la qua nhà Luân chơi vì nhà vú có em bé mới đẻ, bỏ trong chiếc nôi treo ngay giữa nhà. Eo thương em bé ghê lắm nên thích được sờ, hôn, ru và trông em.

Mỗi khi em bé tè thấm qua nôi chiếu, chảy tong tỏng xuống nền nhà hay ị... Eo mau mắn chạy đi réo vú.

Nhà vú có cái thang làm bằng tre ống dựng sau bếp, Luân thường leo lên trước nấc thang cao, gần đụng nóc tôn nhà bếp rồi hướng dẫn Eo leo lên sau. Eo chỉ leo lên chừng hai hoặc ba nấc rồi đứng hay ngồi ở bậc thang đó chơi, chán rồi lại leo xuống đến nôi chơi với em bé, cho tới khi người nhà chạy qua kêu mới về.

Năm đó, gần Giáng sinh, ở trường phát cho mỗi học sinh một cái mặt (nạ) hình thiên thần, tóc quăn, có thêm hai cái cánh tuyệt đẹp bằng giấy để treo trên cây Noel. Eo thích lắm, hàng ngày mân mê, coi như món đồ chơi quý giá hay như một con búp bê mới của mình.

Một hôm, tầm hai, ba giờ chiều, trời còn nắng gắt, Eo mở cửa sau, định chạy qua nhà Luân chơi. Eo bỗng thấy Thiên Thần đó bằng xương bằng thịt đón Eo ngay cửa, vỗ cánh là đà ngay trên đầu và miệng mỉm cười với Eo. Cũng khuôn mặt đó, Eo thấy thân thiện làm sao.

Thiên thần không mặc gì cả, cũng không chịu xuống đi bộ cùng Eo mà dùng đôi cánh, như hai bàn tay, bay bay theo Eo.

Đến nhà Luân, Eo nhìn lên Thiên Thần, thầm bảo: "Chờ nhé!".

Eo chạy vào lôi Luân ra chỉ và nói: "Có Thiên Thần đi chơi với mình nè!". Nói rồi cả ba cùng nhau chạy ra giếng, hình như lúc đó chẳng có nhiều người quanh quẩn. Chạy lòng vòng quanh giếng chơi, Thiên Thần cũng bay cười giỡn chung với hai đứa một lúc.

Đến giờ, bà Năm cất tiếng gọi kiếm. Eo quyến luyến nói với Thiên Thần: "Eo về thôi kẻo bà Năm la".

Chia tay, Eo và Luân dõi mắt nhìn theo Thiên Thần bay đi trong luyến tiếc, thầm hẹn rằng ngày mai mình sẽ gặp.

Thế rồi từ chiều hôm sau trở đi. Mỗi lần bước ra cửa đi chơi, cả Eo lẫn Luân luôn đưa mắt ngước tìm thiên thần nhưng Thiên Thần biệt tăm. Lúc đó, Eo còn quá nhỏ, nghĩ thiên thần như người bạn mới quen nên rủ nhau đi chơi, dù chỉ một lần mong gặp lại mà mãi không thấy.

Về, Eo cứ mân mê hình mặt thiên thần, món vật quý giá trong tay, dù chưa nghe được một tiếng nói từ bạn đó, nhưng Eo đã nghe lòng mình tiếc nhớ người bạn hiền khôn nguôi.

Mang nặng tâm tình yêu thương đó, sau này khi lớn lên ở Mỹ, sắm được nhà riêng, Eo không bỏ cơ hội mua nhiều tượng Thiên Thần để trang hoàng làm đẹp cho ngôi nhà của mình.

Khoảng ba chục năm sau, Eo cốt ý đi tìm và gặp lại Luân ở Suối Kiết, Bình Thuận. Eo hỏi:

- Luân còn nhớ lúc nhỏ mình gặp thiên thần không?

Luân trả lời:

- Có! Luân nhớ.

Eo hỏi tiếp:

- Luân kể lại cho Eo nghe đi?

Trí nhớ hai đứa lại hiện ra theo lời kể, chỉ khác là Luân thấy thiên thần có cái khăn tã vấn trên người.

Chuyện đó đã xảy ra thật, chứ không phải là mơ. Eo thầm cảm tạ Thiên Chúa đã gởi Thiên Thần hiện ra với Eo, ngay từ lúc bốn tuổi, cái tuổi Eo vừa chập chững biết gần với đồng bạn.

Trong xóm, có gia đình ông chú bảy Khôi, con chú bác với ba của Eo, cùng là lính tráng, sắp di chuyển vô Sài Gòn, bán căn nhà đó lại cho chủ mới là bác gái Lành.

Bác Lành có cô con gái tên Mỹ Liên, cùng vào học lớp mẫu giáo II với Eo và Luân, Mỹ Liên bằng tuổi Luân và hơn Eo 2 tuổi.

Ở trường hay khi về nhà, hễ lúc rảnh rỗi, Liên thường hay sang nhà nắm tay, rủ Eo đi chơi quanh xóm. Mỹ Liên còn có hai anh to lớn lắm, nên khi Eo đi chơi với Liên, không đứa nào trong xóm dám ăn hiếp hai đứa.

Liên lẫn Eo không còn bố nên rất quấn anh trai.

Hai anh lớn của Liên có nuôi một hồ cá, bằng kính vuông nhỏ để trên bàn, đầy những con cá bé xíu với cái đuôi đầy màu sắc, bơi lẫn trong đám rong rêu. Đi học về, Mỹ Liên hay siêng năng cầm vợt nhỏ và cái lon rủ Eo đi vớt lăng quăng về cho cá ăn.

Hôm đó, Mỹ Liên dẫn Eo đi xa, đến tận cổng trại gia binh Trần Quốc Toản nằm ngay quốc lộ 1 vì gần đó có mấy cái rãnh thoát nước nên lăng quăng sinh sôi rất nhiều. Hai đứa phân công nhiệm vụ rất rõ ràng: Liên dùng vợt vớt lăng quăng, còn Eo mang đổ vào lon đựng.

Cổng trại gia binh đang được xây nên đằng trước cổng, một bên tay phải cổng này vào có hai, ba đống cát lớn được đổ rải rác. Phía bên tay trái cổng này vào là đồn trại MP (Quân cảnh).

Vớt lăng quăng đã xong, Mỹ Liên leo lên lưng chừng mặt sau của một đống cát lớn, dưới bóng râm của cây bàng cổ thụ to lớn để ngồi nghỉ, còn Eo thì vừa đổ lăng quăng vào lon xong nên mải nghịch với chúng.

Khi Eo ngước lên thì thấy một chiếc xe chở cát đang dốc nghiêng thùng xe, lùi lại để đổ cát và cán luôn Liên đang ngồi đàng sau. Có lẽ vì không nhìn thấy nên xe không dừng lại, khi đổ cát xong còn chạy tới, cán qua người Mỹ Liên thêm một lần nữa.

Lúc đó, Eo chỉ biết kêu:

- Chị Liên!

Nhưng đã quá trễ tràng. Đầu và thân thể Mỹ Liên bị cán nát dưới bánh xe và lún sâu vào cát bởi hai lần xe lui tới. Mọi người ở gần đó, và lính quân cảnh bắt đầu đổ ra, một người liền bế mang Eo về nhà ngay.

Xóm làng bu lại quanh tai nạn nhốn nháo. Họ phụ hốt những mảnh thịt nát bấy của Mỹ Liên rồi chạy về nhà Liên báo tin.

Mấy ngày tiếp liền sau đó, hễ Eo chạy qua nhà Liên coi đám ma, mẹ Mỹ Liên cứ ôm Eo khóc, lòng dạ tan nát, vì khi nhìn thấy Eo, bà lại nhìn đến đứa con gái xấu số, thân xác không còn nguyên vẹn. Dù đã trở về nhà nhưng lại đang nằm trong quan tài đã đóng chặt nắp, đặt ngay giữa nhà của mình.

Lần đó, Eo chưa được mẹ cho phép đi đưa tang vì còn quá nhỏ. Lúc Liên chết, mẹ Liên đang mang bầu, sau khi sinh bé gái đó ra thì lấy tên khai sinh của Eo mà đặt cho nó.

Chứng kiến cái chết đầu tiên trước mắt của "con người", lại quá bất ngờ khi tuổi của Eo còn quá non nớt để hiểu sự tiếc thương mất mát của người lớn dành cho Liên.

Nhưng khi đến nhà đám, không tìm thấy bóng dáng chị Liên, họ chỉ chị nằm trong hòm đã đóng kín, Eo bỗng ngờ ngợ. Nhưng thấy chung quanh mình, nhìn bao nhiêu người đến đọc kinh trong đám tang đó, Eo tự hỏi tại sao họ phải khóc thương ai oán đến vậy.

Eo cũng nghe lòng mình lây lan, dấy lên một nỗi thương tâm lạ lùng.

Eo biết rằng, cũng như Thiên Thần chị Mỹ Liên sẽ không trở về chơi với Eo nữa.

Di ảnh thờ Mỹ Liên (1970)

Sau năm học đó, ngôi nhà mới ở trại gia binh Trần Quốc Toản mẹ Eo đã xây xong. Nhà Eo cùng gia đình vú di chuyển lên ở, gần sát nhà thờ, nhà chùa và có ba cái trường học bao vây quanh nhà Eo, chung quanh xóm nhà những gia đình sĩ quan, khá giả.

Lúc này bà Năm ở lại xóm chợ, giúp việc cho gia đình bác Hà luôn. Mẹ có nhờ bác Nhàn ở Long Khánh ra ở giúp trông coi nhà hộ.

Eo bắt đầu vào học lớp một của trường của chị Kây đang theo học. Đó là trường tư thục Công Giáo, trường trung tiểu học Á thánh Lê Bảo Tịnh, lớp 1 đến lớp 9, do chính cha chánh xứ Simon Maria Đinh Hưng Lợi lập nên. Trường được xây cất lên ba tầng lầu, sát bên hông nhà thờ của giáo xứ Phước Tường.

Trường học và nhà thờ xây chung trên một miếng đất, không có hàng rào ngăn đôi, nằm sát con đường quốc lộ 1.

Đối với Eo, được đi học là niềm vui lớn, có bạn mới, thầy cô và nhất là được đi học chung trường với chị Kây của mình.

Mẹ dặn chị Kây may đồng phục, chuẩn bị sách vở, cặp táp, giày dép đâu ra đó cho Eo. Mỗi ngày, trước khi đến trường, chị thay quần áo tươm tất, chải đầu thắt bím thật đẹp rồi dắt Eo đến trường.

Chị Kây chăm chút từng bữa ăn, viên thuốc, sách tập vở. Dường như mọi sinh hoạt trong cuộc sống của Eo chị Kây đều lo hết. Eo rất nhõng nhẽo và quấn chị như hình với bóng.

Lớp một, nằm ở tầng trệt, phòng cuối cùng của dãy, góc cuối trường rất gần với ngõ đi vào nhà xứ, để gần tiện đi lại cho cha vì do đích thân cha Chánh xứ dạy dỗ đám lính mới tò te này.

Giờ học, giờ ăn và giờ ngủ trưa rất khuôn phép. Ngoài tập chữ đọc, chữ viết bên cạnh đó còn phải học cách cư xử lễ phép, đọc kinh một cách nghiêm túc. Tụi nhỏ như đám lính mới ngoan ngoãn, học hỏi và răm rắp theo khuôn khổ.

Vì là những ngày đầu tiên được cắp sách đến trường, nên Eo rất hớn hở. Eo nhớ rõ mồm nộp hình ảnh của phòng học, từ cái song cửa sổ cho đến biểu ngữ "Tiên học lễ, hậu học văn" treo phía trên cái bảng đen lớn.

Trong lớp còn có để cái bảng nhỏ sơ đồ lớp, đánh số bàn học, tên của học sinh trên chỗ ngồi, dựng gần bàn cô thầy cho dễ bề nhận diện.

Hằng ngày, con gái - con trai xếp riêng thành từng hàng trước sân cửa lớp. Nhỏ trước lớn sau.

Trưởng lớp đưa tay phải thẳng ra phía trước hô to: "Đằng trước… thẳng!". Sau đó, học sinh tuần tự đi vào lớp và đến ngay bàn chỗ của mình một cách lớp lang. Bàn đầu cùng số 1 bên gái, là chỗ ngồi quen thuộc mà Eo đã được xếp.

Học sinh đọc kinh trước khi bắt đầu giờ học:

"Lạy Chúa, xin cho chúng con biết chăm chỉ học hành.

Rèn luyện tư cách chúng con, trau dồi tâm hồn chúng con.

Bằng những đức tính tốt, để chúng con có đủ khả năng giúp ích cho người, cho gia đình, cho xã hội chúng con. Amen!".

Ngoài ra còn phải đọc sinh trước khi ra về:

"Đã đến giờ, con ra về.

Con khiêm cung tạ ơn Thiên Chúa.

Chúa muốn rằng, con chuyên cần. Hy sinh vâng lời ba má luôn".

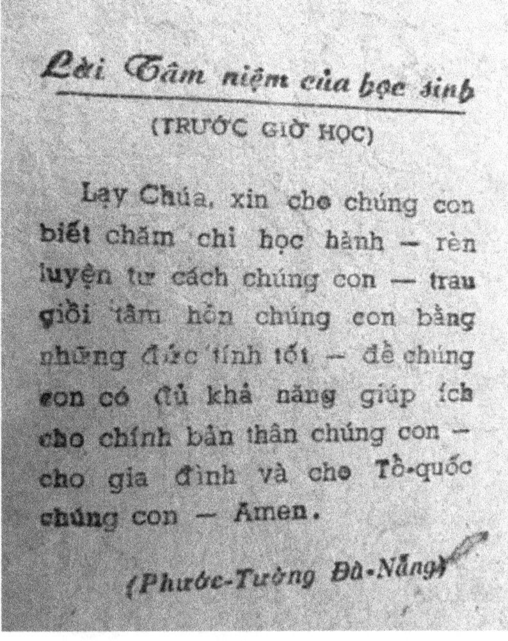

Lời Tâm niệm của học sinh Lê BảoTinh

Buổi trưa trường phát bánh mì chấm sữa do hội Caritas bảo trợ. Hai học sinh đại diện của lớp được cử đến văn phòng hiệu trưởng, đưa hai cánh tay ra lãnh, ôm về lớp những ổ bánh mì lớn, cắt ra chia cho mỗi học sinh một khúc. Đứa nào cũng thích nhận phần cùi của bánh mì, vì nó giòn béo hơn. Có đứa chỉ móc ruột ăn, còn vỏ bánh mì để dành lại trong cặp.

Chờ đến giờ tan học đi ra khỏi trường mới dám móc bánh mì vào cổ tay, xong lôi sẵn trong cặp ra cây kiếm làm bằng hai cây que cột chéo hình chữ thập, quơ qua, múa lại bắt chước bọn kiếm hiệp hay hải tặc một mắt, trông nó "oai" ra phết. Chơi chán, rồi mới bỏ vỏ bánh mì đó vô bụng.

Lớp bị phạt, bị đánh thì nhiều, mà được khen, được thưởng thì rất khó. Mà phần thưởng hằng ngày có gì hơn ngoài mấy khúc bánh mì phát buổi trưa dư, hoặc có học sinh nào, hôm đó nghỉ học phần bánh mì dư ra.

Ăn uống no nê xong thì tất cả phải kê đầu xuống bàn ngủ trưa. Cha dặn kê tay lên bàn, nghiêng đầu nhắm mắt lại ngủ, không được nói chuyện.

Ngủ trưa dậy, phải lau nước dãi ở miệng cho sạch. Eo sợ phải chảy dãi dơ, bị chúng bạn chọc quê nên thường không dám ngủ, lâu lâu hé mắt dòm bạn bè coi thử đứa nào bắt đầu chảy dãi. Cứ thế, Eo dần lên lớp hai… lớp ba…

Mỗi năm, Eo vẫn sợ nhất là những buổi mà cả đám bị nhốt lại. Hai cô y tá thuộc phòng y tế học đường đến đặt bàn tiêm ngay cửa lớp. Từng đứa xếp hàng đưa cánh tay trái ra, vì tay phải cầm viết, để chích ngừa bệnh dịch tả, đậu mùa v.v.

Vụ này thì đứa nào cũng sợ nên lần lữa đẩy bạn khác đi trước. Chích xong thì đi thẳng ra ngoài sân. Không chỉ con gái, mà cả con trai đứa nào đau cũng khóc la inh ỏi, sau đó về nhà nóng sốt li bì.

Eo sợ chích lắm nhưng không chạy trốn đâu cho khỏi. Sau này, Eo mới biết, tất cả lớp khác đều bị chích ngừa.

Thường thì cuối buổi học, trước khi ra về, hai, ba học sinh giỏi, cô thầy kêu tên, thưởng thêm cho khúc bánh mì đem về. Về chia cho đứa miếng, khoe cái thành tích học giỏi, ngoan mới có thưởng đấy. Ấy cũng là lý do khuyến khích đứa trẻ cố gắng lên thêm mỗi ngày.

Eo cũng không ngoại lệ, mỗi ngày đến lớp là mỗi ngày Eo cố gắng học đạt điểm cao, hạnh kiểm tốt để lãnh một khúc bánh mì mang về.

Ra tới cổng, trạm cuối trước khi rời trường, Eo còn gặp cụ Lai, người gác cổng, gác xe trường học, cũng thường để dành cho Eo một khúc bánh mì.

Có lẽ không ai hiểu vì sao Eo cố gắng gom nhiều khúc bánh mì như vậy. Bởi vì Eo muốn phát lại cho mấy đứa cùng trang lứa đang học ở trường Trần Quốc Toản.

Đó là trường tiểu học công lập miễn phí, hoặc học phí chỉ tượng trưng dành cho con em tử sĩ hoặc thuộc gia đình lính nghèo. Đã thành thói quen, sau mỗi buổi học, tụi nó lại chờ Eo, vì trường nó "không có phát bánh mì" nên nhận được bánh mì Eo cho, nó mừng lắm.

Nhớ có một lần trời mưa lớn, ngập sân trường. Ra về, Eo mặc chiếc áo mưa trùm kín bên trong, tay trái kẹp chiếc cặp dưới nách, tay phải kéo váy lên tới bụng.

Eo phải lội lõm bõm ra cổng, loay hoay thế nào cặp táp bị rớt, chụp không kịp nên mấy khúc bánh mì trong đó bị ướt phải quăng bỏ. Hôm đó, đi ngang qua trường mà không có bánh mì cho tụi nó, Eo cảm thấy mình có lỗi lạ. Ít lâu sau, ngôi trường này cũng xin được trợ cấp bánh mì cho con em.

Sau cổng trại Trần Quốc Toản là trường tiểu học Trần Quốc Toản. Nhà Eo nằm ngay sau lưng trường và đối diện trường Bồ Đề. Trường này nằm nối với chùa Phổ Quang, ngăn với chùa bằng hàng rào kẽm gai. Trường có một sân chơi rất lớn, không trồng cây cối mà chỉ đổ đầy cát trắng, ở giữa sân có một trụ cờ.

Sau giờ tan học, những ngày nghỉ cũng vậy khi học sinh đã đi về hết để lại sự yên tĩnh, trường học chìm trong khung cảnh im lìm. Ít có ai bén mảng.

Eo hay chui qua hàng rào của trường để vào sân chơi. Lúc đầu đến, Eo chỉ dám đứng ở đám cỏ ngoài hàng rào, cuối khuôn viên chùa, chờ bóng mấy chú tiểu cùng trang lứa thấp thoáng. Ở đó có hai chú tiểu chừng 11-12 tuổi thì phải. Biết vậy, nên Eo canh tìm, vẫy đón mấy chú.

Ở cuối khuôn viên chùa có giếng nước, xung quanh giếng trồng rất nhiều cây ăn trái, đặc biệt là sapoche, ổi, mận (đào) mía, chuối… Biết Eo thích, nên hễ thấy bóng Eo vẫy tay, mấy chú tiểu ra dấu… dặn đứng chờ chú hái cho mấy trái sapoche già già. Mấy chú còn dặn Eo mang về giấu trong thùng đựng gạo, chờ chín.

Có khi thì Eo vòi, chỉ tay xin chú tiểu thêm cây mía hay trái cây mà chú tiểu lấy ở trong bổn viện đem ra cho. Eo chờ chực như vậy riết thành một thói quen.

Chẳng phải Eo thèm chực xin những thứ đó đâu, nhưng cái thực sự Eo tìm đó là tình bạn.

Sau này khi quen rồi, Eo cũng mon men theo chú tiểu dẫn vào vườn, vào chùa như người thân trong nhà vậy, Eo thường đi lục lọi khắp vườn, cũng có vào phòng khách sau lưng chùa cốt tìm trái cây, bánh trái để xin.

Có một lần Eo vào căn phòng đựng tro cốt người chết, nhưng Eo không thích nơi đó vì sợ ma.

Tới lui chùa, nhưng Eo chỉ đứng trước đại sảnh ở sân, nhìn vào xem thầy trò tụng kinh, nhưng chưa một lần nào dám bước chân vào trong vì bạn bè, người lớn trong xóm có đạo cấm đoán và vì sợ nói là sẽ "có tội".

Thêm nữa là Eo sợ gặp mấy đứa nhỏ ở xóm chợ cũ, giờ đang học ở trường Bồ Đề, hay đến đây chơi. Cứ gặp Eo ở chùa Phổ Quang là tụi nó ném cát và đuổi Eo:

"Mày bên đạo không được đến đây!".

Sau lần đó, đám con nít này, hễ gặp Eo ở đâu trên đường là chận lại túm tóc, đánh. Kèm theo những câu chọc mới vô thưởng, vô phạt:

"Bà Thương (tên gọi theo chồng) già lấy Mỹ, đẻ con Mỹ…".

Eo chưa hiểu nó là cái cắc cớ gì? Nên hễ vô tình gặp tụi nó, là Eo tìm đường chạy lánh mất dạng. Sau này Eo hiểu ra câu chuyện, nhưng vẫn không biết giải thích thế nào cho lũ nhóc "tướng cướp" đó.

Eo người Công Giáo, nhưng chưa bao giờ Eo có thái độ kì thị với người đạo khác. Đối với Eo, tôn giáo là chiếc áo ấm áp dành cho những người đang bị rét lạnh. Ngay cả những người không có niềm tin vào tôn giáo, họ cũng tìm cách tự làm ấm nên lòng (đạo làm người; người thiện lương). Tôn giáo là nền tảng để xây dựng lòng thiện tâm, đạo đức của con người.

Sau này, khi trưởng thành rồi, Eo nghĩ, Đạo Phật, Tin Lành, Công Giáo, Hồi Giáo hay Đạo Ông Bà… cũng đều mặc chung chiếc áo "chống lạnh" mang tên Niềm Tin. Chính chiếc áo đó; của mỗi một người đã giữ tâm hồn họ được ấm. Ông Trời không khiến chúng ta tiêu diệt kẻ tin vào Thượng đế, vậy hà cớ gì ta nhất định phải bài xích người đang mặc chiếc áo niềm tin của chính họ?

Suy cho cùng, chiếc áo "RÉT" mặc dù vải thô thiển Vàng-Vàng, hay chiếc áo dày Đen-Đen, hoặc chiếc áo ấm Trắng-Trắng…Người "đói khổ" ở Phi Châu hay ông "vua dầu hỏa" ở Trung Đông mặc chính chiếc áo Niềm tin của họ "để sống và lương thiện" thì có gì khác nhau chứ?

Năm 1973, sau khi hiệp định ngưng bắn được ký kết. Mỹ rút khỏi căn cứ DOGPATCH, FREEDOM HILL (1965-1973) đóng tại chân núi Phước Tường. Từ đó, mọi sinh hoạt buôn bán của dân làng ở chung quanh đồn Mỹ không còn hoạt động mạnh mẽ. Mấy công việc buôn bán của mẹ Eo cũng ảnh hưởng theo.

Một hôm mẹ đem về một thằng bé khoảng 5 tuổi, nhìn y chang thằng Mỹ trắng con. Mẹ biểu bác Nhàn tắm rửa, thay quần áo sạch sẽ cho nó. Đến bữa cơm tối mẹ kể với anh Hai và bác Nhàn:

- Mạ tới động nhà thổ mụ Tám Quắn đòi tiền nợ, thấy thằng ni cứ bị mấy đứa con mụ ăn hiếp. Mà hễ có chuyện là y như rằng, mụ Tám lôi đầu thằng nhỏ ra đập đánh không chút xót thương.

- Rứa mạ hắn mô? - Tiếng bác Nhàn hỏi,

- Chị ơi! Mỹ về, đĩ cũng đi hết, đa số dân làm gái ở nhà thổ, quanh đồn Mỹ đây là những gái già, ế ở nhà quê ra. Còn hai, ba đứa… còn ráng ở lại với mụ Tám Quắn, đeo quang gánh đi buôn bán nuôi con. Rồi có đứa, đi buôn "sim rừng" bị rắn độc cắn chết. Có đứa còn sắc thì chết thảm.

Mẹ chắc lưỡi kể tiếp - Không biết răng? Ai tư thù chi mà giết, bẻ tay bẻ chân bỏ con đó vô trong cái thùng vất ngoài đường. Sáng sớm có người đi qua tưởng thùng đồ ai rớt, mở ra mở tá hỏa tam tinh. Mụ Tám Quắn đem xác mấy con đó về chôn cất. Mấy đứa con không may mồ côi này ở lại cho mụ nuôi. Thấy mụ đập đánh thằng ni quá tui không đành lòng, nên mới nói với mụ.

"Thôi chị cho tui xin thằng nhỏ đem về nuôi".

"Hai đứa nó đó, chị muốn đứa mô?", mụ Tám hỏi tui.

Tui nhìn hai anh em hắn, nhưng mà con em hắn đen quá, tui sợ nên lấy thằng nhỏ ni về. Còn em gái hắn, sau thì mụ dì Sáu, em ruột mụ Tám Quắn xin nuôi.

Mẹ nói tiếp:

- Mụ Tám Quắn nợ tui 35 ngàn bạc, mụ bắt tui trừ nợ, rồi đem thằng ni về nuôi, kệ hắn… tui làm ơn làm phước, kẻo tội nghiệp.

Hôm sau mẹ dẫn nó ra chợ, may sắm đồng phục cho nó mặc để vào học cùng trường với Eo. Dẫn nó lên cha xứ cho vô đạo, rồi đặt tên mới cho nó là Quốc Việt.

Eo bất đắc dĩ có đứa em nuôi là Mỹ lai. Hễ đi học, đi nhà thờ… là nó cứ âm thầm lẽo đẽo đi theo Eo. Biết Eo không mấy cảm tình gì với nó, nên nó cứ im ỉm, chỉ trả lời mỗi khi Eo hỏi tới.

Phần Eo bị vạ lây, vì nó mà lũ "giặc cướp" xóm chợ nhạo báng, chận đường gây chuyện "Mẹ Eo lấy Mỹ, đẻ con Mỹ". Eo rất xấu hổ, nên chả thích gì đứa "em mình".

Đã thế, thấy mỗi tối về, mẹ lại đắp mền cho nó. Mẹ nằm giữa, thay phiên ôm nó ngủ. Có quà gì, mẹ cũng chia đều phần cho nó. Nó học giỏi, mẹ cũng thưởng tiền như Eo.

Thấy mẹ chia sẻ tình thương cho nó, trong lòng Eo nổi lên ghen ty, Eo càng ghét nó thêm.

Có một lần, đi học về thì trời mưa lớn, hai chị em vào núp ở sau lưng mái hiên trường Trần Quốc Toản, sợ núp ở đây lâu lỡ mà "tụi giặc cướp" xuất hiện thì chết.

Eo bèn quay qua nó hằn học, tát vào mặt nó một cái thật mạnh trả thù:

"Mày là con nuôi, đừng có làm tàng. Không được đi theo chị nữa".

Nói rồi, mặc cho trời mưa nặng hạt, Eo bỏ nó đứng đó, chạy về nhà trước. Và cũng từ đó trở đi, nó không dám đi cùng Eo nữa nếu Eo không đồng ý.

Eo – Mẹ - Quốc Việt (Đà Nẵng, 1974)

Không ai sinh ra mà đã ghét người khác vì màu da, nền giáo dục và tôn giáo của người đó. Mọi người phải học cách để ghét. Và nếu người ta có thể bị học cách để ghét, họ cũng có thể dạy được cách yêu thương. Vì tình yêu thương đến với con người tự nhiên hơn là lòng căm ghét (Nelson Mandela).

Thường thì có đám học sinh nam trung học ở trường Eo cũng hay canh me, chạy vào vườn cửa chùa, trộm trái, bẻ cây (của chùa mà) khi trời nhá nhem tối. Những lúc như vậy, chú tiểu cho Eo biết trái cây bị hái cắp hết rồi. Lần này không còn mà hái cho Eo. Eo tiu nghỉu mà cũng tức. Hỏi lại:

- Sao thầy không bắt mà đánh nó… cho nó chừa đi? Sao ông sư Thích Thiện Giác (Giác Dân) không tới méc bố mẹ nó, để đánh cho nó một trận nên thân?

Nhưng hỏi là để hỏi chứ chẳng có được câu trả lời. Eo còn nghĩ, nếu mà việc này xảy ra bên trường đạo, Eo mách cha Lợi thế nào cha chả lôi ra đánh cho nó "tiệt".

Hai ông, hai cách hành xử nhưng lạ là Cha xứ và Ông sư ở hai trường lại chơi rất thân với nhau.

Đã nhiều lần, cha xứ đi từng lớp dặn kỹ, nếu đứa nào "cả gan" dám qua chùa phá phách, cha biết được thì sẽ đuổi học ngay.

Còn nếu như đứa nào không học trường của cha nhưng gia đình em đó lại thuộc về giáo xứ do cha cai quản thì cha sẽ nêu tên cha mẹ, kêu tên em đó lên ngay giữa nhà thờ. Sau đó, cha sẽ đánh thật đau để chừa cái tội phá làng, phá xóm.

Đám "giặc cướp" lớn này lợi hại hơn lũ "giặc cướp" nhí của Eo nhiều. Hễ nhà thờ hay chùa có biến, chúng bèn rắp tâm tìm cách đánh phá lẫn nhau làm như có mối thù không đội Trời chung vậy. Bọn nó dường như không biết điểm dừng là gì, hành động nhiều khi rất tai quái.

Tháng Hoa dâng Mẹ, chiều mát trời, sau thánh lễ bà con giáo dân lục tục xếp thành một hàng dài dọc theo quốc lộ 1A để rước kiệu Đức Mẹ. Đám đông con chiên đi theo sau kiệu xe, mấy em đội múa hát và tung hoa rất đẹp.

Mọi người cùng ca hát, đọc kinh tung hô Mẹ Maria. Kiệu cung nghinh đi từ xóm này qua xóm nọ rồi quay trở lại nhà thờ.

Chiều vào tối, khi đoàn rước kiệu đi ngang qua chùa thì bị mấy đứa giặc cướp đó lấy ná bắn hoặc lấy đá chọi, nhắm cho bể tượng Đức Mẹ. Eo đi theo chứng kiến. Lúc đó Eo chỉ thầm nguyện là đừng có bắn trúng tượng, mong đem Mẹ về lại nhà thờ bình yên.

Bên phá nhà thờ, bên phá nhà chùa. Thế là sự xích mích của hai phe ra chiều gây cấn hơn.

Các "tướng cướp" của hai phe này hẹn nhau qua trường Trần Quốc Toản quyết đấu. Hễ có lũ nhỏ bu lại đông để xem đánh nhau thì cũng có đứa sợ đổ máu nên vội chạy đi kêu cứu người lớn trong xóm gần sát ngay đó đến dẹp. Nên thấy nhân quân (dân) tự vệ, lính hay quân cảnh xách súng chạy ra là bọn giặc bỏ chạy mất mạng.

Bạn của chị Kây là anh Quân, đi lính thiếu sinh quân, nhận Eo làm em kết nghĩa. Em trai của Quân là Quang. Quang cũng là một trong những "tướng" của đám giặc kỳ thị tôn giáo này.

Đám con trai nổi tiếng nghịch ngợm này cư ngụ ở cư xá Bắc Hải, con hẻm nằm sát bên phải của hông nhà thờ và đa số họ là người Công giáo. Lý do Eo kể đến cư xá này vì các tướng ở đây không cho phép phía giặc bên kia bén mảng lân la tới khuôn viên trường, nhà thờ hay cư xá của đạo.

Bên phe chùa, lỡ dại mà đem quân đi đánh xứ người (đạo) thì Quang chặn, dí đánh. Có mọc ba chân bốn cẳng chạy thục mạng mà lủi vào những con hẻm sau lưng nhà thờ cũng khó lòng mà thoát.

Mà có hên thoát lần này, tụi nó ngăm đe, lần tới nếu bắt được, sẽ nện gấp đôi, thưởng cho cái tội "lì".

Vào những ngày đó, có đứa học trường đạo này phân biệt đứa không học trường đạo kia. Đứa có đạo này ganh ghét với đứa có đạo kia. Trẻ con không nói, người lớn cũng chẳng khá hơn, nhiều gia đình kỳ thị lẫn nhau khiến những đứa trẻ bị ảnh hưởng. Vì thế mới nứt mắt chúng đã bắt đầu kỳ thị, ganh ghét lẫn nhau. Sau giờ học rảnh rỗi, chúng hẹn nhau tụ năm tụ ba bày mưu, tính kế kiếm chuyện đi đánh nhau có khi đến đổ máu, quyết sống chết trả thù lẫn nhau cũng vì tôn giáo.

Eo thì sợ "bọn đánh lộn" đó lắm!". Sự kỳ thị tôn giáo khiến tụi Eo phải học sự chịu đựng, chạy trốn trước sự ganh ghét, thù hận lẫn nhau của lũ nhỏ. Nghĩ mà cay đắng, người lớn trách bọn trẻ hư hỏng mà không biết rằng bọn trẻ học từ người lớn.

Người lớn cố gắng tranh đấu cho cái lý tưởng cả đời của mình nhưng tuyệt đối không thể chấp nhận cái quyền, cái lý tưởng của người kia đang có.

Không biết từ bao giờ, Eo được đến bệnh viện Duy Tân, quân y này khám bệnh miễn phí. Đi học, thường khi lên cơn suyễn, Eo vẫn cố ở lại lớp vì Eo thích học lắm, không muốn về nhà nằm mất bài vở, mất công tối về phải qua nhà Lệ Phương chép lại.

Đôi khi nhắm ráng thở không nổi nữa, Eo mới nhờ văn phòng hiệu trưởng kêu loa nhắn chị Kây đến đón Eo về.

Có lắm bữa chị phải bỏ học, đón xe lam đưa Eo đến nhà thương Duy Tân cho bác sĩ Mỹ ở đó chích thuốc cấp tốc cho hạ cơn suyễn. Trên đường về, chị không quên mang gối êm cho Eo kê ngồi vì sợ mông đau.

Mỗi lần khám chích, bác sĩ không đặt Eo lên chiếc gường sắt nệm trắng mỏng, mà bế lên chiếc bàn dài ngồi. Khi chích thuốc, đau quá Eo khóc la inh ỏi, như thói quen ông liền bế Eo trên tay đi qua phòng mà có tủ kiếng bự tổ chảng. Ở đó chứa đủ thứ kẹo bánh Mỹ, bốc cho Eo một hai thứ cho Eo cầm, có hôm gặp gói bánh kẹo lớn Eo cầm không xuể, một tay bế Eo, một tay ông phải cầm dùm nhưng Eo đâu có chịu mà khóc vòi kẹo lại, hai tay ôm hẳn chặt vào bụng khư khư như sợ ông lấy lại. Dỗ cho Eo nín xong, ông mới thả Eo xuống, đưa toa thuốc cho chị Kây, dặn dò cẩn thận, xong mới cho chị dẫn Eo về.

Anh Tư, học xa về, thấy vậy bèn dạy cho mấy câu tiếng Anh để nói chuyện với bác sĩ:

"Are you give me candy?".

Sau đó còn dặn Eo, khi được bác sĩ cho kẹo rồi thì phải nói "Thank you very much".

Riết rồi lờn mặt, hễ gói kẹo nào bự thì Eo chỉ nhưng chỉ được quá lắm là hai món thôi. Có hôm, Eo đem về nguyên gói bánh cookie hay hộp đậu phụng to có hình ông già chống gậy. Ăn ngon béo, thơm nức mũi.

Ở con hẻm cuối cùng cạnh ngôi nhà cũ xóm chợ, sát hàng rào của phi trường, nằm gần phía sau trường Bồ Đề có một khoảng đất trống lớn dành làm sân chơi cho con nít. Ở đó có hai cái xích đu, một cái bập bênh, tụi nhỏ trong xóm tụ tập bày ra đủ thứ trò chơi, nhưng thường mấy anh lớn chơi đá banh là chính.

Eo hay réo mấy anh lớn chơi bập bênh với Eo. Bên phía này, Eo và một thằng nữa ngồi đằng sau ôm giữ Eo cho khỏi té, anh cũng dặn hai đứa ngồi dạng chân ra kẻo bị dập "giò". Phía bên kia, một mình anh "lớn" ngồi điều khiển cho cái bập bênh hoạt động. Hai đứa thích chí, la hét vang trời. Chơi chán chê đến khi nào muốn xuống thì mấy anh kiếm người đỡ cho hai đứa xuống trước an toàn.

Thú vị nhất vẫn vào buổi chiều, khoảng 3-4h trở đi, lính Mỹ bắt đầu đi làm về, lái xe ngang qua sân, người nào cũng thủ sẵn từng bịch bánh kẹo rồi ném qua hàng rào lưới B40 cho đám trẻ lượm. Cho nên, cứ tan học là cả đám ra đó canh chực đồ Mỹ, nào là bánh kẹo, gum, bom táo, cam nho, đồ hộp rớt văng tung tóe, tụi nhỏ tranh nhau, giành nhau chí chóe.

Tuy nhiên, cha xứ "tự ái dân tộc" ra thông báo, cấm học sinh ở trường không được ra đó chực đồ Mỹ, nếu đứa nào không nghe lời cha "phết đít". Cho nên lỡ Eo có chạy về đó chơi, đồ Mỹ có ném sát chân cũng chả dám lượm vì sợ.

Nhưng các bạn lượm đồ rồi chia cho Eo (Eo không dám lấy) Lúc đầu, Eo cũng sợ nên lắc đầu nguây nguậy nhưng sau này mới hỏi ra, đâu thấy ai "chực" đồ Mỹ bị cha xứ đánh đâu, vả lại cha thấy lính Mỹ và đám nhóc xoắn xuýt nhau lắm nên không đành.

Có hôm, thèm kẹo muốn chảy cả nước dãi, không dằn được sự cám dỗ nên Eo nhận đại. Nếu về bị tra hỏi thì Eo thanh minh, bạn Eo đưa cho Eo, chứ Eo không "lượm hay chực", như vậy Eo thoát tội "cãi lời cha xứ" vậy thôi.

Cha xứ có vẻ không mấy cảm tình với tụi lính Mỹ đóng đồn ở gần đây song cha cũng không thích người đàn bà ở trong xứ của cha đi làm sở Mỹ hay thanh niên đi mua bán thuốc phiện cho Mỹ, cha buồn lỡ khi thấy họ sinh ra đứa con rơi lai Mỹ, hay vướng phải nghiện ngập á phiện, chuyện cha "lo lắng" không phải chưa hề xảy ra…

Có một lần lính Mỹ chạy ngang qua đường, xui xẻo nên tông chết thằng nhóc (học trường của cha) đang băng qua đường. Cha dựng lều để che mưa nắng cho thằng nhỏ nằm tại chỗ, rồi để nguyên "hiện trạng" ngoài đường để bắt đền tụi Mỹ.

Phần Eo, hay đi chơi lang thang (bụi đời) ngoài đường với bạn của mình nên dễ bắt gặp cảnh Mỹ ném đồ cho các em lượm, nhìn thèm muốn chết. Eo cũng như như những đứa trẻ ngoan của trường luôn nghe theo lời cha xứ dặn, nhưng bây giờ Eo như bà Eva "con" trong vườn địa đàng, đứng trước cơn cám dỗ: trái táo cấm (Mỹ) cho nằm ngay chân, ngay trước mặt mà phải chọn giữa Thiên đàng (nghe lời cha) và Hỏa ngục (lượm chực táo bom, kẹo ngọt của lính Mỹ)…Thôi Eo phải chọn thiên đàng.

Sao ông bác sĩ Mỹ chích ở nhà thương Duy Tân cho Eo kẹo bánh lại khác hơn ông lính Mỹ đóng ở đồn lính Mỹ cho Eo nhỉ?

Có đôi lần lính Mỹ vận chuyển bằng xe cam nhông đi ngang qua cổng trường Eo, vì trường Eo nằm ngoài mặt tiền quốc lộ 1, họ ném từng túi nhỏ kẹo bánh, đồ Mỹ xuống đường cho học sinh tha hồ nhặt.

Có một hôm, tình cờ Eo đi lễ về trễ, thì trời cũng vừa chạng vạng chiều. Ráng nép xa, sát vào cỏ bên đường để tránh xe. Vừa đi vừa nghịch, chân đá vào đám cỏ xước, vô tình đá phải mấy quả trái óc chó còn nằm lẫn trong đám cỏ khô.

Một mình một cõi "chiếm kho tàng" Eo cố giương mắt tìm nhặt cho nhanh trước khi trời tối. Mừng húm, Eo chạy về gọi mấy đứa hàng xóm. Thế rồi không đợi Eo dứt câu, một đội quân nhí hùa nhau đến đó.

Chúng bò cả ra cỏ vì trời tối khó thấy đường ráng đâu mò cho ra "hột dẻ óc khỉ". Đem về chúng lấy búa gõ ra ăn, ngon và béo lắm.

Sáng sớm hôm sau, chúng còn kháo nhau chạy ra đó tìm, may ra vẫn còn sót chăng. Có đứa đứng ngẩn người tiếc hùi hụi: Trời ơi! Nó nằm đây mà mình không thấy.

Có nhiều đứa còn chạy theo đón lính Mỹ cứu hỏa tận cổng trung đoàn 6, cổng ra phi trường để xin kẹo. Chúng cũng hay rủ nhau đến trạm xá nhỏ của lính Mỹ nằm ngay sau lưng trường Trần Quốc Toản xin thuốc. Canh gặp được Mỹ rồi, tụi nhỏ kêu với:

"Ê you!".

Trưa hè nắng chỉ lên đầu, ôm đầu lắc lắc, rồi xoa bụng, khom người ra dấu đau, đói hay giả vờ ôm ngực ho hụ hụ…

Có khi, lính Mỹ chạy ra phát cho mấy viên thuốc bổ, tròn nhỏ màu nâu, ngọt ở ngoài, đắng ở trong. Đám trẻ ngậm cho hết ngọt rồi nhả ra. Tụi nó thích nhất là thuốc ho vì nó có vị ngọt the, rất thơm. Viên tròn như chiếc nhẫn màu cam, đỏ xanh đủ màu ăn ngon như kẹo vậy. Tụi Mỹ biết tỏng mấy nhóc thích xin thuốc "ngọt" thôi.

Bởi vì thuốc mới vừa bụm trong tay đã thấy tụi nó cười toe toét khoe mấy cái răng sún "nham nhở". Chạy đi không quên đưa ngón tay cái giơ lên khen:

"Ê! You number one".

Có những hôm đơn vị không quân, bộ binh trung đoàn 1, có cả người Mỹ, đứng dợt duyệt thao bên trong phi trường.

Ở bên hàng rào kẽm gai, lưới B40 này, tụi trẻ trai gái tự động, nhỏ trước lớn sau, xếp thành hai hàng.

Hễ ở trong đếm 1-2, bên ngoài cũng hô to 1-2. Bắt chước bước đều răm rắp, làm theo lính Mỹ bên trong.

Không biết đội lính nhỏ này của Eo thành lập đã bao lâu, nhưng giờ giấc và dợt diễn binh bên ngoài rất quen thuộc và ăn khớp, khiến tụi lính Mỹ buồn cười và thương đám nhóc lắm.

Thế rồi một hôm đẹp trời, giống như chuyện cổ tích bảy chú lùn ở tận trong rừng sâu, nhận thiệp mời dự tiệc cưới của công chúa Bạch Tuyết. Tụi nhỏ thật sự lên "tiên".

Phi trường Đà Nẵng

Mấy ngày trước đó, số là tụi lính Mỹ cứu hỏa ném qua cổng cho hai chị Thơm, Nhung, khoảng 16 tuổi, con nhà nghèo tử sĩ, một gói quà, kèm tờ giấy. Hai chị lượm được, rồi nhờ những anh chị học lớp 12 biết tiếng Anh dịch dùm:

"Lựa cho 20 em, vừa trai vừa gái tuổi... vào lúc 16 giờ ngày... đứng ở cổng số 2, trung đoàn 6..."

Ngày 24 tháng 12. Tụi nhỏ tắm rửa sạch sẽ, mặc áo trắng, quần hay ríp xanh đồng phục, bỏ thùng, nai nịt gọn gàng, giày dép đầy đủ. Đứa nào không có thì đi mượn áo, dép của bạn mặc cho mới, chải đầu láng o nhìn rất là tươm tất.

Ba giờ chiều, mười đứa con trai, mười đứa con gái tuổi từ 8-12 hớn hở tập trung trước trường Trần Quốc Toản thành hàng nhỏ trước lớn sau. Tay không rời hai chị lớn mặc áo dài trắng đồng phục dẫn đường đi đến chỗ đã hẹn.

Mấy ngày trước đó, số là tụi lính Mỹ cứu hỏa ném qua cổng cho hai chị Thơm, Nhung, khoảng 16 tuổi, con nhà nghèo tử sĩ, một gói quà, kèm tờ giấy. Hai chị lượm được, rồi nhờ những anh chị học lớp 12 biết tiếng Anh dịch dùm:

"Lựa cho 20 em, vừa trai vừa gái tuổi... vào lúc 16 giờ ngày... đứng ở cổng số 2, trung đoàn 6..."

Ngày 24 tháng 12. Tụi nhỏ tắm rửa sạch sẽ, mặc áo trắng, quần hay ríp xanh đồng phục, bỏ thùng, nai nịt gọn gàng, giày dép đầy đủ. Đứa nào không có thì đi mượn áo, dép của bạn mặc cho mới, chải đầu láng o nhìn rất là tươm tất.

Ba giờ chiều, mười đứa con trai, mười đứa con gái tuổi từ 8-12 hớn hở tập trung trước trường Trần Quốc Toản thành hàng nhỏ trước lớn sau. Tay không rời hai chị lớn mặc áo dài trắng đồng phục dẫn đường đi đến chỗ đã hẹn.

Học sinh tiểu học - Quần xanh áo trắng - Ảnh minh họa.

Bốn giờ chiều, một chiếc GMC từ trong phi trường đến đậu ở cổng số 2. Cổng số 2 là cổng dành cho xe lớn còn cổng số 1 dành cho khách đi bộ, xe hai bánh.

Hai ông Mỹ nhảy xuống ra hiệu cho người gác cổng. Cánh cửa xịch mở, lũ nhóc ngoan ngoãn đi theo chân hai người Mỹ vào cổng phi trường đến ngay chỗ đậu xe.

Hai người Mỹ khác đã mở cửa ở đuôi xe chờ sẵn. Họ lần lượt hôn lên đầu lên trán từng em một, rồi họ nhấc bổng lên xe. Hai ông Mỹ khác cũng ở sẵn trên xe đón và sắp đặt chỗ ngồi.

Hai mươi đứa lố nhố như đám vịt bị cột miệng, bị lùa vào nhốt. Khi xe bắt đầu chạy, cái cảm giác "đe dọa" cũng tan dần. Chúng tò mò đưa mắt nhìn hai bên đường. Sau hàng rào B40, mấy dãy rào kẽm gai khoanh tròn nằm dài lẫn trong cỏ xanh bát ngát dẫn đến khu vực quân sự. Những dãy nhà kho đóng cửa nằm đó, nhìn là nhìn vậy thôi chứ có biết nhận định "quân sự" là gì đâu?

Tầm 20 phút sau đã đến điểm dừng.

Sáu ông Mỹ kể cả tài xế, mở cửa và nhanh nhẹn nhảy chuyển từng đứa xuống. Sau đó, cả đám rất kỷ luật, nghiêm túc xếp hàng theo hai ông Mỹ đi trước dẫn đầu và bốn ông đi sau "hộ tống". Đến trước căn nhà giăng bạt rộng lớn, có sắp hai dãy ghế bàn dài. Một bàn dành riêng cho 8 đứa con nít Mỹ ngồi đó.

Phía trong là một sân khấu, cột những chùm bong bóng Mỹ có vân vân, to đẹp hơn bong bóng Việt Nam nhiều. Bên này sân khấu, một hang đá Chúa giáng sinh nhấp nháy đèn màu, một cây thông trang trí rất nhiều trái cầu, quả châu. Đứng kế bên, trước mặt hình người ông già Noel là chiếc ủng đỏ rất to. Phía trên hang đá có chữ MERRY CHRISTMAS, chắc có nghĩa mừng Chúa giáng sinh.

Trường Trung Tiểu Học Á Thánh Tử Đạo Lê Bảo Tịnh.

Cha Simon Maria Đinh Hưng Lợi-Chánh xứ Phước Tường-
Giám đốc trường Trung Tiểu Học Á Thánh Tử Đạo Lê Bảo Tịnh

Há hốc, ngạc nhiên dù khu quân sự nhưng hình ảnh quen thuộc, đẹp chẳng khác gì ở nhà thờ.

Được xếp vào ngồi xen kẽ, cứ cách một hai đứa, một hai ông lính Mỹ. Cạnh bàn bày một thùng lớn ướp đá nước ngọt cô ca, trên bàn thì kẹo bánh "một trời".

Như hổ con đói ngồi giương mắt nhìn miếng mồi ngon trước mắt, chỉ cần "hai chị" ra lệnh là đám nhóc "vỗ" ngay.

17 giờ thiếu 10 phút.

Sân khấu rực sáng, cha tuyên úy Mỹ phát biểu đọc lời chúc mừng sự có mặt của các em nhỏ Việt Nam, đã đến chung vui, dự tiệc mừng lễ Noel với các em bé Mỹ. Cha làm phép bữa ăn, có thông dịch viên người Việt.

Sau tiếng vỗ tay "đóng góp" chúc mừng thật lớn của lũ trẻ, bữa tiệc bắt đầu.

Tiếng mở sâm banh, mở những lon nước ngọt vang lên giòn giã. Tụi nhóc cũng hết sợ sệt, hồi hộp… tụi nó chụp lon nước được lính Mỹ mở ra mời mà tu lấy tu để.

Có thằng hên, quần có túi bèn lật đật giấu nhét vội lon nước đem về cho em ở nhà. Từ nhỏ đến giờ, có ai tử tế cho mình ăn cái gì đâu. Đám con gái đành tiếc ngẩn ngơ vì váy đồng phục may không có túi.

Sau khi uống hết lon đầu, ngại ngùng cũng đã quen. Tụi Mỹ hiểu ý nên cho uống thả dàn, đám nhóc uống cành bụng cành hông.

Khi đã no nê, chúng ngồi nhâm nhi nhai kẹo, ăn bánh. Hai tay cầm đầy kẹo "cố thủ". Nào là bánh khúc cây giáng sinh (Buche de Noel), kẹo sô cô la, kẹo J móc ông già xanh đỏ, có đứa móc vào lưng quần, kẹo khúc dẻo của Mỹ đủ màu…

Sau 20 phút ăn uống miệt mài. Ông thông dịch nói rằng chúng ta cùng nhau hát: "Đêm đông lạnh lẽo Chúa sinh ra đời, Chúa sinh ra đời nằm trong hang đá nơi máng lừa…".

Bài này chúng hát thuộc làu làu, chắc lính Mỹ nghe nó chẳng hiểu gì đâu? Đến khi Mỹ mở máy hát nghe bi bô, chúng liển "to mõm" hát theo các chú lính Mỹ: "Dinh gô beo, dinh gô beo (Jingle Bells) ô ố ồ ố ố… ô ố ồ ô ô…" (thuộc có đến thế thôi).

Sau một hồi nghe hát, thì họ bắt đầu đem ra những khay thức ăn đặt trên bàn. Đó là con gà Mỹ bự tổ chảng. Bên trong bụng nhét cái gì không biết chỉ nhận ra mấy trái nho khô.

Tiếp đó là thố súp bò hầm khoai tây cà rốt, thơm "mùi" Mỹ bốc khói lên nghi ngút. Chưa hết còn có những ổ bánh mì vừa to vừa dài và cơ man nào là đồ thịt hộp.

Đám con nhà nghèo nhìn trố cả mắt. Tuy nhiên, bọn nó không đứa nào ních nổi nữa dù thèm lắm. Bởi vì vừa rồi, chúng nó uống quá nhiều nước ngọt và ăn vô số bánh kẹo. Chúng tiếc hùi hụi nhưng rồi tự nghĩ: "Không biết họ có cho mình ăn không? Biết sẽ có thức ăn ngon vầy đã ráng để bụng? Uống nước no "bà" nó rồi".

Thằng Đốm còn ước gì mình được gói đem về cho em, cho mẹ ở nhà?

Nghĩ tới đây, lòng Đốm chùng xuống. Nó ráng ăn, ráng nhét vào bụng nhưng không còn thấy háo hức, ngon nữa. Nó ngồi mút kẹo mà chỉ nghĩ ước làm sao đem một ít thức ăn về cho mẹ và em.

Cái ủng đỏ lớn của ông già Noen được mở ra.

Tiếng ông thông dịch viên: "Các em xếp hàng lên nhận quà. Mỗi em thò tay bốc trúng đồ chơi nào, thì nhận đồ chơi đó!".

Đồ chơi gồm: xe, búp bê (có bộ cót đằng sau, hễ kéo dây, nó kêu khóc oe oe) banh, súng, kiếm… Những gói được gói giống nhau, duy nhất có một phần quà độc đắc được gói đẹp nhất. Đứa nào bốc trúng quà mình thích thì mừng, đứa nào "không" thì buồn.

Khi gói quà trúng độc đắc mở ra, bao nhiêu cặp mắt đổ dồn, tò mò bu lại coi: Đó là chiếc xe thổ mộ chạy bằng pin, có ông già Noen cầm cương cỡi tuần lộc. Khi được bật lên, đèn gắn trên xe chớp chớp, con ngựa và ông già cưỡi xe đi kêu lọc cọc, lọc cọc.

Đứa được món quà này mừng đến mức nhảy tưng tưng, ôm chặt như sợ đứa khác dành mất. Thấy quà đẹp và lạ nên đứa nào cũng thèm thuồng, có đứa còn ganh tị:

"Trời, cái thằng ăn tham nhất bọn lại bốc trúng độc đắc".

Ưu đãi của bữa tiệc dành cho bọn trẻ chưa hết khi ông thông dịch thông báo: "Mỗi em được một quả bong bóng đem về".

Hai chị vội chạy lên sân khấu lấy bong bóng ra phát cho từng đứa.

Ông thông dịch còn nói: "Kẹo bánh còn lại trên khay các em được phép mang lấy về".

Thế là không ai bảo ai, tụi nhóc lôi vạt áo ra khỏi quần, váy, lùa hết kẹo trên bàn vào và túm lại. Tay còn lại cặp đồ chơi và cái bong bóng.

Cha tuyên úy Mỹ nói lời "cám ơn" chào "tạm biệt" tụi nhóc.

Một bữa tiệc đẹp như trong mơ, đứa nào đứa nấy vô cùng hớn hở. Vì thế trước khi về thì đưa tay vẫy chào rối rít:

"Ê you! bái bai... bái bai…"

"Ê you! Gút bai... gút bai nhé!"

"Chào ông Mỹ!"…

Xếp hàng ra xe, đám nhỏ lật đật, vụng về đến mức rơi rớt "quà". Tụi Mỹ nhặt lại cho từng đứa.

Chuyện cổ tích ông bụt, bà tiên đôi khi lại xảy ra giữa đời thường. Có nằm mơ cũng không nghĩ đến buổi tiệc Giáng sinh kỳ diệu ấy đối với người lính Mỹ đã dành cho những đứa con em của người lính VNCH nghèo.

Tối nay tụi nhóc được ăn no nê, vui chơi đã đời, quà cáp đầy tay. Có lẽ chúng chưa bao giờ thấy sung sướng hả hê đến thế, về đến nhà là đứa nào đứa nấy lăn ra ngủ khò, mang theo cả niềm tin yêu đi vào giấc ngủ. Bọn chúng tha hồ ngủ nướng vì ngay mai được nghỉ học.

Hôm sau thằng Đốm (vì nó có cái bớt đen bẩm sinh to đùng nằm ngay giữa cổ) chạy lên cho Eo cục kẹo Mỹ. Thế rồi nó kể, tường thuật từng lời, từng chữ thật rành rọt… Eo thì ngạc nhiên, hỏi nó không ngừng.

Thú thật, Eo rất say mê chuyện cổ tích mà các thầy, cô kể trong giờ học hay chuyện kinh thánh cựu ước do các sơ kể trong giờ học giáo lý. Những câu chuyện "hay", đạo đức lành mạnh được các thầy các cô đem ra kể trong giờ sinh hoạt học đường hay giờ công dân giáo dục.

Eo cũng say mê đọc truyện loài hoa đỏ mà chị Kây mua đem về cho Eo. Eo cũng đi "đổi truyện" loài hoa đỏ với bạn bè mang về.

Thế nhưng chưa có câu chuyện nào hay sống động tưởng như "cổ tích" này của thằng Đốm.

- Sao Đốm không rủ Eo đi với, có con gái cũng được đi mà?

- Đốm muốn rủ Eo, nhưng họ nói không cho.

- Vậy sang năm Eo có được đi không?

- Ừ chờ sang năm mình đi,

Sau chuyện của thằng Đốm, hễ biết đứa nào đã đi dự tiệc, Eo đều kêu nó kể lại tình tiết câu chuyện nghe mà không biết chán là vậy. Nó mà kể sót chi tiết nào Eo sẽ nhanh chóng bổ sung ngay theo dù Eo là kẻ không hề hiện diện.

Đó là chuyện vui, sung sướng giữa lũ trẻ với lính Mỹ nhưng cũng có chuyện buồn cười ra nước mắt, đáng tiếc xảy ra.

Đó là lần 5 thằng giặc cướp cả gan rủ nhau, chui sâu vào trong phi trường "lấy đồ". Đang lui cui nhét nhét thì bị bọn Mỹ phát hiện. Ba thằng nhanh chân chạy về cổng trung đoàn 6 thoát thân. Anh Thụ (học lớp Eo) và người bạn còn lại bị "chộp" tại chỗ.

Lính Mỹ bắt giữ nguyên tang vật tại hiện trường và nhốt hai đứa. Vào "tù" thì gặp mặt ba đứa bỏ chạy trước ngồi trong đó trước rồi. Ông Mỹ trắng (cai tù buổi tối) nhìn đỡ hắc ám chứ mặt Mỹ đen (cai tù buổi sớm hôm sau) vừa khó vừa dữ thần sầu.

Nhà tù (con nhắc) rộng chừng 2 mét vuông, bằng sắt, trống trơn đượm mùi "tù tội". Sáng ngày hôm sau, Tụi Mỹ bên ngoài không muốn rớ sờ tới tang vật. Ở bên trong song sắt, tụi nhỏ nổ đốm con mắt, ngoác miệng nhìn ra ngoài, kêu khóc xin tha. Tụi Mỹ mặc kệ, cứ nói chuyện xí xô xí xào.

Đến lúc thấy Mỹ chỉa súng về phía tụi nó hét "VC… VC…" và dọa bắn thì cả lũ òa lên khóc. Chuyến nó chắc mẩm đợt này chắc "tiêu tùng đời trai" thật rồi.

Khi ông Mỹ Đen quát tháo, tra hỏi đủ thứ… nhưng tụi nó đâu có biết, có hiểu tiếng Mỹ, cứ giương mắt ếch nghe như vịt nghe sấm. Mãi đến khi nghe loáng thoáng chữ "sờ tú đần" (student) thì cái túi khôn "ngôn ngữ" của chúng học "lóm" được mở ra xài:

"Sờ tú đần.. sờ tú đần…" - chúng la lên và gật gật đầu lia lịa.

Thằng biết tiếng "bồi" thì la, thằng hiểu tiếng "Việt" thì tuôn ra một tràng "vớt vát": "Học sinh… lớp ba… trường trung tiểu học Lê Bảo Tịnh…".

Đến chiều, Mỹ cho mời thông dịch viên đến trước "trại tù" thẩm vấn. Tụi nhỏ dành nhau "khai báo". Sau khi lấy "cung" xong. Ông thông dịch đi đến chỗ mấy ông Mỹ thưa chuyện. Nó biểu ông thông dịch mở một trong năm túi xách của đám nhóc ra khám. Mỹ (đeo súng) lắc đầu nguây nguẩy… và nhìn tụi nhỏ "tù binh" la lớn "VC…VC…".

Đám nhỏ khóc rống lên.

Một lúc sau, có một chiếc xe Jeep Mỹ từ phi trường chạy ra, đậu ngay cổng trung đoàn 6. Ông Mỹ bước xuống ra lệnh gì đó, ngay lập tức, tụi Mỹ lôi năm thằng nhóc ra đứng trước mặt năm túi "đồ chôm" của chúng. Tụi nhóc khóc và hồi hộp đứng trước đoạn "đầu đài" chờ xử.

Nước mắt nước mũi tèm lem, tụi nó bèn hỏi ông thông dịch:

- Tụi Mỹ sẽ làm gì tụi con?

- Nó nói tụi mày là Việt cộng nên sẽ mang đi bắn bỏ. Tụi bây đọc kinh "ăn năn tội" đi là vừa. - Ông thông dịch trả lời.

Nghe xong, đám nhóc khóc rống to hơn.

Khi tụi Mỹ trở lại, tụi nhóc "quỳ" xuống vừa khóc vừa lạy xin tha. Tụi nó sợ muốn "đái ị" cả ra quần.

Một trong những ông Mỹ mặt mũi nghiêm trọng ra lệnh cho từng đứa phải mở, đổ đồ trong túi xách (cặp táp) của mình ra. Đồ nhét trộm là trái chùm bao đổ ra tung tóe.

Cả đám người cố nhịn cười.

Thì ra, sau giờ học, năm đứa nó rủ nhau leo vào phi trường hái trái Lạc Tiên (chùm bao, long châu…) mọc hoang, đang leo đầy trên dây hàng rào kẽm gai, trái chín vàng rực. Khi năm thằng đang hăng say hái nhét đầy vô cặp sách thì bị lính Mỹ phát hiện. Họ nghi là Việt Cộng "ôm bom" vào phi trường "gài mìn".

Dù đã biết sự thật nhưng tụi Mỹ để mặc tụi nhóc quỳ lạy than khóc một lần cho "tởn". Lính Mỹ ghi tên năm học sinh đó lên tờ giấy dán lên trạm ra vô cổng trung đoàn 6 Phước Tường của phi trường.

Sau đó chúng dẫn năm đứa ra trước cổng rồi đạp cho mỗi thằng một đạp "thật mạnh". Năm thằng văng tọt ra đường cách đấy gần chục mét, đau điếng. Nhưng khi vừa lồm cồm bò dậy còn ráng xoay lưng vỗ vào "đít" mình mấy cái.

Tụi nó còn giơ ngón tay cái ra dấu chỉ ngược xuống đất "You number ten"…

Chừng thấy mấy thằng Mỹ rượt mới cắm đầu bỏ chạy trối chết.

Ngày hôm sau, ở văn phòng hiệu trưởng kêu tên năm thằng, cha xứ lại đánh tiếp cho mỗi thằng mấy cây roi mây nữa. Mãi đến bây giờ, anh Thụ qua Mỹ sống rồi vẫn không thèm học tiếng Anh vì mối thù truyền kiếp với ông Mĩ đen ngày nào.

Mùa xuân năm 1972, chiến tranh xảy ra khắp nơi: Hạ Lào, Khe Sanh, Quảng Trị…

Năm 1973, trại lính đóng ở chân núi Phước Tường đã dỡ hết. Tụi lính Mỹ lục đục rút về nước.

Không còn ai ném kẹo bánh cho tụi nhỏ lượm nữa. Kẹo bánh, đồ hộp Mỹ khan hiếm. Nhà giàu có tiền mua còn không ra, lấy gì đám con nhà nghèo. Tụi nhóc bắt đầu thèm kẹo sô cô la đến nhỏ dãi, nhưng tiền mua bút mực, sách vở để học còn không có, làm gì có tiền dư mà mua kẹo "xúc cù là" (sô cô la).

Trong lớp bắt đầu có dịch vụ cho copy bài, đến nhà chỉ bài hay làm dùm bài tập về nhà của mấy đứa học giỏi. Khách hàng của mấy đứa học giỏi là mấy đứa nhà giàu nhưng học dốt. Tiền công được trả là kẹo dừa, đậu phụng, mè… nói chung kẹo Việt Nam là… miễn tiếp, phải là kẹo sô cô la mới thương lượng.

Hàng xóm nhà Eo là bà đại úy Văn có bầy con gái bảy đứa. Eo vẫn thường xuyên qua nhà bà và theo đám con gái leo lên bao cát tít trên nóc hầm trốn pháo kích để chơi đồ hàng, mặc dù trên đó nóng bỏ xừ.

Bố nó làm cho không quân ở sở Mỹ trong phi trường nên hễ có đồ gì là lạ của Mỹ là tụi nó có. Thấy tụi nó có, Eo cũng đòi gia đình mua cho bằng được, duy chỉ có những cuốn sách báo (quảng cáo) Mỹ bố nó đem về cho chúng nó xem, Eo không thể tìm mua được.

Eo thích mấy tờ báo đó lắm vì hình ảnh trong đó đẹp quá sức tưởng tượng, nào là những hình ảnh búp bê, trang sức, áo đầm, giày dép, bàn ghế, nhà cửa, cây cối, hoa quả… đủ loại. Còn có những bộ giường ngủ tuyệt đẹp như giường ngủ của công chúa trong thần thoại vậy.

Mỗi lần Eo cố gắng ra công dạy học hay làm gì cho tụi nó là chỉ mong chị lớn của tụi nó trả công cho, bằng cách xé cho Eo một, hai tờ báo trong những cuốn báo ấy. Biết Eo thích những tờ báo ấy, nên con chị lớn (nhưng nhỏ người) đanh đá "làm tình, làm tội" Eo đủ thứ. Mãi đến tối mờ tối mịt mới "bố thí" cho một hai tờ báo đem về.

Eo mừng lắm, đem về dán lên tường chung với bằng danh dự, giấy khen thưởng của Eo trong phòng ngủ của Eo và chị Kây. Mỗi lần lấy hay móc mũ nón, cặp vở lên tường Eo không ngớt có dịp ngắm nghía đồ vật quảng cáo của Mỹ trên tờ báo mà sướng con mắt, mơ ước như mình một phần đã sở hữu được nó thiệt rồi vậy. Eo ôm mãi giấc mơ hưởng thụ những đồ đẹp ấy.

Sân chơi của tụi nhóc, bây giờ mỗi ngày không còn ai đi qua ném quà cho "lượm" nữa. Tụi nhóc không buồn tới đó chơi vì thế cỏ mọc lan đầy, um tùm…

Dần dà, bóng lính Mỹ ở sân chơi đó chìm mau vào quá khứ. Sân chơi cũng dần bị dân chúng lấn chia nhau để cất nhà lên ở hoặc làm vườn trồng rau. Tụi nhỏ tiếc rẻ, nghẹn nghào trong lòng, mở miệng như mấy ông "chính trị con" khi tự an ủi:

"Mình còn sợ Việt cộng thấy bà, huống hồ gì tụi Mỹ, nó không bỏ đi sao được".

Niềm vui của tụi nhỏ bây giờ là canh chiều nào ti vi chiếu phim cao bồi Mỹ là đứa bồng, đứa dắt em qua nhà hàng xóm xin cho vào ngồi coi ti vi nhờ.

Chủ nhà ra lệnh phải bỏ dép ngoài sân, phủi chân sạch sẽ, vào nhà một góc im lặng. Đứa nào la hét, hay để em bé khóc la ồn ào là bị tống cổ đuổi về. Phim hay lại hiếm nhà mở cửa cho con nít vô coi ké nên chúng ráng dỗ em, răm rắp vâng lời chủ nhà.

Phim chiếu ở trên, ở dưới này, các anh lớn tiếng Anh đầy "mìn" (mình), coi phim rồi... dịch, nổ oang oang với chủ nhà. Tuy cũng có "trình độ đoán mò" nhưng năng khiếu tự nhiên Trời cho nên dịch thuật câu chuyện phim cũng trơn tru "na ná" dễ hiểu. Tụi nhỏ khoái chí ráng ngóng tai để nghe, không bỏ sót đoạn nào để ngày mai còn đi kể lại cho đứa khác hôm đó chưa có dịp để xem.

Phim Mỹ chiếu những cuộc, cảnh, chiến tranh giữa bọn cao bồi. Chúng bắn giết tàn sát lẫn nhau, bắt đi người yêu của "người hùng"… khiến tụi nhỏ thương tâm sùi sụt nhưng pha lẫn sự khoái chí.

Nhưng đó là đối với phim ảnh, chứ nhìn lại cảnh chiến tranh, chúng sợ khiếp trong lòng. Tụi nó tin rằng người "hùng" tranh đấu vì chính nghĩa còn người "ác" thì tranh đấu vì tham vọng.

Tuổi của tụi Eo là tuổi hay tò mò, phá phách. Khi đoàn sơn đông mãi võ về họp bán thuốc dạo ở chợ, đám con nít rất khoái. Tan học về là tụi Eo ba chân bốn cẳng rủ nhau ghé thẳng xuống chợ coi xiếc.

Đám sơn đông mãi võ cầm đao to, búa lớn múa võ vun vút rất đẹp mắt. Thậm chí, còn có màn khỉ lái xe đạp một bánh, chó làm xiếc và còn có một con trăn rất lớn. Đám sơn đông mãi võ còn bày ra những bộ da cọp, beo, gấu hay sừng tê tê, nai, tê giác, ngà voi... ra sân chợ để hấp dẫn người xem. Sở dĩ họ bày ra nhiều trò như vậy là vì muốn người ta mua thuốc đau răng, đau bụng, trị ghẻ lác, thuốc xổ sán lãi... mà họ bán.

Lũ trẻ cố chen lấn vào đám đông, xem đến ngây ngốc... Có đứa còn bỏ cơm, bỏ việc nhà xem đến lúc sẩm tối khi chợ tàn.

Lúc này, tụi nhỏ mới giật mình, mới lo về nhà bị bố mẹ đánh vì đi chơi mà không xin phép. Mà tụi nó cũng ma mãnh lắm, sợ xin phép mà bố mẹ không cho, bắt ở nhà trông em nên cứ cố tình "chém trước tâu sau".

Đừng nói trẻ con, người lớn cũng bị đám sơn đông mãi võ này hút hồn. Bằng chứng là mỗi lần nhóm thuốc dạo đến thì y như rằng hôm sau đám con nít thân gầy tong, bụng ỏng đều được cha mẹ cho uống thuốc xổ. Không biết lãi ở đâu trong bụng mà tụi nhóc "xổ lãi" ra nhiều lắm thế.

Mùa hè năm 1974, lần đầu tiên Phước Tường có đoàn cải lương Thời Đại về đóng đoàn ở trường Bồ Đề. Họ dựng lều để ở trong dãy trường bị bỏ trống từ lâu và nó cũng đã hư hại, đổ nát sau một trận pháo kích nửa đêm. Trụ trì chùa không có tiền để cải cách tu bổ lại.

Đoàn cải lương dựng rạp và diễn hát ở ngay giữa sân trường Bồ Đề.

Chiều lại, chiếc xe Dasu giăng biểu ngữ chạy ngược chạy xuôi ngoài đường lộ, bắc loa, rao quảng cáo về gánh hát inh ỏi. Chiều chiều, bà con, đặc biệt là đám nhỏ cứ bế em, tò mò kéo nhau đi tìm đến trường Bồ Đề để coi cách họ sinh hoạt khác mình như thế nào.

Ai cũng háo hức, trông mong đến ngày đi coi cải lương.

Không như coi sơn đông mãi võ, muốn coi cải lương phải mua vé. Đám con nít thì làm gì có tiền, xin cha mẹ chưa chắc đã được. Vả lại, cha mẹ cũng khó khăn, cha mẹ chưa chắc chịu bỏ tiền coi, làm gì đến lượt tụi nó.

Ngày đầu tiên đoàn diễn, những đứa may mắn không bị cha mẹ cấm ngặt ở nhà thì chạy loanh quanh cốt tìm chỗ "hớ" để chui vào rạp.

Người của đoàn cải lương dường như cũng biết tính người "coi hôi" này nên có đứa chưa kịp chui đầu vào đã bị xách tai, túm cổ ném ra ngoài. Thất vọng vì không làm được gì, tụi nhỏ rủ nhau ngồi nghịch cát. Một trong số chúng bỗng đưa ra sáng kiến là tại sao tụi nó không tự đóng cải lương?

Tụi nó từng coi hai tuồng cải lương trên tivi, đó là tuồng *Lương Sơn Bá - Chúc Anh Đài* và Tướng cướp *Bạch Hải Đường*. Thế là chúng chia nhau đóng vai, chúng gân cổ cãi nhau, giành nhau nhắc tuồng.

Tuy mang tiếng đóng cải lương nhưng đa phần chúng giành nhau xem thử đứa nào nhớ nhất, đứa nào nhắc tuồng đúng nhất mà thôi.

Tuy cãi nhau như mổ bò nhưng đối với tụi nó, trò chơi này rất mới lạ, nhất là đám nhóc Bắc Kỳ con vì tụi nó đâu có biết ca cải lương bao giờ. Dù không được vô rạp coi nhưng tụi nó vẫn vui như "mở hội"

Hôm sau, có thằng ma lanh mách: "Tao đi vô cổng với ông lính (lính địa phương), bố thằng Tín Vếu (mồm nó vếu) dắt nó theo. Bố nó đi đến cửa thì dạng chân ra. Tao bò qua háng, thế là tao lọt vô".

Tụi nhỏ lao nhao khen kế hay, có đứa nói ngay với Eo:

- Ê Eo, anh mày cũng là lính mà. Mày về nói anh mày mua một vé. Một người lớn được dắt theo một đứa con nít (là Eo) rồi biểu anh mày dạng chân to ra cho hai, ba đứa tụi tao chui được vô luôn.

Eo nghe có lý nên đã về hỏi anh y như vậy. Nhiều ngày trôi qua, nhưng mỗi lần Eo nhắc, anh đều trả lời: "Ừ! để anh coi đã…" nhưng mãi hoài không thấy anh Hai đoái hoài cho đến tận lúc đoàn cải lương rời đi.

Eo nhìn qua trường Bồ đề, cứ tiếc hùi hụi.

Cổng ngõ ngã ba ông Bưởi sửa xe, dẫn vô xóm chợ, đường vô trại Gia Binh tiểu đoàn 16 ở đó rất đông. Mỗi dãy gồm 10 căn nhà lính xây sát nhau.

Một số con em họ học lớp chín trở lên thì đi học trường Sao Mai ở Đà Nẵng. Tụi nhóc ngưỡng mộ các anh lớn này lắm cho nên mấy anh chị này bảo gì, bày trò gì để chơi, tụi nhỏ cũng đều răm rắp làm theo.

Dọc theo xóm có những cây ngô đồng rất to. Mùa hè, cây có trái. Trái ngô đồng to và tròn giống hình cái bánh xe. Khi trái khô, các múi của nó nứt ra.

Tụi nhỏ thi nhau lượm về, mài thành hình con cá, đục cái lỗ, xỏ dây thừng làm dây đeo trông rất oai. Hột nhân trái ngô đồng còn tươi có vỏ như hột đậu, tròn giống đồng tiền 1 xu.

Anh Túy, đàn anh của tụi nhóc nói hột này nướng ăn ngon lắm. Tụi nhỏ tin làm thiệt, báo hại đêm hôm đó, hơn chục đứa nướng ăn rồi cùng bị tiêu chảy ói mửa suýt chết.

Ba mẹ tụi nó được dịp lo hoảng, kẻ khóc, người than suốt đêm, thi nhau mướn xe lam chở con đi nhà thương ở Đà Nẵng cấp cứu. Anh Túy biết, sợ ba mẹ tụi nhỏ đi kiếm để "làm thịt" nên lật đật trốn mất.

Sau khi lính Mỹ đi, tụi nhỏ hay lang thang vào làng của người Thượng chơi. Chúng vô đó để hái lá me non, lá xoài, lá bứa non… để nhai vì mấy lá này có vị chua chua.

Nếu có chút tiền lẻ, chúng góp lại rồi vào vườn nhà nào có ổi, bứa, thị… thì mua chia nhau ăn. Tụi nó không dám ăn cắp vì nghe đồn, ăn trộm đồ của người Thượng sẽ bị thư ếm.

Hôm đó, đám thằng Luân đứng ngoài hàng rào, rủ hai thằng đôn Eo lên vai, tay Eo cầm cây gậy của ông nội thằng Đỏm (thằng Đỏm lúc nào đầu cũng chải láng cóng) với vào trong vườn móc cành cây keo. Khi Eo kéo cây keo xuống thì mấy đứa đứng dưới sẽ thò tay qua rào hái. Nhưng chẳng may, cây gậy trơn tuột kéo Eo vào luôn trong vườn. Eo có cú hạ đất bằng mông đau điếng.

Đồng bọn của Eo nhanh chóng bỏ chạy làm Eo càng run sợ. Eo nhìn quanh nhìn quất, tìm được cổng thì ba chân bốn cẳng phóng ra thẳng một mạch về nhà.

Về nhà rồi, Eo vẫn còn sợ nên mỗi lần thay quần áo, Eo cứ nơm nớp canh chừng bụng mình có đau rồi chướng phình lên không, sợ " đứa ăn cắp" như Eo bị người Thượng thư ếm.

Số là học sinh trường Trần Quốc Toản, trường Bồ Đề, sau khi học hết lớp 5 thì phải chuyển qua trường Lê Bảo Tịnh học tiếp lên đến lớp 9.

Xong lớp 9 thì phải chuyển lên Đà Nẵng học. Lúc này chị Kây cũng đã chuyển lên trường Sao Mai học, Eo cũng phải tự đi học một mình. Đến tuổi này, tụi Eo cũng bớt chia phe để đánh nhau mà chỉ lo học tập.

Một lần, Eo có dịp tập văn nghệ chung với anh chị Phật tử học lớp trên Eo. Nghe đâu họ từ những học sinh giỏi xuất sắc của trường Bồ Đề. Từ đó, vào những ngày rằm hay lễ lớn, mấy người đó hay dắt Eo tham gia những buổi văn nghệ mừng lễ Phật Đản, lễ Vu Lan hoặc cắm trại ngày lễ Mục Kiền Liên.

Quen biết với các chị, Eo bắt đầu về nhà rủ đám bạn thân của mình cùng nhau "tập" hát nhạc Trịnh hay diễn kịch. Eo cứ như cô giáo nhỏ của tụi nó vậy.

Xa hơn về phía chợ Phước Tường, lúc này mới xây thêm một ngôi chùa lớn. Chùa có nhiều bậc thang để đi lên. Eo vốn thích ở nhà lầu nên rất thích đi đến chùa này.

Tuy là người Công giáo nhưng với Eo nơi nào thiêng liêng "thần, thánh" Eo cũng cung kính. Eo vẫn không hiểu tại sao có nhiều gia đình lại cấm con nít như Eo bén mảng đến chùa.

Người ta thường nói, "Uốn cây từ thuở còn non".

Có lẽ vì vậy mà từ khi tụi Eo bắt đầu vào học lớp 1, trường Eo học đã rất nghiêm khắc. Cha xứ Đinh Hưng Lợi có tiếng khó, dữ nhất vùng, các cô thầy đến dạy dỗ ở trường cũng có tiếng đánh phạt học sinh dữ lắm.

Cha xứ, sơ và thầy cô rèn học sinh cách đi, đứng, ngồi, xếp hàng... đến cách viết chữ cũng phải nắn nót, thẳng hàng. Mực viết thì không được pha nhạt quá hay đậm quá. Bài viết thì không bôi tẩy xóa bẩn, làm rách lủng giấy. Vở viết thì được đánh số từng trang rồi nên không được xé bậy bạ.

Nếu không theo "khuôn khổ" thì bị khẽ tay rất đau. Ai không thuộc bài, quên làm bài tập ở nhà thì bị ăn đòn "thê thảm".

Mỗi cô, thầy ở trường có cách đánh, phạt học trò riêng, lũ trẻ theo đó mà ứng xử cách nhận đòn. Xòe tay ra hay úp tay lại? Tốt nhất là ngửa lòng bàn tay ra chứ lật úp bàn tay lại mà đánh … có mà đau thấu xương. Có thầy đánh không cho học sinh rụt tay lại, phải để yên. Có cô không đánh vào mông mà thích quất vào hai ống khuyển sưng vù. Có thầy thì đánh vào mông xong bắt quỳ lên vỏ mít, úp mặt vô tường.

Đôi khi, sau khi nộp bài tập làm văn hay bài tập toán cho thầy cô, để sửa bài tập này, thầy cô sẽ hướng dẫn các em bằng cách đổi bài rồi phát bài lại cho học sinh để các em sẽ thực hiện việc chỉnh sửa lẫn nhau. Khi sửa xong, mỗi người phải ký số thành của bao nhiêu lỗi phạm và tên của mình ở góc trên cùng của bài tập, sau đó quay nộp lại cho giáo viên. Đến lúc bị trừng phạt, giáo viên sẽ gọi cả hai, học sinh lẫn người sửa bài đứng lên trước lớp. Đối với mỗi lỗi sai lầm được đếm bằng một cái tát hoặc một roi mây. Người sửa chữa được phép tát vào mặt học sinh đó hoặc quất vào tay họ như thử cô giáo vậy; có một cậu bé mới vào lớp Eo cũng là một học sinh giỏi vừa mới chuyển đến trường Eo. Thấy giáo viên đánh học sinh rất mạnh ở đây, khi được là người sửa chữa, anh ta đã đánh vào mặt học sinh nữ của mình một cách mạnh mẽ như giáo viên đã làm. Sau khi trở về nhà đã bị người nhà của học sinh đó chặn đường lại đánh để trả thù cho nỗi đau của con em mình. Vì điều này, đã khiến tất cả các nam nữ sinh trong lớp Eo, có lẽ không dám trừng phạt nghiêm khắc với bạn cùng lớp của mình nữa?

Còn các sơ dạy hát nhạc, thủ công, thêu thùa... nói túm lại công dung ngôn hạnh kiêm luôn dạy giáo lý thì không đánh hay phạt nặng. Đứa nào phạm lỗi thì sơ viết giấy gởi lên văn phòng cho thầy hiệu trưởng xử.

Trong Kinh Thánh có nhắc đến hỏa ngục, nơi mà tất cả mọi tội lỗi đều bị xử phạt thích đáng. Người ta kháo nhau: "Quỷ sẽ móc mắt, cắt lưỡi, chặt tay...ném vào lò lửa nóng" Eo nghe kể và sợ lắm.

Tuy nhiên, chết thì tụi nhỏ như Eo biết chưa đến, nhưng hiện tại thì sợ không dám phạm tội, vì Chúa chưa "xử" thì người lớn đã "xử đẹp" với chúng rồi.

Những giờ học giáo lý, sơ kể chuyện kinh thánh rồi kèm theo tranh ảnh to như tờ lịch dán lên bảng cho tụi nhỏ xem, hình Adam Eva trong vườn địa đàng, hình ảnh ông Noah đưa súc vật lên chiếc tàu, ông Giuse, Moisen... Câu chuyện hay, hình ảnh đẹp sống động làm tụi nhỏ thích thú, chăm chú.

Eo học giáo lý rất giỏi vì vốn thích nghe chuyện kinh thánh, học kinh thì thuộc làu làu nên được phụ sơ nhiều nhất trong lớp học.

Eo được thầy cô, sơ giao cho nhiệm vụ điểm danh, xóa bảng, đứng lên bảng cầm thước chỉ cho các bạn đọc câu hỏi, trả lời, gom bài tập, có khi đọc bài cho cả lớp nghe.

Ngoài ra, Eo còn được phụ sơ mang tranh ảnh cuộn gọn, tập vở của sơ về nhà dòng, nhà xứ dành cho riêng các sơ. Đó là một vinh hạnh, vì chẳng có đứa nào được phép bén mảng tới nhà dòng dành riêng cho các sơ .

Eo nhớ cái phòng khách trang hoàng rất là dễ thương của các sơ. Ở bàn viết có để con chó đốm nhựa, hễ đụng cái đầu nó gật gật trông thích con mắt lắm.

Trên đường về dọc theo hành lang ra sân cổng trồng đủ loại hoa lạ hiếm có, cây thông, cây liễu nhỏ tỏa mùi thơm lạ, Eo thích xin sơ cho một cành lá hay vài cái bông về ép vở.

Sơ không những cho Eo, mà còn giúp Eo ép hoa lá vào tờ giấy bóng trong trong, có đủ màu sắt. Sau đó xịt vào hoa lá một chút keo giúp nó giữ lâu hơn. Eo ép chặt vào vở rồi đem khoe mấy đứa bạn khiến đứa nào cũng thèm, ganh tị.

Khi học lớp "xưng tội, rước lễ lần đầu", Eo chăm chỉ đi nhà thờ lắm. Mỗi ngày, sau tiếng kẻng báo giờ tan học, Eo đều thu xếp sách vở, bỏ vào cặp rồi chạy đến ngồi chơi với cụ Lai, chờ khi tiếng chuông nhà thờ cạnh trường vang báo giờ lễ.

Eo liền chạy qua, bỏ cặp sách dưới bàn thờ Đức Mẹ đặt ở cuối nhà thờ, rồi tiến lên ghế trên cùng ngồi với các bạn, dưới sự hướng dẫn của sơ dạy lớp xưng tội. Tham dự thánh lễ chiều xong, Eo mới lủi thủi về nhà.

Bàn thờ Đức Mẹ cuối nhà thờ, Eo cất cặp vở

Buổi chiều tháng 11, của ngày lễ các Linh Hồn năm đó, gió hiu hiu lạnh. Ở nhà, chị Kây khoác thêm cho chiếc áo lạnh mỏng rồi Eo vội vã đi đến nhà thờ.

Sơ đang dạy các em cách kiêng việc xác, để được ơn "toàn xá". Trong lúc chạy ra chạy vô nhà thờ đọc kinh Tin kính, kinh Lạy cha, kinh Ăn năn tội, Eo nghe một tin báo rất khủng khiếp: xóm chợ cũ của Eo vừa bị bắn chết cả xóm.

Eo nghe mà kinh hãi (tưởng họ chết pháo kích) đến mức không còn tâm trí để đọc kinh, cầu nguyện theo sự hướng dẫn của sơ. Chỉ mong mau xong lễ để chạy về xóm cũ xem chuyện gì đã xảy ra?

Khi chạy đến đầu ngõ hẻm xóm cũ, Eo thấy trước cửa nhà những người đã bị chết, xác người chết phủ drap trắng kéo ra để đấy ngoài sân chung của con ngõ.

Thật dễ sợ!

Eo lạnh cả xương sống, lạnh cả người... bèn quay lưng bỏ chạy về.

Kể từ giây phút đó, nếu phải đi chợ, Eo không bao giờ ghé lại thăm con xóm cũ để gặp bà vú Năm nữa. Eo cũng dặn lòng mình: không đi nhìn người chết nữa.

Sau, Eo nghe mọi người kể lại rằng, trong xóm Eo ngay khúc ở đầu cái giếng nước công cộng. Nhà bà Cơ và bà Tố ở gần giếng nước và đối diện nhau. Hai đứa nhỏ chừng 3-4 tuổi của hai nhà thường sang chơi với nhau, rồi hai đứa giành nhau cái dao lam và con bà Cơ bị đứt tay. Chuyện trẻ con chơi nhưng làm hai bà người lớn mỏi mồm. Cả hai bà cãi nhau um lên rồi hàng xóm đến can, kẻ nói vô, người nói ra... nhưng dàn xếp không xong.

Ông chồng bà Cơ vừa đi làm về, chưa kịp cơm nước thì bà đã ấm ức kể lể, khóc lóc phàn nàn cho rằng những người người hàng xóm xúm nhau ức hiếp bà và bênh vực bà Tơ. Ông ta vốn là Trưởng đội nhân dân tự vệ, đứa con trai đầu của ông bỗng nổi "đóa", lập tức họ xách súng đi qua từng nhà kiếm bắn trả thù.

Bước chân qua nhà bà Tố, thấy bà đang ngồi trước mặt nhà giặt quần áo, họ bắn chết bà và đứa con trai bà đang ngồi học ngay cửa sổ. Tội nghiệp thằng con bà Tố, nó đang ôn thi tú tài toàn phần và hoàn toàn không liên can gì. Riêng nhà gần nhà bà Cơ, thường đổ nước dơ lan qua sân sau nhà bà Cơ cũng bị tính sổ. Khi mẹ con bà Đang ngồi ở chõng tre kê trước sân, đang chải đầu bắt chí thì bị bắn chết ngay đơ. Chưa hết, hai cha con còn chạy qua nhà tìm bà Xê vì bà này có mối thù ghét với gia đình nhà bà Tơ đã lâu, nhưng may mắn sao bà Xê chạy thoát được. Cả bảy người lớn hôm đó bị bắn chết vì một lý do rất ất ơ.

Sau khi bị cảnh sát bắt "sống", ông Cơ tìm cách tự tử nhưng chưa chết. Tuy nhiên, đến lúc bị đưa vào bệnh viện, người chưa hiểu "sự tình" nói "lương tâm cắn rứt" nên ông cắn lưỡi chết luôn. Trong lúc xảy ra sự việc, bà Cơ sợ quá dẫn bầy con ra đường lộ, đón xe cũng trốn đi mất tiêu, biệt tăm biệt tích.

Đứa con trai đầu của ổng, kẻ xách súng đi bắn người một cách "dã man" cũng trốn đi biệt dạng từ lúc đó. Nghe nói hắn trốn ra tận ngoài Bắc. Không lâu sau giải phóng (30/4) hắn về lại Phước Tường một cách "huy hoàng" nghe đâu làm Công An và chức cũng khá lớn đấy.

Tụi nhỏ được sơ tập cho ca hát, đến giờ nghe thầy cô kể chuyện thì thích lắm, con trai thì đòi thầy kể truyện trinh thám, miền rừng, biển. Con gái thì đòi kể chuyện cổ tích.

Có câu chuyện dài, giờ học thì chỉ có 1 tiếng, mà đến đoạn gây cấn, hồi hộp thì hết giờ nên tụi nhỏ chỉ mong đến giờ sinh hoạt học đường vào thứ bảy để được nghe kể tiếp.

Riêng Eo, nghe xong thì nhớ nằm lòng, cứ mong về kể lại cho mấy đứa bạn, không học chung trường của Eo nghe. Khi kể, Eo bắt chước giọng điệu như in của cô giáo.

Eo rất thích hai giờ học này vào thứ bảy, thường thì giờ Giáo dục công dân, hai là giờ Sinh hoạt học đường. Thầy cô sẽ kể chuyện noi gương tốt để làm người có ích cho xã hội.

Trước tiên phải là công dân tốt cho lớp, trường rồi từ từ đến xã hội, đất nước. Sau đó lớp tụi Eo có 15 phút để "kể tội nhau" ra cho thầy cô xử phạt. Đứa có lỗi thì lo lắng, hồi hộp như bị đem ra đoạn đầu đài.

Eo nhớ nhất là tuyệt đối không được xả rác ra lớp, khuôn viên trường học, nơi vệ sinh công cộng. Một lần, có đứa cả gan ăn singgum rồi nhả ra ghế, cố ý trả thù cô giáo. Thế rồi buổi học công dân giáo dục tuần đó, thầy hiệu trưởng xuống lớp của Eo để cho tội phạm (cả lớp) mỗi đứa ba roi đau quắn đít.

Một lần, thằng Khánh ở Cẩm Lệ, Quảng Nam ra, mới đến học, hằng ngày phải đón xe lam đến trường.

Lúc xếp hàng vô lớp, Trưởng lớp hô: "Đằng trước... Thẳng!.

Thấy Khánh đứng sai, lớp trưởng nhắc: "Ê Khánh, xếp hàng vào mày".

Thằng Khánh bị nhắc nhở, đổ quê nên bực mình phát ngôn chống lại: "Thẳng con kẹt".

Thế rồi giờ học thứ bảy tuần đó, thằng Khánh bị tố tội và thầy hiệu trưởng kêu lên văn phòng (bàn mổ) đánh cho mấy roi vào đít.

"Con kẹt nè...con kẹt nè..."

Gặp thầy cô, sơ hay cha ở đâu là ngã nón cúi đầu chào cung kính. Có lần anh Đy học lớp 7 gặp cha xứ, không biết do vô tình hay cố ý chơi mà lí nhí chào:

"Cha chào con". Cha xứ nghe được, xách tai thoi cho mấy cái vào sườn, lưng.

Có lần, đứa nào làm gãy cành cây cảnh Đinh Lăng đang trồng giữa sân trường của cha.

Sáng hôm đó, khi xếp hàng trước cửa lớp, Eo nghe lệnh trên loa phóng thanh của trường, không lớp nào được phép vào lớp mà tất cả học sinh phải quỳ trước sân trường. Mãi cho đến trưa nắng đốt mà vẫn chưa tìm ra đứa nào là thủ phạm.

Vì không đứa nào dám đứng ra nhận tội, theo lời đề nghị của ban giáo dục, cha xứ quyết định bắt đầu đi đánh hết cả trường, từng hàng, từng học sinh, mỗi đứa cha quất hai roi. Lớp nào bị đánh xong thì được trở vào lớp học.

Chúa ơi, hôm đó tới lượt Eo, chắc không thoát khỏi "mùi đòn" nhưng không ngờ cha tha. Eo mừng hết lớn vì nghe nói cha xứ đánh thì đau hết biết.

Mỗi sáng thứ Hai, cả trường xếp hàng hát chào cờ ở sân trường, sau đó đứa nào đi trễ mà hết giờ chào cờ là khỏi được vào lớp luôn. Hết giờ học, khi cổng trường đã được cụ Lai đóng lại là không được đứa học sinh nào còn lảng vảng.

Tuy nhiên, giờ sinh hoạt học đường cũng là giờ học Eo và Đốm thích nhất. Có buổi, cô cho Eo đứng trước lớp nhảy twist theo kiểu Hùng Cường, Mai Lệ Huyền với thằng Đốm.

Để chuẩn bị cho chuyện này, hai đứa phải viết bài cho nhau, tự hát thuộc, tập ngoáy đít (twist) rồi hẹn nhau cuối tuần hai đứa sẽ biểu diễn cho cả lớp coi nên cô rất khoái và thương "cặp bài trùng" này lắm.

Eo thân với Đốm từ lúc vào học lớp một và mỗi năm lên lớp đều có cơ hội học chung với nhau. Vì là vần L (eo) nên hai đứa ngồi cũng gần.

Đốm trắng trẻo, lai lai và có giọng nói như con gái, thích chơi trò chơi con gái, điều này dĩ nhiên rất hợp để hội nhập vào nhóm bạn tụ tập đến nhà Eo, "chơi đổ hàng" của Eo ngoài giờ học. Bạn là những đứa học sinh Trần Quốc Toản, con nhà nghèo tử sĩ ở xóm trong.

Đi học về, nó bế em bên hông rồi lật đật chạy lên nhà chơi với tụi Eo trước sân, chơi banh đũa, ô ăn quan, ném chuyền banh giấy, nhảy dây, chơi đổ hàng, tập diễn văn nghệ và cũng có lúc "làm người lớn" đeo nữ trang, bóp giả… Eo có nhiều đồ chơi và nữ trang của con gái lắm. Cứ gắn hết lên người rồi đứa nào cũng tưởng mình là đào kép Thanh Nga, Kim Cương, Thẩm Thụy Hằng …cả.

Đi đâu Đốm cũng tha em nó theo vì bổn phận là phải trông em cho mẹ nó. Em nó là Mỹ lai da đen, tóc chưa kịp ra đã cạo láng. Nhưng tóc thì giấu được chứ da thì đâu tẩy được? Bố nó là lính, mẹ nó đông con, đi làm sở Mỹ, sanh ra một đứa con lai da đen. Giữa một xã hội kỳ thị và xóm đạo thì gia đình, mẹ nó xấu hổ đến dường nào?

Thằng Đốm mặc cảm nên chỉ thích chạy lên chơi với Eo và đám con gái.

Có lẽ vì cùng hoàn cảnh "éo le": có em là Mỹ lai bị bạn bè, hất hủi, chế giễu xô đẩy nên đã đẩy đưa Eo và Đốm thân nhau. Ở lớp chỉ có Đốm là con trai mà Eo chơi thân thôi, ngược lại, Đốm cũng vậy.

Nói đến "vinh quang" thì cũng lúc phải nói đến sự" xấu hổ" mà Eo không bao giờ quên được.

Sáng đó, chị Kây đi sớm không có nhà, Eo phải thay quần áo đồng phục đi học một mình. Thay rồi, mà lục lọi vẫn không tìm thấy cái quần "bân xa lây" (quần nhỏ) sạch nằm trong hộc tủ. Eo gọi bác Nhàn kiếm cho, định nhặt lại trong thau đồ dơ mặc lại nhưng cũng không thấy nó còn trong chậu. Bác Nhàn thì không thấy đâu, có lẽ bác đã đi chợ từ sáng sớm rồi. Sợ trễ học nên Eo nghĩ chắc "ở truồng" cũng không sao vì cái váy xanh đã che, không ai thấy.

Eo biết lúc trước, có lần đến giờ ra chơi cũng có đứa đã từ chối chơi nhảy dây vì lý do không có mặc quần ở trong. Thế rồi đến giờ ra chơi hôm đó, Eo không chơi nhảy dây, chống tay xuống đất để lộn qua dây nữa, mà đưa dây của Eo cho các bạn mượn rồi đứng dưới gốc cây cổ thụ gần đó coi.

Mải mê một lúc, Eo quên béng mất vì mỏi chân bèn ngồi chồm hổm xuống gốc rễ to của cây cổ thụ. Mấy đứa đang chơi bất chợt nhìn thấy Eo ở truồng bèn la to, chạy đến tốc váy Eo lên chọc quê. Hai tay Eo cứ hết che đàng trước váy lại che đàng sau. Cố chống chọi không cho chúng giở váy Eo lên. Thấy Eo bị tụi nhỏ "tấn công", thằng Đốm sốt ruột nó đề nghị:

- Để Đốm chạy về lấy quần đùi của Đốm lên cho Eo mang nhé!

Eo lắc đầu nguầy nguậy nói với Đốm:

- Sắp hết… giờ chơi sắp hết rồi!

Nó nhắc Eo:

- Chạy vô lớp, ngồi với cô giáo đi!

May quá có cô giáo ở đó, cô lấy ghế cho Eo ngồi cạnh bên cô, không cho phép đứa nào dám chọc Eo nữa. Đến giờ ra về, cô nắm tay Eo, tay kia che dù dắt Eo về đến nhà. Trên đường về Eo sung sướng, hãnh diện nắm tay cô, nhìn lên tàng cây, bầu trời trong xanh mây trắng, không nhớ chút gì về tình trạng thuồng luồng của mình ở dưới lớp váy nữa.

Eo và Đốm (2014)

Khi đã chịu phép xưng tội lần đầu rồi, mỗi lần đi xưng tội, nếu cha bất ngờ dò kinh mà đứa nào không thuộc thì cha cho ốm đòn. Vì vậy nên Eo thuộc kinh làu làu.

Trường Eo học là trường tư nên phải đóng học phí cao. Tuy nhiên, trường có tiếng là dạy giỏi và khắc khe. Đứa nào không chịu học hay không tuân theo kỷ luật sẽ bị cha Lợi đuổi luôn. Nếu thế thì thật uổng công cha mẹ lo lắng cho và thế nào cũng bị cha mẹ cho một trận lên bờ xuống ruộng vì thế đứa nào cũng cố gắng học, tuân theo kỷ luật răm rắp.

Có lẽ vì Eo rất nhát đòn nên vâng lời bề trên răm rắp chăng. Đối với các thầy cô, Eo được tiếng là học sinh giỏi, đối với các sơ, Eo là đứa trẻ ngoan. Ở trường, thì Eo luôn được các anh chị lớn hơn mình bảo bọc. Sau buổi học, chia tay bạn bè, trong khi những đứa trẻ khác phải về nhà giữ em, bị cấm đi chơi để ở nhà học bài, thì Eo ngược lại. Eo có trí nhớ rất tốt nên không phải "gạo" bài nhiều.

Về nhà không có ai và Eo cũng chẳng phải làm việc gì thì Eo theo chân các sơ đi lễ chiều luôn.

Ở nhà, bày chơi đồ hàng một mình chán rồi Eo lại chạy rông ngoài đường, thi thoảng đến nhà mấy anh chị lớn cùng trường chơi, hay sang chùa chơi với mấy chú tiểu. Nên hễ ở nhà thờ hay chùa sắp có lễ lớn là Eo háo hức lắm, Eo chui hàng rào qua chùa chơi như cơm bữa vậy.

Những lúc ở bên cạnh người lớn như vậy, Eo mới có cảm giác tin tưởng, an toàn và không sợ các bạn đồng lứa, ức hiếp, chọc phá, nhất là đám bạn ở xóm chợ. Nghe nói, có đứa đã được học võ với lại tụi nó cũng hay đánh hội đồng.

Eo vẫn không thể quên được những cái nhéo, đấm đá của con bé Tẹo, con bác Hà, ngày trước. Từ lúc rời xa xóm chợ đó, cho đến bây giờ, nếu cứ gặp bé Tẹo ở trường, mặc dù nó đã thành chị rồi, Eo cũng lo mà tránh.

Mãi đến khi Luân và Eo học lớp ba, lớp bốn, và bắt đầu vô học lớp "xưng tội lần đầu", tụi Eo mới bớt sợ những vụ đánh nhau.

Eo theo Luân và đám bạn học ở xung quanh xóm mới chơi đùa, cùng nhau tắm mưa, chơi xúc hình, chơi bắn bi, chơi tạt lon, chơi quay (quay cù), bắn ná...

Xóm mới này ít hộ, chỉ lưa thưa vài gia đình sĩ quan, nhà đất vườn rộng lớn nên nhà nào nào nhà nấy cách xa nhau, khung cảnh vì thế mà yên tĩnh. Đám trẻ cũng biết chọn bạn mà chơi, không kết bạn đánh nhau làm chuyện xúi quẩy ở ngoài. Ở nhà lại được sự chăm sóc giáo dục tương đối tốt của cha mẹ.

Nếu ngoan, học giỏi, đem bằng khen về nhà thì được mẹ và anh Hai khen thưởng, thường là tờ giấy năm trăm sau lên giá một ngàn. Không biết tự bao giờ, như một thói quen, hễ có dịp bạn anh Hai hay bà con đến nhà thăm là Eo đem bằng khen ra để được thưởng tiền, Eo xem đó là sự vinh dự.

Có nhiều tiền, Eo thường chạy đi quán tạp hóa mua đồ chơi bằng nhựa hay bằng nhôm. Vì thế, đồ chơi gì mới về Eo cũng có. Sau này, nghe tụi Luân rủ nhau đi mua đồ chơi dành cho con trai, Eo cũng tham gia, như mua hình về cắt từng xấp, mua bi, ná bắn thun, con quay con cù… hễ đám Luân qua rủ là Eo bưng đi cho Luân chơi dùm. Thắng thua Eo không buồn bằng không có dịp để đi chơi, coi bạn bè đánh đá.

Có hôm tụi nhóc rủ Eo vô làng Thượng vớt cá, Eo lấy cái mùng lính của nhà theo. Tụi Eo lội xuống vũng, ao nước vớt rất nhiều cá con nhưng mang về lại không biết nuôi ở đâu. Sau đó, Eo mới năn nỉ bác Nhàn cho thả xuống giếng hay vô bồn chứa nước. Bác không cho thả xuống giếng nhưng cho bỏ vô hồ cầu chứa nước trong nhà vệ sinh.

Hôm sau, đi học về, Eo chạy vội ra xem hồ cá của mình thì mới hay mấy con cá của Eo bị người nhà dội hết xuống bồn cầu khi đi vệ sinh. Eo khóc bắt đền bác Nhàn khiến bác phải dỗ dành: "Thôi bầy cá nó chạy trôi xuống hầm cầu, mình nuôi nó, mai mốt lớn đẻ cá nhiều, bác thuê người mở cửa hầm vớt lên cho Eo". Eo tin sái cổ.

Eo vốn sợ ma, không dám đi khuya, nên hễ nghe xóm nào đang có đám ma, là Eo tránh không dám bén mảng đến gần.

Còn đám cưới thì khác, cứ nghe có đám cưới ở đâu là Eo tranh thủ đến cổng nhà họ rồi ngóng xem cô dâu. Xem đến mức quên cả nắng, cả đói, xem đến khi khách khứa hai họ ra về hết, Eo mới thôi. Eo thích ngắm cô dâu mặc áo dài, đánh môi son má phấn, ôm hoa đẹp như vậy.

Tụi nhỏ đứa nào cũng có tên cúng cơm, không biết được có từ lúc nào. Tên có khi gọi theo hình dáng bề ngoài, có khi cha mẹ đứa đó tùy theo tính cách hay gia phả mà đặt.

Ví dụ như thằng Hải - da nó đen thì gọi là Hải Cẩu bờ lách, con Lý luộm thuộm thì bị gọi là Lý toét-đi đôi giày chuột khoét, con Kim Oanh mặt có sẹo thì gọi thành Kim Oanh sẹo đô la-một đồng hai cái, thằng Dũng thành Dũng khờ sứt môi, thằng Phụng lé... Hay tụi nó kêu theo tên cha tên mẹ như thằng Quỳnh con bà Thi chột vì mẹ nó chột mắt, con My con ông thiến dái heo, thằng Tuyên ông nội quỷ ám (vì ông nội nó ác và đánh anh em nó dữ lắm) v.v. còn Eo thì theo cha xứ gọi thì là, "Eo con bà Thương già".

Trước mỗi buổi đến trường, chị Kây lại thay đồng phục mới, cột hay thắt bím tóc cho mái tóc dài của Eo. Vì cái tội đi học mà điệu nên hai đứa con gái trong lớp véo Eo muốn nát thịt, bầm mình. Eo đau lắm nhưng cứ tỉnh bơ như không muốn gây thêm chuyện. Nó càng lấn át Eo thêm. Eo cay cú lắm, cứ mơ ước sẽ được đi học võ để đánh trả.

Thế nhưng, anh chị của Eo đâu biết Eo bị mấy đứa nhóc lớn ở xóm chợ cũ ăn hiếp đâu mà cho phép đi học, năn nỉ thế nào rồi cũng không được.

Đôi khi chạy về nhà mách, không được nhà bênh mà còn bị đòn vì cái tội ra đường mà đánh nhau. Cái tội này thật oan cho Eo chỉ vì Eo có một bà mẹ rất lớn tuổi, một đứa em lai Mỹ và không cùng đạo với chúng... Anh chị cũng đâu có hiểu mà thông cảm rằng đôi khi không có ai ở bên cạnh để bênh Eo cả, tụi nó tha hồ mà ghét mà đánh thẳng tay, có lẽ vì chỗ đó mà Eo bắt đầu biết giữ những nỗi uất ức trong lòng từ đó chăng.

Hai đứa bạn gái đó, một đứa ngồi bàn bên cạnh, một đứa xếp chung hàng để vào lớp. Hai đứa ức hiếp Eo kinh khủng.

Dinh, hay còn được gọi là Dinh Hếu luôn tìm cách giật tóc hay ngắt nhéo Eo. Không phải chỉ mình Eo là nạn nhân. Mấy đứa con gái trong lớp, nếu bị xếp ngồi gần Dinh thì đứa nào cũng sợ.

Còn Minh mặt lạnh con gái ông Đại, nhà có võ đường, cha lại là võ sư, không hiểu sao cứ thấy Eo là đem nghế ra "dợt". Hôm nào Eo hát hay, lãnh giấy khen, hạnh kiểm tốt là hôm đó "nhận đòn" nhiều từ Minh.

Trận đòn nhớ nhất đó là vào năm Eo học lớp ba, học ở tầng thứ ba, tầng cao nhất của trường. Buổi học hôm đó, cả lớp được ăn kẹo bánh và uống nước chanh để ăn mừng tiệc Noel.

Eo được chị Kây diện cho bộ đồ len đỏ sậm, tóc cột cao, cài thêm cái nơ đỏ, tay ôm ông già Noel bóng nhựa thổi phồng. Quà này anh Hai mua về cho Eo và Luân từ chuyến đi Sài gòn dự diễn binh ngày Quân lực Việt Nam Cộng Hòa. Hầu hết trong xóm chưa có đứa trẻ nào có món đồ chơi mới lạ này cả.

Thấy vậy, lòng ganh tức của Minh dâng tràn nên trong lúc xếp hàng xuống lầu ra về, Minh bỗng xô Eo xuống cầu thang, đầu Eo đập vào tường, sưng ù.

Thấy mình gây ra chuyện không lành, Minh vội vàng lủi mất. Cô giáo Vàng lúc đó giận lắm vì đã từng lăm lăm ngăn đe để Minh không được đánh Eo. Mấy đứa con trai không chờ được cô thầy tới xử, bèn sùng sục chạy đi tìm Minh đánh trả.

Về nhà, tối mẹ lấy muối, chanh xức cho, rồi lấy lưỡi dao phay áp qua áp lại cho trán Eo khỏi sưng. Xong đâu đó, mẹ lôi Eo sang nhà ông Đại mắng vốn.

Sau lần đó, Minh bị cô giáo Vàng của lớp đánh phạt nặng rồi bị đổi đi hàng khác không xếp chung hàng vào lớp với Eo nữa. Cả Minh và Dinh đều không được xếp ngồi gần chỗ Eo.

Nhưng cũng từ đó, Eo tránh đi con hẻm nhà Dinh và Minh vì sợ bị tụi nó trả thù.

Chúng nó ghen tỵ chỉ vì Eo là cô bé con nhà giàu. Sáng sớm thấy Eo theo anh Hai lái xe Jeep, đi làm tiện thể đỗ Eo xuống trước cổng trường. Eo luôn dẫn đầu lớp phía nữ sinh, là hình mẫu ngoan hiền cho các học sinh nữ. Đặc biệt cô giáo Lan dạy văn và thầy Chữ dạy toán thương Eo nhất lớp.

CHƯƠNG 6

Miền quá vãng

Năm 1973 có hiệp định ngưng bắn, Mỹ rút về nước. Việt Cộng lại vi phạm ngưng bắn táo bạo hơn. Phước Tường bị pháo kích xuyên suốt đến tận ngày cuối tháng 3 năm 1975.

Nhà nào có điều kiện đều cố gắng xây hầm để tránh pháo kích. Hầm được xây bằng mấy miếng cống vòm, bên trên chất thêm bao cát dày để che bom đạn.

Tuy nhiên cũng có nhiều nhà không có tiền để mua, hoặc nhà chật không đủ chỗ để xây. Eo không thể tưởng nổi, khi pháo kích đến không có hầm trốn, gia đình họ phải chịu sợ hãi như thế nào?

Tiếng rada báo động vào buổi đêm gần như trở thành âm thanh thường xuyên và quen thuộc. Hằng đêm, khi tiếng rada tắt, tiếng bom cũng im ắng thì những người dân trong xóm vội vàng tìm đến những gia đình xấu số để giúp đỡ, chia buồn cũng như san sẻ những mất mát trong đau thương cùng nhau, tinh thần tương thân tương ái rất mạnh mẽ.

Con người bắt đầu dần quen với việc chấp nhận những may rủi mà chiến tranh mang lại.

Cả nhà Eo cũng một lần suýt chết.

Đêm đó, cả nhà đang ngủ thì có tiếng nổ rất gần, rất lớn trên đầu, âm thanh dội tức ngực, khiến toàn thân rung bật, nhà cửa rung chuyển cùng tiếng kính vỡ loảng xoảng.

Nhà vú chạy sang vì nhà vú không xây hầm phải xài ké hầm chung với nhà Eo. Mọi người vội vã chui vô hầm. Lúc đó, mấy đứa con của vú có người đạp phải mảnh thủy tinh vỡ, chảy máu chân; có đứa té đập mặt xuống nền nhà, bị mảnh thủy tinh cắt chảy máu cằm… nhưng trong lúc hoảng loạn đó, dường như cái đau thể xác đã bị cái hoảng loạn tinh thần lấn át lấy.

Đến sáng ra thấy bóng đèn, cửa kính, đồ đạc vỡ toang, cả nhà mới biết, một quả bom rơi sát sau chuồng heo nhà Eo, chỗ đường mòn, tạo thành một cái hố rộng, xoáy sâu hoắm, cũng may lúc bom rơi là đang nửa đêm, không có người hay đi lại trên con đường mòn đó nên không ai phải thương vong.

Nhưng bom đạn đâu có mắt mà biết tránh né gì con người. Có đôi khi, vận may ghé nhà người này thì để ngỏ cửa nhà nọ cho vận xui ghé đến.

Một ngày, tầm gần 4h sáng, mọi người thức giấc chuẩn bị đi làm, đi lễ… hai trái hỏa tiễn pháo lạc vào xóm, ngay phía bên kia đường cổng trại gia binh Trần Quốc Toản. Xóm làng nhốn nháo. Khung cảnh tang thương, chết chóc bao trùm.

Eo vốn rất nhát, nhà ai bị pháo thì Eo nghe là để nghe vậy thôi chứ ít khi nào dám tới tận nơi để xem. Vậy mà lần này, Eo lại lấy hết can đảm để đến, chỉ vì vị trí pháo rơi chính là nhà Ngữ (con ông Kỷ) và nhà kế bên là nhà chị Loan (con ông Mỹ).

Nguyễn Văn Ngữ là bạn học từ nhỏ lớp 1 đến lớp 4 với Eo ở trường tư thục trung tiểu học Lê Bảo Tịnh. Ngữ có số điểm danh là 13 của lớp học năm đó - con số thường được gắn liền với sự xui rủi. Ngữ và những người thân sáng sớm hôm đó bị pháo trúng chết.

Trong đống nhà tôn bay nát lẫn xác chết vì trái pháo, Eo nhận ra thân thể Ngữ và anh ruột là Nguyên bị cháy đen, trương phồng, da căng nứt...

Nhà chị Loan cũng vậy. Sáng ra ông bố đang xỏ giày boot – loại giày lính - để đi làm thì bị bom dội cắt bay cả đầu. Cả nhà chị Loan lúc đó đều chết đen thui, chỉ có đứa bé bị văng ra ngoài khi đang bú là còn sống sót.

Hình ảnh đó dễ sợ đến mức, Eo chỉ biết nhắm chặt mắt, rùng mình. Eo lặng lẽ rời bỏ khỏi hiện trường mà trốn chạy, sự sợ hãi đang xâm chiếm cả tâm hồn.

Sống trong thời khói lửa, sự sống – cái chết đến rồi rủ nhau đi dễ dàng lẹ làng như tiếng chớp nổ. Không kịp tỏ yêu thương, không kịp trăn trối, ngay cả với bạn bè, người thân cũng không kịp nhoẻn môi lần cuối. Sự dễ sợ của cái chết ám ảnh Eo, khiến Eo sợ hãi, khiến Eo dù tuổi đời còn rất nhỏ nhưng khát khao được sống một cách mãnh liệt.

Cả xóm phụ nhau lại rửa ráy cho người chết, cố gắng gắp bỏ từng mảnh bom sắt đang cắm sâu vào da thịt cho người chết bớt đau đớn, đỡ cấn khi khâm liệm.

Trên những mảnh lớn của bom nằm vương vãi còn nhìn thấy dòng chữ khắc "chế tạo ở Liên Xô".

Đức Giám Mục Phạm Ngọc Chi ở Đà Nẵng lúc đó đã đài thọ toàn bộ chi phí mua bảy cái hòm, chi phí di chuyển, chôn cất cũng như đưa những người xấu số đến nơi an nghỉ cuối cùng.

Hôm đó, sau thánh lễ an táng tập thể ở nhà thờ, cả lớp Eo được sự cho phép của cha chánh xứ lên một chiếc xe riêng, từng đứa một theo chân sơ đỡ leo lên xe GMC ngồi đưa tiễn Ngữ ra tận nghĩa địa.

Xe chở quan tài của lính có phủ cờ vàng ba sọc đỏ, nối đuôi theo sau những xe hòm, đa số hòm người chết là học sinh ở trường Eo. Xe chở học sinh, người thân ở giáo xứ Eo, từng hàng xe phất phới ngọn cờ Công Giáo đi giữa nắng.

Một đám tang tập thể đau lòng. Người dân nghèo khổ chết oan uổng nhưng tình thương của mọi người đã giúp buổi tang lễ không kém phần trịnh trọng.

Đó là lần đầu tiên, Eo thấy tận mắt người chết vì pháo kích như thế nào, lần đầu tiên Eo đưa tiễn người bạn đã chết ở giáo xứ Phước Tường ra chôn tận nghĩa trang Nam Ô, Hòa Khánh. Đối với Eo, đó là lần đầu tiên nhưng đối với Ngữ – người đã chết – thì đó là lần cuối cùng mà thân xác còn trên cõi đời.

Tuổi thơ của tụi Eo ngắn ngủi lắm, kể được từ lớp 3 đến lớp 5 rồi chấm dứt. Tựa như cơn mưa rào, đến nhanh tạnh cũng mau:

> *Mây đen giông chớp đến rồi*
> *Ngời ngời lũ trẻ đợi trời đổ mưa.*
> *Niềm vui chưa nếm cho vừa*
> *Trời cao bỗng giận đánh chừa hoa niên*
> *Sự đời muôn thói đảo điên*
> *Cánh hoa chớm nở đã miên man sầu.*

Vào những năm đó, chiến tranh hai miền dần khốc liệt, quân miền Bắc tức Cộng Sản đang dần xâm chiếm miền Nam. Những người lính đi lính xa có dịp về thăm nhà là kẻ thăm người hỏi, nhà xóm chào mừng.

Cái sống và cái chết rình rập những người lính. Đứa có ba về thăm nhà mừng hớn hở, không khí gia đình cha mẹ con cái vui hẳn lên.

Nhà thì nhận tin người cha, người anh, người con tử trận hay mất tích. Lúc ấy, chỉ biết khóc than rồi mong mỏi ngày xác được đem về. Xót xa biết mấy khi thấy những đứa trẻ thơ dại đầu chít chiếc khăn tang đến trường.

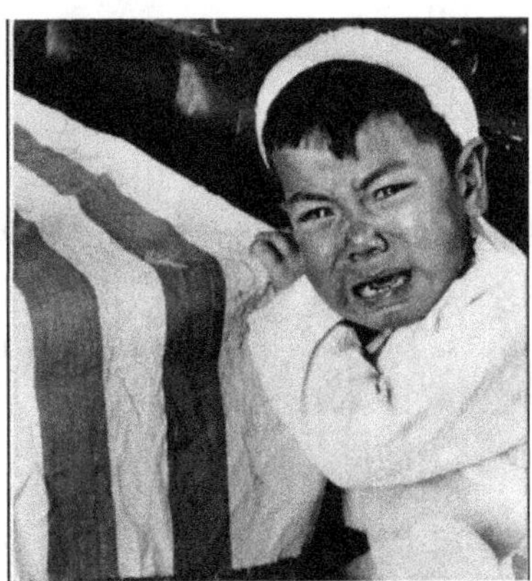

Ảnh minh họa

Có một dãy cư xá hình thành từ trước dành cho những gia đình con em tử sĩ sống nằm ở cuối đường khu nhà Eo, chỉ khác nhau là ranh giới miếng đất này dành cho sĩ quan và miếng đất kia dành cho tử sĩ. Dãy nhà tôn ván lụp xụp, nghèo nàn, đa phần mấy đứa nhỏ ở đây đi học trường công Trần Quốc Toản.

Eo quý tụi nó nên hay mang bánh mì của trường hay bánh kẹo ngon mà mẹ cho sang trường cho tụi nó ăn ké, hoặc Eo để dành, khi tụi nó đến nhà thì chia cho tụi nó ăn. Đồ hàng Eo mua nhiều nên bộ nào chơi chán vài lần, Eo lựa rồi cũng đem chia cho tụi nó.

Ban ngày Eo rủ mấy đứa qua nhà Eo chơi đồ hàng chung, tối thì Eo mở cửa để tụi nó vô nhà xem tivi ké. Nhưng tụi nó ít khi được cha mẹ (thường thì gia đình tử sĩ cha chết, chỉ còn mẹ) cho đi xa, lại đi khuya có lẽ vì nhà mới của Eo nằm riêng biệt nên chỉ có mấy đứa không ngại tối mới đến nhà.

Eo như chị Hai, cô giáo trẻ kể chuyện cổ tích, chơi với chúng nó. Dù cha mẹ nghèo, chật vật khổ cực nuôi con, nhưng tụi nó rất ngoan ngoãn và hiếu thảo.

Chồng của hai cô giáo trẻ của Eo cũng vừa tử trận, thuộc trong khu gia binh tử sĩ này. Đi dạy chít khăn tang suốt.

Anh trai của Ngô Văn Phong - đứa bạn học cùng lớp, mới ra trường Thiếu úy, đi xe bị Việt Cộng gài mìn chết.

Người chết vì bom đạn xảy ra như cơm bữa. Sống trong thời chiến tranh, lúc đó có những bài hát nghe tê tái lòng người. Dù còn nhỏ nhưng tụi Eo thích nghe, hát nghêu nghao những bài hát của các nhạc sĩ nổi tiếng, nói về hoàn cảnh chiến tranh lúc đó như mượn nói lên tiếng nói của lòng người.

"Đại bác đêm đêm dội về thành phố", "Xác người nằm trôi sông, phơi trên ruộng đồng", "Người lính trẻ chết trận chiều qua", "Anh chưa chết đâu em"...

Trong các buổi văn nghệ của lớp, trường, Eo được các sơ tập cho hát, những bài hát "Hòn vọng phu" đang được yêu thích hay tập hoạt cảnh bài hát "Chuyện một đêm". Bài hát về "mẹ" ấy, mỗi lần nghe, Eo đều không cầm được nước mắt.

"Chuyện một đêm khuya nghe tiếng nổ, nổ vang trời... Chuyện một đêm khuya, ôi máu đổ lệ rơi... người mẹ ôm con đã chết trên tay từ lúc nào, xót xa vạt áo trắng hôm nay đã nhuộm máu đào...".

Nỗi ám ảnh đó, như bao người trải qua... từ từ là sự nảy mầm của nạn nhân chiến tranh sau này.

Sự sợ hãi đối với cái chết của Eo còn tăng cao hơn sau lần gặp gỡ không mong muốn ở phía sau sân trường tiểu học công lập Trần Quốc Toản.

Eo còn nhớ hôm đó là ngày chủ nhật, Eo và nhỏ Phương – Vũ Thị Lệ Phương – người bạn ở phía sau lưng nhà Eo, chơi và học cùng Eo từ hồi lớp một đến tận lớp bốn. Eo chơi chí thân với Phương từ lúc dọn lên nhà mới này.

Nhà Phương phía sau lưng trường trường Trần Quốc Toản và nhà hai đứa đâu lưng lại với nhau, cách nhau bởi một con đường mòn rộng khoảng 2 mét (đây cũng là chỗ pháo kích rơi trúng nhà Eo đêm hôm đó).

Về phía con gái, Phương học giỏi nhất lớp, nhất là về luận văn. Bài văn của Phương thường được chọn để đọc to cho cả lớp nghe.

Mỗi lần chơi làm toán chạy – thầy chọn ra mười đứa học trò giỏi nhất, lấy giấy và viết chì ra để tên sẵn sàng, thầy ra toán hay dò cửu chương, công thức hình học... là phải trả lời thật nhanh xong lên nộp liền, thầy sẽ cho điểm liền tại chỗ và khen thưởng cùng với những tràng pháo tay khen của cả lớp - Eo và Phương luôn luôn ở trong danh sách đầu tiên được thầy chọn. Môn học nào, hai đứa cũng cố gắng đứng đầu lớp.

Khác với Eo, Phương có nước da ngăm đen, tóc xoăn, tính tình rất hiền, ít nói mà chăm học, lại siêng làm việc giúp mẹ sau giờ học.

Mẹ Phương có một cái bàn dài lớn kê trước mặt trường Trần Quốc Toản bán bánh kẹo, nước uống, đủ thứ đồ ăn của Mỹ, hễ đi học về là Eo thấy Phương đến phụ mẹ bán quán đến tận tối sẫm mới dọn về.

Một bữa chủ nhật, hai đứa trốn ngủ trưa, rủ nhau ra sân trường công lập Trần Quốc Toản chơi trốn tìm.

Vì muốn tìm một chỗ trốn tốt, Eo đã chạy ra phía sau trường, tìm chỗ nấp đằng sau một cây cổ thụ. Vừa hay, Eo nhìn thấy một chiếc xe nhà binh bít bùng đậu ngay đó. Nghĩ mình đã tìm được chỗ nấp tuyệt đối an toàn, tuyệt đối bí mật, Eo cố gắng trèo lên, vén màn nhảy vào… Nhưng hỡi ôi, chân vừa chạm được xuống sàn xe thì Eo được phen kinh khiếp!

Trước mặt Eo là ba cái hòm lớn phủ cờ Việt Nam Cộng Hòa ba sọc đỏ. Phía đầu hòm là ba ngọn đèn dầu đang leo lét cháy. Không gian tranh tối tranh sáng của thùng xe chở ba cái hòm cùng với "cái bệnh" sợ ma của Eo khiến toàn thân Eo bủn rủn, hai chân run lấy bẩy.

Eo muốn bỏ chạy ngay tức khắc nhưng đôi chân như không hề nghe lời. Eo cứ tưởng tượng đến cảnh nắp hòm sẽ bật tung, những xác người bên trong sẽ bật dậy, hoặc hồn ma của những người lính đang nằm trong quan tài kia đang lẩn khuất trong thùng xe sẽ bắt mình. Cố gắng lắm, Eo mới hoàn hồn, lật đật lùi lại và tìm cách trèo xuống cho nhanh.

Eo không biết mình đã chạy như thế nào khi những bước chân cứ như đan vào nhau…

Trường Trần Quốc Toản nằm sát nhà Eo, vậy mà không hiểu sao Eo đi hoài không thấy tới, Eo thật sự muốn khóc.

Sau này, Eo được biết thỉnh thoảng thì xác của những người lính tử trận được đưa về lại cho người thân sẽ tạm dừng ở tại trường Trần Quốc Toản sau đó mới đi tiếp. Từ sau lần đó, Eo không bao giờ dám bén mảng lại gần những chiếc xe lính, riêng mỗi lần đi ngang qua trường Trần Quốc Toản, Eo đều cắm đầu cắm cổ chạy thật nhanh, trái tim đập mạnh vì sợ ma.

Với Eo mà nói, Phương là một trong những nỗi buồn xót xa của một thời trẻ nhỏ, là một trong những người bạn yểu mệnh của Eo.

Xe nhà binh - GMC

Mùa học năm sau đó, niên khóa 1973-1974, Phương bị bệnh dịch "sốt xuất huyết" vốn đã lây lan trong làng. Phương mắc bệnh một tuần rồi hết duyên với cuộc đời này.

Hôm nghe tin Phương bị bệnh đưa đi nhà thương Đà Nẵng, Eo mong nó sẽ được uống thuốc, chữa lành bệnh rồi về chơi với Eo.

Ai dè nghe tin Phương đã chết, xác đã được mang về nhà rồi. Eo nghẹn ngào, tức tối vì tin Phương bị chích, sốc thuốc chết, khi chết, da tái đen, thảm hại.

Từ rày, Phương không còn chờ Eo ra quán chơi sau mỗi giờ học, không còn cùng Eo học tranh nhau giành phần giỏi nhất của lớp cho phía con gái để hãnh diện nữa.

Phương bỏ Eo lại với giấc mơ hai đứa sẽ được mặc chiếc áo dài trắng như chị của mình, khi cả hai vào trung học. Eo lại mất đi một người bạn mà Eo bắt đầu gần gũi, không thể xa vắng khi đến trường.

Eo không dám đi dự đám tang vì sợ nhìn thấy thêm lần nữa hình ảnh người bạn thân yêu của mình mãi mãi nằm sâu trong lòng đất cát. Eo sợ những cái chết tức tưởi, sợ họ vì nỗi uất ức của mình mà trở thành hồn ma bóng quế, sợ họ trở về với hình dạng tan nát bê bết máu. Nỗi sợ hãi của Eo ngấm sâu vào tận xương tủy.

Chính vì lẽ đó mà mặc cho các bạn cùng lớp rủ đến nhà thăm Phương lần cuối, đọc kinh cầu hồn cho nó mỗi đêm, hay đưa Phương ra nghĩa trang, Eo đều từ chối. Ai cũng thắc mắc, không hiểu vì sao Eo chơi thân với Phương như vậy mà lại đành lòng không đến bên bạn lần cuối. Chỉ có Eo mới biết rõ, nỗi sợ hãi, thương tiếc đối với cái chết trong lòng mình to lớn và choáng ngợp đến mức nào.

"Phương ơi!", Eo khẽ gọi và nghe xót xa...

Lại có thêm một người bạn, sớm lìa bỏ Eo mà về với Chúa. Còn khoảng một tháng nữa đi học lại. Eo buồn bã, chỉ mong cho sớm đến ngày tựu trường.

Dù niên học mới đã quen, trôi qua từng ngày... Eo vẫn ngong ngóng tìm hình ảnh Phương quen thuộc ngồi cạnh mình đâu đây trong lớp mà rơm rớm nước mắt. Đi học về, ngang qua quán kẹo của mẹ Phương, không thấy bóng dáng Phương đâu, Eo nghe mất mát, xót xa trong lòng. Vì tới lớp Năm rồi thì bạn bè cùng lớp, trên lớp chơi thân cũng nhiều hơn?

Nhưng sau cái chết của Phương, rồi cơn bạo bệnh của chị Kây tiếp đến đã làm cho Eo biết suy nghĩ, vương vấn đến sự chia ly và thế nào là cảm giác cô đơn.

Hôm chị Kây vừa được lên xe đưa đi cấp cứu ở nhà thương Đà Nẵng. Không muốn còn lại ở nhà một mình sợ lắm, Eo vội đóng cửa chạy qua bên nhà bà đại úy Văn.

Lòng thấp thỏm canh cánh, chạy đi chạy lại nhà chờ tin gia đình, nhưng chờ mãi đến tối sẩm mà chưa thấy ai về nhà để lên đèn. Phần thì sợ chị mình bệnh rồi sẽ ra đi như Lệ Phương, nghĩ đến đây bất giác Eo lạnh cả sống lưng. Phần thì thấy tối quá rồi, Eo cũng muốn chạy về nhà của mình nhưng lần này vì phải đi qua quán của mẹ Phương đã dẹp tối om nên Eo sợ ma. Eo bèn xin ngủ lại, đang lúc thiu thiu nằm ngủ ở phòng khách thì anh Hai chạy qua đón. Về đến nhà anh tức giận la hét:

- Ai cho phép mày đi ngủ "lang" nhà người ta hả?

Bị anh Hai lấy miếng vạc giường bệt (đánh) cho mấy cái vào chân, Eo đi cà nhắc luôn. Đó là trận đòn đầu tiên mà cũng là lần đầu Eo thấy anh Hai giận dữ với mình đến thế.

Không có ai nhà, Eo leo lên nằm ôm anh Hai ngủ. Eo không dám hỏi về chị Kây hay mẹ. Eo bỗng thấy nỗi "cô đơn" xâm chiếm.

Kể từ hôm chị Kây ra khỏi viện, Eo không dám nhõng nhẽo với chị Kây, anh Hai hay mẹ nhiều nữa. Eo bỗng người lớn hẳn, biết tự lập một mình lúc ở trường cũng như lúc ở nhà.

Rồi những miệt mài, cố gắng của ngày tháng học tiểu học đã qua. Niềm vui việc học hành sáng tỏ hơn khi cô bé, kể về phía con gái, luôn học giỏi nhất lớp giờ chuẩn bị bước chân vào thềm trung học.

Những thứ mà Eo cần, chị Kây đã chuẩn bị sẵn cho Eo. Đó là hai bộ áo dài trắng treo trên tường, rồi Eo sẽ mặc áo dài trắng, đi guốc, đội cái mũ rơm rộng vành, xách cặp táp da trong đó có cây viết Pilot không cần phải chấm mực bình, bước vào lớp 6. Rồi Eo sẽ được chị Kây mua những tập truyện Hoa Xanh cho đọc thay vì bây giờ Eo chỉ được đọc truyện Hoa Đỏ.

Đó là những mong ước nhỏ bé của Eo lúc bấy giờ.

Còn viễn cảnh tương lai của Eo là gì ư? Đó là trở thành cô giáo. Khi nhìn thấy cô giáo ở Đà Nẵng xuống dạy các anh chị học lớp trung học, mấy cô đi xe Honda, mặc áo dài "mút xa lin", đi guốc cao gót, tóc uốn xoăn, Eo ước mơ hình ảnh cô giáo Eo tương lai trong đấy.

Mùa tựu trường đến, Eo chuẩn bị vào lớp 6. Còn nhớ, khi vừa học xong tiểu học (lớp năm), nghe các anh báo tin vui mẹ cũng lớn tiếng khoe với bà con: "Con Eo nhà tui mới đậu Prime" và tất nhiên đường học vấn mẹ dành cho Eo sẽ còn dài dài.

Vào lớp sáu, niên học 1974-1975 đã đánh dấu một bước ngoặc lớn trong cuộc đời Eo. Nhiều bạn mới từ miền chiến tranh di tản chuyển vào trường này học bán trú. Một số các bạn trong lớp này lớn "xác", có đứa đã 15, 16 tuổi, học ở lại lớp hay gia đình con lính phải di chuyển vì chiến tranh.

So ra, Eo vẫn là đứa nhỏ tuổi trong lớp này vì được đi học sớm hơn tuổi nhưng nổi bật vì học giỏi và rất ngoan. Cô thầy cũng bầu giao cho Eo nhiều trọng trách trong lớp như được bầu làm lớp phó, trưởng ban khánh tiết.

Năm nay cũng có nhiều thầy cô trẻ từ Đà Nẵng đến dạy. Eo được thầy Dũng dạy toán và cô giáo Lan dạy văn cưng nhất lớp, khiến cả lớp thầm ganh tị. Cô Lan, thay bố cô, thầy Khoa cũng là giáo sư ở Đà Nẵng - vốn là thầy dạy văn gạo cội ở trường này - sắp nghỉ hưu. Hôm gần Tết, cô đưa địa chỉ nhà mình, có ý dẫn Eo đi xem phim ở Đà Nẵng vào tuần tới. Eo về xin phép và anh Hai chở Eo đến.

Tưởng cô sẽ dùng chiếc Honda mà hằng ngày cô lái đi dạy xa nhưng hôm nay cô trò đèo nhau trên chiếc xe đạp, ngồi sau lưng cô, lòng Eo sung sướng chạy qua những hàng cây cổ thụ xanh ngát nằm hai bên đường. Eo không biết ngắm phố vì trong lòng mình rộn rã hạnh phúc của tình cô trò.

Hôm đó, cô dắt Eo đi xem bộ phim "Song Khuyển Tầm Hung".

Cũng trong niên học 1974-1975, chị Kây phải nghỉ học ở nhà lo vật lý trị liệu. Chị trở lại vui vẻ và vô tư như đứa con nít vậy.

Trong số bạn bè, anh em kết nghĩa của chị mình, nghe thấy chị bịnh nên đến nhà thăm chơi luôn. Có hai anh em Mạnh, Đức, Eo thân nhất vẫn là anh Đức, nói tiếng Huế rặt, học trên Eo hai lớp, những lúc rảnh rỗi, anh hay qua nhà, đánh đàn ca hát, khi không mang theo guitar anh lấy nắp xoong ra đánh trống rồi tập Eo hát. Hết bài Trên đỉnh mùa đông của Trần Thiện Thanh là "Từ một ngày xa trước anh đưa em về, bóng ngả đam mê…" đến Còn tuổi nào cho em của Trịnh.

Có khi, anh còn lấy xe đạp chở Eo lên trụ sở Chùa mới chơi vì anh sinh hoạt ở trong nhóm văn nghệ của chùa này. Khi biết lái xe Hon da, tan học ra bãi lấy xe, anh cũng phụ Eo đội mũ, cột vạt áo dài trắng đồng phục gọn gàng để khỏi cuốn vào bánh xe, xong xuôi anh gác hai chân Eo lên xe ngay ngắn, rồi tha Eo đi hết chỗ này chỗ nọ trong làng.

Ở Phước Tường, đường rày xe lửa làm song song theo quốc lộ 1. Một hôm, ga Phước Tường khai trương tuyến đón khách đi Đà Nẵng.

Như đã xin phép trước, sáng sớm hôm đó, anh Đức qua đón Eo ra Đà Nẵng. Eo mặc bộ đồ vừa được sắm hôm Tết, đó là chiếc áo đầm xanh màu lá chuối non có nơ ren, đi giày, đeo cái bóp, cái kiếng nhựa cùng màu tông tông thật đẹp.

Eo theo anh ra đứng đón xe lửa. Hôm nay, lần đầu tiên xe lửa sẽ thử nghiệm đến ga Đà Nẵng nên không tốn tiền. Eo nắm chặt tay anh Đức không rời nửa bước, ngồi trên xe lửa lần đầu, hồi hộp nhìn ra bầu trời xanh mát, Eo cũng bị say xe nhưng sung sướng tựa đầu vào vai anh, được anh săn sóc cưng chiều.

Eo nghe một nỗi thâm tình giữa người anh tinh thần đẹp đẽ đơm bông, kết trái.

Trước nhà Eo có trồng hai bụi trúc vàng lớn. Lúc mới xây nhà xong, đằng trước nhà cố trồng nhiều hoa cây cảnh. Anh Ba cũng xin một bụi trúc vàng to đem về trồng trước sân.

Tết năm đó khi cây mai vàng bắt đầu nở hoa, thì không phải cây chỉ có hoa năm cánh, mà là hoa rất nhiều cánh. Một người bạn của anh Hai đến thăm ngày Tết biết một chút về phong thủy, ngắm cây mai-cúc-trúc trước thềm, nên ổng khuyên mẹ Eo:

- Bác nên chặt bỏ cây trúc trước nhà, vì nó sẽ không tốt, hãy nhìn vào đồng tiền cắc có hình ông tổng thống Diệm, bên mặt kia là hình cây tre trúc, và cả sự nghiệp gia đình ông đều sụp đổ tiêu tan (hai anh em tổng thống bị ám sát năm 1963).

Gia đình Eo cũng sợ nên chặt sạch bụi trúc rồi đổ dầu nhớt xuống gốc cho nó chết gốc đi. Anh Ba cũng đổ xi măng trám chỗ sân ấy lại. Nhưng nó không chết được mà mọc nhảy lên mụt nhiều hơn, gia đình Eo phải đành đốn gốc rồi trồng ra thêm bụi nữa, cố chữa cho nó cân bằng hai bên nhà để phá phong thủy.

Eo thích cùng bạn bè đến nhà tập trung chơi ở dưới hai bụi trúc này, ngoài hai bụi trúc và vườn hoa, sân được đổ xi măng nên Eo quét sạch sẽ để tụi bạn ngồi chơi đồ hàng ở đây cho mát.

Đến khi có mấy anh chị lớn đến nhà chơi, họ khắc tên vào mấy thân cây trúc thì Eo cũng biểu anh Đức khắc tên hai đứa vào những thân cây này thật nhiều.

Một hôm, Eo vừa đi học về, đang lui cui kiếm gì bỏ bụng thì bỗng nghe anh Đức đang dừng xe cùng anh trưởng lớp Eo gây sự ồn ào trước cổng nhà mình. Hỏi ra mới biết anh trưởng lớp đang ghen với anh Đức vì tưởng hai đứa "cặp bồ" với nhau. Hôm sau Eo kể cho Đốm nghe, hắn phán một câu "người lớn" xanh rờn:

- Ai biểu Eo dễ thương. Bộ Eo không biết Quỳnh, trưởng lớp mình nó thích Eo lâu rồi hả? Bây giờ thấy anh Đức chở Eo đi thì nó "cay" lắm.

Eo bỗng bẽn lẽn, xấu hổ tự nghĩ: "Vậy là mình có " bồ" rồi chăng?".

Eo ra bụi trúc ngắm nhìn tên anh và mình khắc trên cây. Khi ở bên cạnh anh Eo thấy mình người lớn ra, thích được anh chăm sóc. Anh sẽ là bồ của Eo khi Eo lớn chứ? Câu hỏi của Eo chưa có câu trả lời.

Bởi vì, một tháng sau, tháng Ba năm 1975, biến cố lớn nhất đời Eo đã đến.

Nói về chị Kây, sau cơn bạo bệnh màng óc hồi năm 1974 vẫn chưa được hồi phục để đi học lại thì 30 tháng 4 kéo đến.

Ở Vĩnh Linh, tâm trí chị không còn sáng suốt và sâu sắc như xưa để để tâm lo cho đứa em út là Eo. Chị Kây hay bỏ mặc Eo, tìm đường lên xe đi lang thang tìm đến nhà người này người nọ miễn là bà con hay bạn bè quen như ở trong Đồng Nai, Sài Gòn.

Bạn bè hồi xưa ở Phước Tường mà chị đã từng quen biết, bất cứ ở nơi nào, ở chơi cho hết thời gian. Tiền chị em Eo sài là số vàng mà chị có đeo theo trong người khi di tản.

Lúc đó, suýt bị cướp nhưng chị cố gồng lại dù bị cướp đấm đá túi bụi. Chị cố chịu trận ngồi xuống ôm bụng che số vàng trong giấu trong người.

Chị Kây vốn có bề ngoài xinh xắn, dễ thương, hiền và dễ tin người nên có nhiều anh chàng trong làng thuộc loại thượng vàng hạ cám theo đuổi. Từ năm 1976, chị quen thân với một ông thầy dạy văn cấp hai - cấp ba ở Cam Ranh, mối quan hệ giữa hai người đã tiến triển đến mức có thể sẽ đi đến hôn nhân.

Cùng lúc đó, Bọ và một anh thiếu úy tên Tuấn, đi học tập cải tạo[2], kết bạn thân trong trại và may mắn được thả về cùng làng, cùng ngày và cùng thôn triệu Hải.

Gia đình của anh Tuấn ở Vĩnh Linh sau cả nhà chuyển vô Rạch Giá sinh sống. Anh cải tạo về nhưng không theo gia đình ngay được vì phải ở lại trình diện địa phương và để địa phương quản lý trong sáu tháng rồi sẽ vào sau.

Chẳng quen biết ai ở làng nên khi xong việc nương rẫy, anh thường hay qua nhà Bọ chơi, ý Bọ là muốn anh Tuấn làm quen với con gái đầu lòng của Bọ. Tình cờ, khi gặp chị em Eo ở nhà Bọ thì anh Tuấn bị tiếng sét ái tình. Anh Tuấn biết chị Kây là chị của Eo nên tìm cách mon men làm thân với Eo.

Quen biết, làm bạn cùng anh, ai mà không thích. Anh hiểu hoàn cảnh côi cút của hai chị em nên anh sang giúp Eo làm tất cả mọi việc từ trong nhà ra tới vườn nương rẫy.

---

[2] Cộng Sản gọi chúng là trại cải tạo, là danh hiệu được đặt cho các trại tù ngụy quân ngụy quyền do chính quyền CS điều hành sau chiến tranh Việt Nam

Có khi, anh Tuấn cùng giúp Eo cuốc đất trồng khoai sau vườn thì trong nhà chị đang tiếp chuyện ông thầy bạn trai của mình. Eo biết anh Tuấn thích chị Kây, Eo cũng muốn anh và chị mình thành đôi thành lứa vì biết rằng anh hơn hẳn những người đang theo đuổi chị mình.

Eo muốn anh Tuấn làm anh rể vì thấy anh Tuấn khỏe mạnh (như Trâu Cui), thân thiện, nhất là "đảm đương" mọi công việc trong nhà cho Eo chứ không như mấy ông "nội" kia, chỉ tán tỉnh dắt chị đi ăn chè tối, mà không thèm ngò ngàng gì tới cuộc sống hằng ngày của chị em Eo.

Chị cũng bắt đầu để ý đến anh Tuấn và thích anh lúc nào không hay. Khi thích rồi vì thấy anh Tuấn đang ở một mình nên chị Kây biểu anh về ở chung luôn để giúp đỡ cho chị em Eo. Trong thời gian ở chung đó, chị có bầu nên dù đã qua thời gian 6 tháng trình diện nhưng anh không thể vô ở cùng gia đình trong Rạch Giá mà bỏ chị ở lại cùng đứa con thơ trong bụng.

Lúc đó ba mẹ của anh Tuấn không muốn cưới, họ không ưa gì chị, không muốn lấy chị về để làm kiểng. Họ chỉ muốn chọn cho anh một người vợ đảm đang quán xuyến việc đồng áng, chăm chỉ làm việc để cùng gia đình lo cho bầy em còn lại của anh vì anh là con trai cả trong gia đình. Họ có thành kiến cho rằng, vì chị mà anh Tuấn bỏ gia đình.

Một ngày nọ, Eo đi theo chị em làng xóm buôn, mua lẻ mấy kí cá khô theo tàu chợ vô chợ Long Khánh bán, khi về có khi mua một hai ký tiêu, cà phê về chợ Đầm Nha trang bán cho con mối. Vì sợ công an nên luôn phải đem giấu trong người. Hôm đó bỗng dưng chị Kây ra ga Suối Cát kiếm gặp Eo cho bằng được, vét hết tiền vốn dành dụm của Eo để về tổ chức đám cưới cho chị gấp. Từ đó, Eo không có tiền để đi theo buôn bán vặt vãnh trên tàu nữa mà phải ở nhà làm rẫy phụ việc với anh chị.

Thế rồi đám cưới cho có lệ được diễn ra. Chị mượn áo dài trắng mặc làm lễ cưới, mượn chiếc áo dài màu xanh của người chị họ ở Sài Gòn đem về mặc trong tiệc cưới, rồi nấu một nồi phở đãi làng họ.

Nhìn đám cưới chị mà Eo buồn nghẹn ngào. Trong buổi tiệc cưới gọi là thu gọn đó, bên nhà Eo bèn đem Eo ra làm để tài bàn cãi. Một người chú họ, chú Hai Khương, đến dự để nghị đem Eo về nuôi, có lẽ tại nhà chú đủ ăn, đủ mặc hay chú là người thân nhất có chức vụ lớn nhất trong họ. Chú là con chú con bác với ba, nhà gồm nhiều anh em, một số đi Mỹ…còn lại ở Việt nam, chú tư Cương, chú bảy Khôi, chú sáu Lương và cô Miến.

Eo thấy cả nhà chú Khương này lạ hoắc, chưa quen biết ai trong nhà nên Eo chỉ xin ở lại với chị, vì không hề muốn xa chị hay bỏ chị lại.

Năm 1978, thời gian xảy ra đói khổ nhất của làng, chị sinh đứa con trai đầu lòng ở trạm xá Vĩnh Linh. Eo nhớ đó là một đêm tháng tư trời mát rượi nhưng tối tăm không ánh trăng. Chị Kây đau bụng sinh và được đưa lên trạm xá cách nhà Eo chừng một, hai mẫu rẫy.

Khu đất đó rộng vắng gồm dãy chợ chòi, trường tiểu học, trụ sở xã và trạm xá nhỏ vừa được xây dựng, chưa kịp hoàn thành thì giải phóng.

Nói là trạm xá cho có lệ chứ chỉ là căn phòng, trong phòng ở đó độc nhất chỉ có kê một cái giường gỗ nhỏ, lạnh lẽo vắng vẻ. Giữa đồng không mông quạnh, chỉ leo lét ngọn đèn dầu của anh rể mang theo.

Chị Kây đau bụng rên la cùng không khí chết chóc nơi trạm xá khiến Eo sợ ma. Eo cũng sợ chị đau quá mà chết mất. Bởi vì, ở xứ này không thiếu người sanh con mà chết cả mẹ lẫn con.

Eo thu mình một góc, nhìn vú và mẹ của thằng Trâu Cui đang giúp chị, kẻ bưng rót nước sôi, kẻ đi kêu bà đỡ, anh rể thì lo lắng xoắn xít bên chị, chuẩn bị đón đứa bé chào đời.

Không ai cần Eo giúp lúc này. Eo ngồi bất lực một góc tối, cầu xin Chúa, Đức Mẹ gìn giữ chị mình, xin Ngài đừng lấy mất người chị đang ở ngay trước mặt đây. Eo quá sợ hãi, chưa bao giờ cái không khí phải cầu xin sống chết quan trọng với Eo đến thế.

Chị sinh được bé trai, khi tiếng khóc của cháu cất lên thì nước mắt Eo biến thành sự mừng vui tột bực. Sự sống của chị giờ có thêm một cháu trai kháu khỉnh.

Sau đêm đó, chị lại băng huyết nên mẹ con chị suýt chết. Một tuần lễ, ai ai cũng lo lắng giúp cho chị để sống mà nuôi con. Lúc này là lúc anh rể dốc tâm dốc lòng lo cho mẹ con chị không nề hà cực khổ. Eo thương và hơn nữa là biết ơn anh rể lắm.

Nhớ lại lúc Eo và anh rể còn làm bạn với nhau, vì anh muốn theo đuổi chị Kây thì Eo vòi bất cứ chuyện gì thì anh cũng lấy hết lòng giúp mà không lượng được "thời thế tạo anh hùng rơm". Có lần, Eo nói với anh Tuấn: "Mai mốt anh lấy chị Kây rồi anh mua cho em chiếc xe đạp để em đi học lại nha". Anh ừ. Mà bây giờ nghèo đến rách đũng quần thì lấy gì mà trông, mà cho.

Khi có anh rể thì việc trong nhà đều qua tay ảnh. Anh không ngại cực khổ, gian nan để lo lắng bảo bọc cuộc sống chị em Eo, đi rẫy đi rừng đi đâu anh cũng tha Eo theo. Đi cho có bầu bạn chứ anh không bắt Eo phải nhất thiết làm việc. Nhưng Eo thì siêng lắm, việc gì cũng ráng học hỏi và làm cho xong.

Nhưng Eo ít khi ở nhà, về tới nhà tắm rửa xong là dong đi mất, vì thấy chị Kây dành tất cả tình thương cho anh rể. Sáng ra, chị lo cho anh, trưa chị cũng lo cho anh, tối cũng lo… chị chỉ chăm chăm đến mùa kiếm chút khoai, củ sắn dư, hay mấy mụt măng rừng hái về bán kiếm tiền đi chợ hay bán cái gì đó để có tiền mà lo cho miếng ăn ngon riêng anh.

Trong lòng Eo lúc này thì không thể che giấu sự tủi thân được nữa, Eo không nảy sinh sự ghen tị lắm, vì biết rằng ngày trước gia đình có tiền, chị thương lo cho Eo còn bây giờ chị em mình nghèo, nhưng tình thương Eo dành cho chị không nghèo. Nay chị đã có một mái ấm riêng, Eo chỉ là con nhỏ ở nhờ, không hơn không kém.

Lý do Eo giận lẫy chị vì Eo sợ chị cũng sẽ bỏ rơi Eo, cũng như trong mắt chị đã hết thương Eo.

Hễ rảnh, hết việc làm là Eo cứ trốn sang nhà hàng xóm chơi, ở đâu đó, chờ đến giờ ngủ sẽ về. Cơm canh nếu ngon chị có để dành cho cũng chẳng thèm ăn mặc dù có hôm bụng đói không có gì nhét vào bụng. Chị thì tưởng Eo đã ăn ở đâu đó rồi, vậy càng hay vì chắc gì nhà đã dư dả mà phải để dành.

Tối thì vẫn phải mò về ngủ chung giường với hai anh chị, vì nhà chỉ có mỗi cái mền lớn đắp. Chị Kây cũng không thèm để tâm đến sự trưởng thành của Eo, cứ đẩy Eo cho hàng xóm, bạn bè ai lo cho được thì lo.

Một lần Tết đến, mùa màng vừa gặt hái nên có chút dư dả để chuẩn bị ăn Tết. Chị mua được ít đường, bột và trứng gà và làm được một hũ bánh thuẫn.

Sáng mùng một đi lễ ra, anh chị đi thăm Tết bà con, bạn bè còn Eo thì theo chân các thầy ca đoàn, giáo lý đến từng nhà bạn bè thăm Tết cho biết nhà nhau.

Tụi Eo đã bước chập chững vào tuổi thiếu niên, bạn bè đã biết tập tành điệu bộ. Cha mẹ có kẻ đã biết ngắm nghé dâu rể cho con của mình. Có nhà, ba mẹ chuẩn bị buồng chuối chín cho con đem ra đãi, người thì mấy trái đu đủ chín, nhà thì nồi chè bột lọc, kẻ thì nồi xôi nếp đầu mùa thơm phức... Tới trưa thì cũng phải đến lượt nhà Eo, biết nhà không có gì để đãi cho các bạn trong ca đoàn. Eo không muốn, nhưng không tránh được.

Không có ai ở nhà cả, chợt Eo thấy hũ bánh thuẫn của chị làm để sẵn trên bàn thì không suy nghĩ gì cả đem ra mời gần hết.

Chiều hai anh chị đi thăm Tết về, thấy hũ bánh gần hết thì chửi mắng Eo thậm tệ. Miếng ăn, miếng mặc chị cũng không còn để tâm đến, huống gì đến cảm xúc của Eo.

Hình như, chính bản thân chị cũng như Eo lâu nay tận sâu xa trong lòng đã mồ côi thiếu vắng tình thương nên khi có chồng, chị chỉ biết khư khư lo thương chồng, mà không muốn nghĩ đến ai khác. Chị cũng ích kỷ không muốn chồng mình lo cho ai khác ngoài mình, ngay cả với đứa em ruột còn dại đang sống nương tựa vào mình.

Kể từ buổi Tết đó, Eo tự giải thoát cho chính mình và cho chính chị.

Eo múa đẹp và được tham gia trong đội múa hát nhà thờ do ngày xưa khi ở Đà-Nẵng Eo quá rãnh rỗi tự mình thích, tự học lóm, tự nhào luyện "gymnastics" khi xem trên tivi. Vì thế Eo được các sơ, các chị cưng lắm.

Có lần, nhiều giáo xứ tụ tập về giáo xứ Vĩnh An của Eo cắm trại nhân dịp Noel. Ban ngày khi thi văn nghệ ngoài trời, Eo độc vũ cùng một nhóm múa phụ họa bài Jingle Bell và được giải nhất. Mọi người đều khen Eo múa đẹp và rất dẻo khi Eo có thể uốn cong người xuống thấp một cách "ngoạn mục". Từ đó trong làng Eo có tên mới gọi là Eo "đinh gỗ beo".

Trong buổi cắm trại đó cũng có tổ chức tiệc nhưng thức ăn "nhanh" là do thành viên tham gia đóng góp. Nhưng Eo không tiện nói chuyện đó với chị Kây. Những đứa có mẹ đi theo thì được mặc đồ rất tươm tất, được gia đình coi trình diễn, phát thưởng giáo lý cuối khóa, mang đồ ăn nấu sẵn theo cho con, còn Eo chỉ lủi thủi một mình.

Eo mới chạy tới nói với cha chánh xứ vì biết cha sẽ có thức ăn cho Eo:

"Con không có đồ ăn mang theo".

Nghe vậy, cha mới chia cho Eo một đĩa bánh bột lọc không có nhân chỉ có hành và dầu mỡ nói:

"Đây, bánh bột lọc bọc Đức Tin".

Cái bánh cầm lên trong suốt như đức tin, thế mà cha con dành nhau ăn ngon lắm.

Lần đó, thấy chị Eo có bầu, cha mới kêu Eo vô, nhắn: "Mày về nói với con Kây, với thằng Tuấn sống như vậy tao không làm phép hôn phối đâu!". Eo về nói, nhưng chắc anh chị không vui.

Ảnh minh họa-Nhà thờ vùng kinh tế mới

Trong ngày lễ Ơn Thiên Triệu có Thánh lễ đặc biệt cầu nguyện cho người có ơn "đời tu trì". Tụi nhỏ tập văn nghệ chuẩn bị ăn mừng cho ngày lễ lớn vì làm sân khấu ngoài trời.

Eo tập dợt hoạt cảnh người đi gieo giống cùng múa hát theo bài "Người gieo giống".

Những đứa con trai lần lượt chọn làm vai Đức Giáo Hoàng, Giám mục, các thầy, con gái thì các sơ, đại diện các ơn gọi cho từng dòng tu, nhưng duy nhất có một vai người ở ngoài đời ấy không đi tu hành được gọi là "người loan tin mừng". Như mọi khi, Eo thích vai nào thì các sơ dành cho vai đó vì các sơ rất cưng chiều Eo.

Ngay từ ngày đầu đi học, khi sống và lớn lên bên cạnh các cha, các thầy, các sơ, Eo luôn mơ ước sau này sẽ đi tu, được mặc chiếc áo dòng sơ. Vì thế, khi diễn văn nghệ là cơ hội cho Eo được thỏa ước mơ trở thành sơ dòng Mến Thánh Giá.

Tuy nhiên, các sơ lại không muốn Eo vô vai sơ dòng nào cả mà chọn một vai rất thích hợp với Eo, đó là vai người đi loan báo "tin mừng". Eo phải tìm mặc một chiếc áo dài thật đẹp để mặc cho ra dáng một thiếu nữ kiều diễm, xinh đẹp, đại diện người đời để sống vai người loan báo tin mừng.

Cái ngày trình diễn văn nghệ, đứa nào cũng được các thầy các sơ cho mượn "đồ" của chính họ nên chúng hóa trang đầy đủ, đẹp, đúng với vai. Còn riêng Eo mặc cái áo dài hoa gấm lụa hồng đỏ mượn của con Hương Ngoài Đèo.

Áo đó nó mặc cũng đã không vừa, Eo nhờ sơ nới eo áo ra hết cỡ cho Eo nhưng không kiếm được ai có chiếc áo dài màu khác để mượn nên đành mặc tạm vì thế, cái áo ngắn cũn trông rất buồn cười.

Eo không vừa lòng cho lắm nhưng đó chính là dấu chỉ sự Vâng lời và ơn Thiên Triệu của đời sống đạo của Eo.

Noel năm 1978 cũng là Noel cuối cùng dành cho Eo ở giáo xứ Vĩnh An.

Năm đó, khi giáo xứ đã hoàn toàn cất xong nhà xứ và nhà thờ. Để đón mừng ngày lễ trọng đại Noen năm nay, nhân dịp cùng mừng lễ khánh thành nhà thờ mới này, giáo xứ nô nức chuẩn bị cho buổi văn nghệ vọng Giáng Sinh.

Buổi văn nghệ là chương trình đại thánh lễ dự tính sẽ diễn ra ngoài trời. Hoành tráng hơn là giáo xứ còn thuê hẳn một máy "phát" điện để xài cho dịp lễ.

Dù gian khổ, đói rách quanh năm nhưng trước niềm vui chung của cộng đồng, những giáo dân nghèo nhưng không ngừng cùng chung sức chung vai, đóng góp, hy sinh… công sức và vật chất phục vụ cho lễ khánh thành, cho đêm lễ.

Nhà thờ mới Vĩnh An

Trong cái se lạnh của mùa đông cuối năm, họ cùng nhau tụ tập đón Chúa Hài Đồng trước sân ngôi thánh đường. Đây là dịp hiếm có trong lần được thấy ánh điện sáng thay cho ánh đèn dầu. Chỉ chừng đó thôi cũng đã đủ huy hoàng đối với con dân nghèo khổ "tối rừng". Cả cộng đoàn sửa soạn "tâm hồn" chờ mong "Chúa" đến!

Eo cũng sốt sắng lắm, vì mùa vọng này, lớp giảng viên cũng đang học hỏi thêm về Mầu Nhiệm Chúa Giáng Sinh, kiến lòng Eo nao nức cũng như đầu óc thì đang ôn bài. Eo cùng các thầy các sơ, các chủng sinh và con em ở trong giáo xứ tập dợt văn nghệ cả tháng trời trước đó. Eo giữ "vai" một vài tiết mục trong đêm đó.

Eo còn nhớ, tiết mục đầu tiên của đêm văn nghệ là màn hoạt cảnh Adong – Eva, Eo trong vai Adong. Eo còn góp mặt trong vai sứ thần Gáprien đi truyền tin cho trinh nữ Maria.

Trong Chín phẩm Thiên Thần Sêraphim, Eo cùng cùng đoàn Thiên Thần hát mừng con trẻ Giêsu nơi hang đá. Chưa hết, Eo còn làm sứ thần Sứ Thần cho vở kịch chính là Đêm Hòa Bình dựa theo câu chuyện của Chúa Giáng Sinh, nhưng được thay đổi lại phần cuối do ý tưởng cầu cho "nền" hòa bình mà thầy Thiên biên soạn. Chính vì tham gia nhiều tiết mục cho nên Eo phải theo sát để tập dợt và ráp chương trình với mọi người.

Vở kịch là Đêm Hòa Bình nhưng đêm Noen năm 1978 không hề là một đêm hòa bình, yêu thương, bác ái với Eo. Bởi vì, sau buổi diễn đó đã có một chuyện rất buồn.

Lúc đó, Eo trong vai thiên thần Sêraphim đứng một mình từ trên nóc cao hang đá. Trước mặt Eo là hang đá và sân khấu lớn, sau lưng là lầu chuông. Hang đá được dựng lên dựa chân của lầu chuông. Từ trên đó, Eo nhìn xuống sân khấu xem nốt vở kịch đang hồi kết thúc:

Khi vua Hê-rô-đê tìm tới hang đá. Ông vội giơ kiếm lên mục đích tiêu diệt, giết con trẻ Giêsu.

Thấy cảnh đơn sơ nghèo khó, sự BÌNH AN của vua Đất-Trời, đã đánh động tâm hồn THIỆN TÂM của ông… ông bèn quỳ mọp gối xuống, dâng lên Thiên Chúa thanh kiếm.

"Đêm nay con chẳng có gì, dâng Chúa Hài Nhi, con cũng chẳng có vàng, nhũ hương, mộc dược quý báu?

Nhưng con chỉ có tấm thân HÒA BÌNH…

Bản nhạc "Lễ vật dâng Chúa Hài Nhi" đến đó, vừa dứt, màn kịch kết thúc, chương trình văn nghệ cũng kết thúc ngay đó.

Phần văn nghệ đã xong, Eo vẫn phải tiếp tục đứng đó để chuẩn bị tham dự thánh lễ sắp diễn ra trên sân khấu.

Nhưng khi thánh lễ Giáng sinh bắt đầu diễn ra thì từ trên cao, Eo nhìn thấy từ phía ngoài sân nhà thờ có hai xe lớn của Công an đến bao vây. Khi cha chánh xứ An-tôn Nguyễn văn Bình làm lễ vừa xong thì họ nhào vào nhà xứ kiểm soát, tra hỏi, hoạch họe cha.

Một tuần lễ sau, họ bí mật trở lại giáo xứ trong đêm. Họ bịt mắt, trói tay cha và đẩy lên một chiếc xe bịt bùng, chở đi mất trong đêm khuya giữa những tiếng khóc la níu kéo, bất lực của đám đông con chiên.

Hôm sau. Mọi con dân trong xứ như bầy chiên không còn chủ chăn. Toàn bộ giáo dân đều hoang mang lo lắng, chạy tới chạy lui nhà Chúa khóc than và đọc kinh cầu nguyện cho cha.

Nghĩ cha phải vướng vào cảnh tù ngục gông xiềng, đánh đập tra tấn tàn nhẫn như số phận bao linh mục khác tự dưng bị Cộng sản bắt nhốt, bị cáo buộc đưa đi tù cải tạo, con chiên chỉ biết chạy đến đấng thần linh mà kêu xin.

Sau đó, xã đưa người lên nhà xứ bắt kê khai lý lịch từng người có hoặc đang hoạt động trong giáo xứ như ca đoàn, ban giáo lý, hội đồng mục vụ… Người giáo dân bị kiểm soát, bị siết chặt hơn về tín ngưỡng. Dĩ nhiên, bọn "trẻ nhỏ" cũng bị ảnh hưởng theo nhiều. Một trong số đó là lớp giảng viên giáo lý do cha dạy đã rã đám. Lại nữa, vì không có giấy tờ để kê khai lý lịch, Eo cũng tự rời bỏ ca đoàn. Eo "mất" đi người cha dạy dỗ "tinh thần" cũng dường như mất luôn nơi nương tựa là nhà thờ. Với Eo mà nói, nhà thờ cũng là ngôi trường, gầy dựng lại tâm hồn Eo dù cuộc sống vẫn còn nghèo khổ.

Từ lúc đến đây, nhà Chúa này là tất cả tinh thần của Eo. Có Chúa, Đức Mẹ bầu bạn nên Eo cảm thấy mình không cô độc. Mỗi lúc buồn bã, trong nhóm cầu nguyện Thánh Linh, Eo âm thầm tìm đến với Ngài, chắp tay tỉ tê nỗi tâm tình.

Nhờ có nhà Chúa mà "cô giáo Eo" thấy cuộc đời mình có thêm nhiều ý nghĩa khi mỗi buổi tối được hướng dẫn, tập cho các em nhỏ xíu đọc kinh, tập cầu nguyện.

"Xin Chúa cho con có áo mới!"

"Xin Chúa cho con đi học!"

"Xin Chúa cho con có tóc dài giống cô Eo!"

"Xin Chúa cho anh Tí đừng đấm con đau!"…

Những lời nguyện đơn sơ của các em mầm non khiến Eo cảm thấy hạnh phúc và yêu thương biết dường nào.

Cha Bình bị bắt, niềm vui sinh hoạt ở giáo xứ cũng không còn. Lúc này, chị Kây cũng đang nản lòng vì những gặp khó khăn khi kiếm đường đi vượt biên. Mặt khác, thấy sống ở mảnh đất này mỗi ngày mỗi lụn bại, không có gì khá hơn nên chị và anh rể quyết định bế cháu rời Vĩnh Linh mà về quê chồng tận Rạch Giá.

Nghe đâu nhà anh Tuấn ở tận Kinh B, muốn vô tới nơi phải theo đò đi vô tận trong đồng trong bưng. Chị về đó, xa cả nếp sống quen thuộc của mình.

Chị đi, căn nhà chị em Eo đang ở cũng bị nhà nước lấy lại chia cho hộ khác. Eo ở lại Vĩnh Linh trơ trọi một mình.

Không còn nhà, không ai nương tựa, hoàn cảnh khó khăn nên Eo cũng bỏ Vĩnh Linh mà đi sau đó. Eo lại đi theo chân các chị trong làng, leo lên tàu lửa rồi buôn bán sinh sống vì bản thân Eo biết là mình không thể đi theo vợ chồng chị Kây nữa. Eo thương anh chị, cháu của mình nên chỉ biết ngậm ngùi .

Cuộc sống Eo trên chiếc xe lửa kéo dài thêm ròng rã gần hai năm sau đó.

Trước năm 1975, ở trường Á thánh tử đạo Phao-lô Lê Bảo Tịnh, Eo học giáo lý giỏi trong lớp nên sơ Rose xin phép cha Lợi cho Eo vào học lớp giáo lý xưng tội lần đầu dù Eo chưa đủ tuổi. Tuy nhiên, lời đề nghị được cha chấp thuận.

Sau năm 1975, ở giáo xứ Vĩnh An làng Vĩnh Linh thuộc địa phận Nha Trang. Sau khi học hết các lớp giáo lý, Eo đạt xuất sắc nên được các thầy cô đề nghị cho ghi danh vào lớp "chuẩn bị giảng viên".

Lớp chỉ nhận học viên 16 tuổi trở lên, và Eo là trường hợp ngoại lệ. Vì Eo không còn đi học phổ thông nhưng bản tính hiếu học nên dành tất cả nỗ lực cho việc học giáo lý. Vì được đề nghị từ ban giáo lý nên cha nhận Eo vào lớp.

Bước vào tuổi thanh thiếu niên, một lần nữa Eo được có cơ hội, may mắn học hỏi về Chúa. Từ đó niềm vui, tất cả hy vọng, sự cậy trông Eo đặt cả vào tay Chúa. Phần còn lại, Eo say sưa học lời Chúa, suy gẫm, sống và thực hành.

Eo được học chung đa số với các chủng sinh nam. Lớp này có tính cách Thần Học do đích thân cha xứ Bình và các thầy dòng phụ giảng dạy mỗi sớm Chủ Nhật. Những phần học được giảng trong lớp bao gồm Kinh thánh (Cựu-Tân), sách Thánh hiền, Khải huyền, thuyết lý về các đạo phái, Thiên văn... Sau khi được nghe giảng dạy, giáo huấn, thuyết trình hằng tuần, tụi Eo phải bốc thăm về đề tài, tự soạn bài ý lực sống để đến phiên thì lên thuyết trình.

Lần đó, Eo bốc thăm đúng hai đề tài. Bài thứ nhất là:

1 - Vì tội tôi, ngài đã chết cho tôi (vào mùa chay thánh).

Ở trên bục, đại khái tự xét mình với Chúa, Eo mạnh dạn như nói với chính mình: "Dù có đói thế nào, Eo cũng không chạy vào nương rẫy người ta, moi khoai, nhổ sắn, bẻ bắp, bỏ vào bị của mình đem về - Tội ăn cắp.

Thương yêu, đỡ đần chị Kây hết lòng, không hờn mát, không hỗn láo – Vâng lời Chúa, vâng lời anh chị của mình.

Lánh xa những đứa bạn ranh mãnh, quậy phá. Thuận hòa với bạn bè trong lúc trò chơi với nhau. Yêu Chúa! Tránh xa tội sợ làm Chúa buồn!".

Eo nhắc lại câu chuyện cha Bình kể xảy ra vào hai năm trước, lúc nhà thờ cũ còn là lều lụp xụp, ngài có ý nhắc nhở con chiên...

Cha kể chuyện bà cụ Khôi ở đối diện nhà thờ, cả ngày cật lực với công việc, không kể mặt mũi, tóc tai, quần áo lấm lem nhưng cứ tới giờ lễ chiều là bà lại đi nhà nhờ, hôm nào cũng lật đật như thói quen. Tay cầm tràng chuỗi lần hạt, chờ đi rước Mình Thánh Chúa. Đến lúc cho bà rước lễ, lần này cha quyết ngừng tay, bèn nói với bà:

- "Cái mặt lụ nghẹ (dính nhọ nồi) rồi".

Bà không nghe mà nhắm mắt, há miệng thưa: "Amen!".

Cha chờ cho bà mở mắt ra, lần này chỉ, cố ý nói lớn nhắc nhở:

- "Cái mặt mụ dính lụ nghẹ (mặt bà dính đầy nhọ nồi) ".

Lúc này bà cụ bị điếc nên cứ tưởng cha nói: "Mình Thánh Chúa Kitô" nên bà lại nhắm mắt, tha thiết đáp: "Amen!".

Thấy bà "xác tín" lời cha quá, cha bèn cho bà rước lễ.

Cũng kể từ sau lời nhắc nhở của cha xứ, hễ đi lễ nhà thờ, ai cũng nhớ rửa, lau mặt sạch sẽ, đẹp đẽ.

Eo đến với Chúa, dù bên ngoài hay dù bên trong cuộc sống có rách nát tả tơi thế nào, Eo cũng cố gắng giữ tâm hồn trong sáng vì nơi trái tim Eo chính là đền thờ của Chúa…

Để bài thứ hai mà Eo bốc thăm được chính là :

2- "Còn các con, các con nói: Thầy là ai? Mc 8, 27-30"

Những ý tưởng gợi lên trong bài thuyết trình lần này, Eo lại được sự hướng dẫn của thầy Tín.

Trong giáo xứ Eo, đặc biệt có hình ảnh bà cụ Lỗi, đơn thân, già nua lắm rồi, hằng ngày đi từ làng này qua làng khác xin ăn để về nuôi hai đứa con lớn, đều bị khùng của bà. Khi tụi nó nổi cơn điên, tụi nó cười, nó rượt, nó đánh bà te tua, bà suýt chết mấy lần. Hình ảnh cha mẹ già, thật xót xa!

Mẹ già như chuối bà hương

Như xôi nếp một như đường mía lau

Nhưng đó là bởi họ bị điên, vì điên nên mới thế. Ta không trách người điên, chỉ trách những kẻ tỉnh nhưng lại làm những trò điên cuồng, đồi bại. Như chị Vang, không biết ở đâu, lâu lâu xuất hiện ở ngõ làng Vĩnh Linh, chị bị điên khùng, răng rụng hết, người trần truồng chạy ngoài đường như đứa con nít. Vậy mà bị ai đó "đè ra" cho mang bầu. Thật tội nghiệp!

Người mù, kẻ què… khi bước chân lên xe lửa phải đưa tay giúp đỡ kẻ già yếu, tật nguyền bất hạnh hơn mình.

Eo nói, lạy Chúa, họ là những người anh em con, mang hình ảnh của Chúa! Mến Chúa - Yêu Người. Đối với người anh em của mình, cha Bình dạy, lỗi phạm Đức Ái là trọng hơn cả!

Đồng thời, Eo cũng được thầy An "chọn" làm ca đoàn trưởng ca đoàn Thiên Thần. Bổn phận của Eo trong ca đoàn là giữ 25 cuốn tập vở trắng. Mỗi đầu tuần, dựa theo bài đọc Phúc Âm mà thầy chọn sẵn các bài hát, bài đáp ca rồi đưa cho Eo.

Eo phải ghi chép bài sẵn trên 25 cuốn vở rồi sẽ phát ra cho các ca viên trong giờ tập hát, hay giờ phụng vụ thánh lễ.

Chẳng phải vì Eo hát hay, hát có được đâu mà, nhưng mà vì Eo viết chữ rất đẹp lại thêm cái tính cứ tưởng mình rất ư là cô giáo, bà cụ non ưa dạy dỗ, lại có tinh thần trách nhiệm cao. Cứ mỗi chiều tối, Eo lại nắn nót viết thánh ca, thánh vịnh. Mỗi ngày Lời Chúa, Eo học trong đầu. Eo ghi nhớ tất cả lời giáo huấn của bề trên, kẻ đứng trên bục giảng.

Ở đây, trên mảnh đất nghèo kiết xác này, con người lại sống kề cận rừng núi thiên nhiên riết rồi cũng sớm trở thành hoang dã. Lời Chúa cũng như mưa tưới thấm vào tâm hồn Eo cho hạt giống được nảy mầm.

Khi ở rẫy nhìn những chú chim vô tư nhảy nhót ăn sâu bọ, những bông hoa dại tươi màu mọc hai bên đường Eo nhẩm lời hát: "Đừng lo chi ngày mai, đừng băn khoăn trong cuộc sống, hãy sống vui từng phút giây mà Chúa thương ban cho đời ta. Chim trời không gieo gặt không thu lượm mà chúng vẫn no đầy. Hoa mọc giữa cánh đồng không tô màu, nhưng chúng vẫn khoe sắc màu đẹp".

Khi gặp người già, tật nguyền ăn xin nghèo đói trong làng Eo nhận ra: "Trên đường Emau, hai người lữ khách bước đi bên nhau, họ không trông ra, người lữ khách đó chính là Ngài. Có những lúc chúng ta rong chơi không để ý Ngài: Người ăn xin nghèo đói! Người đau thương, hèn yếu!

Khi lúa, ngô khoai mùa hạn hán, mọi người trông Trời mưa đổ, Eo cầu xin: "Trời cao hãy đổ sương xuống và ngàn mây hãy mưa Đấng Chuộc tôi. Hãy mưa Đấng Cứu đời. Trong đêm u tối chúng con mong ngày mưa tới, như nai đang khát ước mong mau tìm thấy suối, Chúa ơi dừng cơn giận Chúa, vì đoàn con đã hối tội rồi".

Khi gánh nặng trên vai mà đường đi thì gập ghểnh, lên đồi xuống mương, Eo nghĩ tính kiêu căng, ganh ghét, hận thù trong lòng phải san bằng như: "Đường Chúa ta uốn cho ngay, hố sâu ta hãy san cho bằng, để muôn người được thấy ơn Cứu Chuộc".

Mỗi sáng khi thức dậy đi lên núi rẫy, thấy bầu trời mây trắng xanh thật gần với đồi núi, Eo cất tiếng hát ca ngợi: "Con sẽ ca ngợi Chúa từ sớm mai khi con thức dậy sau đêm dài. Vì tình thương vì tình yêu của Chúa dâng cao vợi vợi, lòng trung tín của Ngài cao hơn vầng mây. Chúa tựa như bầu trời cao thẳm, Ngài dang tay phù hộ những kẻ kêu xin, lòng nhân từ Chúa cao vời vô tận, ca tụng Người đi hỡi dân muôn phương!

Eo hát, hát là cầu nguyện: "Lục huyền cầm con muốn tấu vang, ôi Thiên Chúa con cảm tạ Ngài vì ngài thành tín. Lạy Đấng Thánh Israen, muôn dân hớn hở vui mừng và lòng con ngập trong vui sướng vì Ngài là Đấng Cứu Độ con!".

Cha Bình dạy Eo về Mầu Nhiệm Thánh Lễ, bao gồm từ lúc trước tiên làm dấu thánh giá: "Nhân danh Cha – Khi đưa lên trán, xin Chúa làm chủ tâm trí Eo! Và Con – Khi đặt tay vào lòng, xin Chúa làm chủ trái tim Eo! Và Thánh Thần - Khi để tay trên đôi vai, xin Thánh Thần ban ơn sức mạnh cho Eo gánh vác cuộc sống!"

"Amen" - Eo tin Ba Ngôi Thiên Chúa!

Trước khi nghe lời Chúa:

Vì dấu thánh giá: Thánh giá trên trán -Xin mở trí Eo. Dấu thánh giá trên miệng - Xin mở miệng Eo. Dấu thánh giá trên ngực - Xin mở trái tim Eo…

Rồi mỗi lời kinh, lời Chúa, đáp ca, phụng vụ Thánh Thể trong thánh lễ… là mỗi lời cầu xin, tâm trí Eo kết hiệp với Chúa một cách sốt sắng trong thánh lễ…

Thánh lễ ra về, có lẽ đời sống Eo vẫn chuẩn bị mỗi giờ mỗi phút phó thác mọi sự trong bàn tay quan phòng của Ngài.

Sau này khi rời khỏi Vĩnh Linh ra đời, hễ gặp sự cố khó khăn trong đời. Eo ngẫm nghĩ về đoạn kinh thánh lời Chúa đã dạy đó, rồi sốt sắng cầu xin theo thánh ý Chúa đã Mặc Khải.

Lạy Trái Tim Cực Thánh Chúa, Xin làm chủ trái tim Eo!

Sau ngày toàn quốc đổi tiền (tháng 9, 1975). Số tiền đổi cho mỗi gia đình quá ít nên đồ đạc của kẻ đói bán ra đổi gạo lại càng bị con buôn ém giá. Ở chợ đò, phố xá thì chỉ có quân Bốn Đê mới bỏ tiền ra mua, rồi vơ vét mua vào với giá rẻ mạt. Khi không còn gì để bán… thì lũ "người ngợm" này tìm cách chiếm mua luôn cái "tinh thần" đức hạnh, đạo nghĩa của thân xác con người.

Lúc này phải tăng cấp, gọi họ là "Quân ăn cướp Sáu Đê", Đạp-Đổng-Đài-Đất-Đức-Đạo. Lũ quỷ đỏ đã hiện nguyên hình, bày nhiều trò để cướp luôn Đức (đức hạnh) và Đạo (đạo nghĩa), khiến con người "chân chính" phải đổi cái Thiện lấy cái Ác để mà ăn mà sống.

Hãy tưởng tượng tiếp hoàn cảnh, hình ảnh kẻ tù binh - magnificent Seven-Bonzana, kẻ tử sĩ bất khuất, kẻ tự hào là đứa con của dân tộc "Ngàn Năm Văn Hiến", kẻ bất lực còn sống sót đủ để tỉnh táo nghe "lũ quỷ đỏ" như đang dùng miếng thịt sống để nhữ những con mồi đang "đói rã" thây!

Vợ, con, em, cha mẹ… của mình phải sống.

Con mồi, nói cách khác là nạn nhân, như con thú không còn lý trí!

Phải đánh cuộc giữa sự sống của người thân để đổi sự sống cho mình, khiến họ nghiễm nhiên trở thành kẻ bất lương, trộm cướp, đĩ điếm đến không còn chút lương tâm cho Lũ khỉ đỏ mặc tình sai khiến.

Con quỷ đỏ Cộng Sản không có "nhân tâm", kẻ không tin vào linh hồn đã thật sự "chiến thắng" và người dân như chìm vào tội ác, mặc cảm và sự đen tối. Thật chua xót, đau đớn đến cho lớp trẻ dường nào?

Nhà của gia đình lính Ngụy quân Ngụy quyền bị dỡ phá, bắt lên xe tống thẳng về đất kinh tế mới, vùng hoang dã chưa hề bao giờ có sự sống ở đó nhưng đầy dẫy mầm móng của sự chết chóc!

Những người dân Bình-Trị-Thiên ở đây không may bị đẩy lùi về cuộc sống thời thượng cổ. Họ không học, không tiền… nhưng vẫn truyền dạy cho Eo cách sống thương-yêu và bác-ái.

Họ có gì dư dả để sẵn sàng cho người anh em ngoài trái tim biết thổn thức, đầy lòng trắc ẩn sẵn sàng chia sẻ đi những bó rơm để vá mái dột và củ khoai ăn cho đỡ đói. Họ kiếm ván chôn cất người chết đến nơi đến chốn và năng lui tới nhà tang đọc kinh cầu hồn, an ủi thân nhân cả tháng ròng rã hòng giúp họ vơi đi khổ đau kiếp người. Ôi trái tim của con người "bần cùng" nhưng nhân từ và tỏa sáng biết bao?

Họ nghèo khổ bần cùng nhưng họ sẽ chia sẻ cho Chúa nếu Ngài cần. Có thể đó chỉ là một cái bếp than ấm lòng dành cho kẻ không nhà. Một tâm hồn hoang sơ để nghe tiếng Chúa gõ cửa. "Vinh danh chúa cả trên trời/ Bình an dưới thế cho người thiện tâm". Bài học yêu thương, bác ái, đó là hành lý duy nhất Eo đặt trên đôi vai nặng của mình và ra đi khỏi giáo xứ Vĩnh An!

Cuối năm 1976, một đoàn quân bộ đội bổ về làm việc ở trong xã, mỗi nhà phải cho hai, ba chú bộ đội tạm trú. Nhà Eo có hai chú bộ đội, một người Hà Tĩnh, một người Quảng Bình. Tuy Việt Cộng nhưng họ mộc mạc, hiền khô. Hành lý họ đem theo thấy có cái võng để móc nằm ngủ.

Ban ngày họ đi làm ở đâu đó không biết, đến chiều về thì mỗi người tự đi chợ nấu cơm riêng ăn, tắm rửa, tối ngủ. Mọi sinh hoạt ở phía sau lưng vườn, họ chỉ dùng nhà bếp của nhà Eo để hành lý và đồ dùng. Eo tò mò khi thấy họ đi chợ nấu đồ ăn, lãnh gạo và lương khô đầy đủ thì thèm. Eo cũng thấy họ luôn vui vẻ huýt sáo, hát bài ca "bộ đội" luôn miệng, đặc biệt luôn móc chiếc khăn lông quanh cổ.

Mấy chú bộ đội này rất khoái chị Kây của Eo, anh Hà Tĩnh thì thích thú ra mặt, nên lâu lâu bẻ (bố thí) một tí lương khô cho Eo ăn ngon lắm.

- Cha mẹ cháu đâu? - Họ hỏi.

- Bị mất tích trong thời gian loạn lạc rồi! - Eo trả lời.

Họ khoái chí với câu trả lời của Eo, vì tưởng hoàn cảnh như vậy sẽ dễ dụ khị được chị Kây của Eo hơn. Cũng may chị Kây lúc này có nét đẹp thành phố, nên có nhiều cậu trai làng thuộc thành phần ưu tú ở đây theo bám, chị cũng chẳng mảy may tình ý gì với đám Việt Cộng.

Rồi một hôm trước mặt nhóm bộ đội "vào làng" đó, chị vô tư trả lời (khác với ý của Eo) không một chút ý tứ:

- Gia đình tôi đi Mỹ cả rồi!

Cũng từ đó họ nhìn hai chị em với con mắt "dè sẻn", miếng "lương khô" béo ngậy cũng hết bẻ "biếu" cho Eo. Có lẽ nhờ vậy mà khi đoàn quân bộ đội rời khỏi làng, đã tặng lại cho các cô gái Vĩnh Linh và làng lân cận Eo bao cái "thai không chủ". Nhưng chị Kây của Eo thì thoát.

Trước thời Ngụy, Phước Tường hay Vĩnh Linh chỗ Eo ở hiếm có vụ đàn bà con gái chưa chồng chửa hoang. Nhưng từ sau vụ anh Giải Phóng quân rời làng thì dấy lên phong trào mèo mả gà đồng.

Từ đó trong làng, ban ngày đám thanh niên thiếu nữ hì hục thì đi cày. Tối về tắm rửa sạch sẽ xong rủ nhau đi tán gái, không có gì để chơi nên rủ nhau vào bụi rẫy chơi trò "tò tí te". Con gái mới trổ mã chưa kịp thấy cặp kè đã mang cái trống khiến cha mẹ, cha xứ phải báo động cho làm đám cưới "tập thể". Cha xứ rầu cái vụ này lắm, có cặp chỉ kịp làm phép cưới, vì nghèo nên chẳng có tiền làm đám cưới.

Lúc này Eo cũng đã trổ mã, xinh đẹp là tâm điểm cho đám trai làng tán ghẹo. Eo thì đi đâu cũng đi với Lan và Liễu. Chơi với các chú chủng sinh trong ca đoàn Thiên Thần thôi.

Khi mới vào đây ở, nhà Lan ở sát nhà Eo. Lan là em của Trâu cui nên Eo chơi thân với hai anh em nó lắm. Nhà Lan khá là đầy đủ, nhà Eo thì lại thiếu thốn mọi bề nên hễ cần gì là Eo chạy qua mượn. Thằng Trâu thường là đứa giúp đỡ Eo khá tận tình nhất.

Lan và Liễu ở trong một ca đoàn, nhà Liễu cũng ở gần đó nên hằng ngày đi nhà thờ chung. Qua lại nhiều lần trước nhà nên Eo quen Liễu trong một dịp...

Thấy Lan đi cùng con nhỏ bạn của nó, ngang qua dốc xuống nhà mình, Eo hỏi:

- Đi mô về rứa?

- Đi tập hát về! - Lan trả lời.

- Rứa à? - Eo gật gù nhìn hai đứa cười rồi nhanh bước vô cổng nhà.

Liễu bèn quay sang hỏi Lan, tay vẫn không ngừng đan áo len cặp dưới nách là túi ni lông đựng vài cuộn len.

- Ai đó ? Mi quen hắn à?

- Ừ, hắn tên Eo, ở Đà Nẵng vô. - Lan đáp.

Liễu nắm lấy cơ hội:

- Răng mi không rủ hắn vô ca đoàn mình?

- Ờ… ờ tau không biết nữa. - Lan ngần ngừ.

Sau đó Liễu thúc Lan rủ Eo vô ca đoàn cho bằng được. Gia đình Liễu cũng từ Đà Nẵng mới vào đây lập nghiệp. Nhiều lần đi qua, đi lại ngắm Eo từ trong nhà, thấy con bé có mái tóc dài đen nhánh, đôi mắt to cùng nước da trắng, hắn rất thích được kết bạn. Thế rồi khi biết Lan quen Eo, tụi nó rủ Eo vô ca đoàn.

Đi tập hát chung có thêm đứa em trai của Liễu nữa là Dương. Từ đó bộ ba, Lan-Eo-Liễu là bạn chí thân, đi đâu cũng có nhau.

Buổi tối đi nhà thờ, vây quanh chơi với đám «chủng sinh» đàng hoàng thì bị đám con trai «mất dạy» (tên tụi Eo đặt cho) bên ngoài ghẹo phá, nó lấy ná, lấy cọng khoai mì làm đạn nhắm bắn vào Eo. Có khi Eo còn bị trúng mắt đau điếng. Các chú chủng sinh thì hiền, đánh nhau không lại tụi nó nên chỉ ráng ngồi quanh như bia đỡ đạn che cho tụi Eo thôi. Chúng nó cũng ở trong giáo xứ, nhưng trời tối, không biết chính xác đứa nào bắn mà méc cha xứ. Cha xứ luôn nhắc đám con trai trong ca đoàn, để ý săn sóc Eo, đừng cho chúng nó làm bậy. Chuyện đám mất dạy ghẹo phá, Eo chưa kịp méc với cha kịp thì các các chú đã thưa với cha xứ rồi.

Rồi chuyện đáng buồn đã xảy ra!

Hôm đó tụi Eo tập hát, chơi đùa, tán dóc xong ra về, trời không trăng nên tối căm. Đang lội qua khe thì bị thằng nào ném cục đá. Xui xẻo là trúng ngay mắt thằng Dương, em Liễu.

Con mắt của Dương bị hoại tử và đui luôn. Chuyện xảy ra làm cha xứ giận lắm (tuy không tìm ra đích danh đứa nào ném) đem nói đi nói lại trong nhà thờ dạy bảo, khuyên răn tụi «mất dạy» đừng nghịch phá mà xảy ra những chuyện đáng tiếc không lường được.

Một buổi tối mùa hè trăng sáng, cả làng nô nức, hớn hở kéo nhau lên trường trung học Hoàng Hoa Thám nằm ở làng Vĩnh Cẩm mà xem chiếu phim «Ba hạt dẻ dành cho lọ lem».

Vì đây là vùng khỉ ho gà gáy nên đoàn chiếu phim của nhà nước hiếm khi đến chiếu cho dân ở đây coi. Lúc đi cũng ùn ùn đi mà lúc về cũng ùn ùn.

Đó là một bộ phim thần thoại thích hợp cho tuổi ước mơ của tụi Eo, vốn từ nhỏ đã say mê nghe cô giáo kể chuyện cổ tích. Xem được bộ phim về làm Eo «sung sướng mê tít người», đang say như say thuốc lào nên tụi Eo cười nói luyên thuyên.

Lúc rẽ vô con đường tắt về làng Vĩnh Linh, mặc dù «bộ ba» của Eo luôn luôn để cao cảnh giác, Eo luôn đi giữa, hai đứa bạn kẹp hai bên canh chừng nhưng vẫn bị mấy đứa «mất dạy» đâm sầm vào. Một thằng bóp vú Eo một cái mạnh rồi toan chạy. Tụi Eo hãi quá, vội vàng bỏ chạy. Cả người Eo run lập cập như thế vừa bị ai đó ăn cướp món đồ quý giá lắm. Đã thế, con Liễu còn phàn nàn: "Rồi Eo sẽ bị bên vú to vú nhỏ cho coi!". Eo hãi quá ôm bên vú ngượng ngoại ậm ừ.

Tụi Eo chạy đến nhà người chị họ là em gái út của Bọ ở gần nhất, đập kêu cửa, định méc cho bớt sợ nhưng chị họ đi buôn tàu không có ở nhà. Bèn chạy đi tìm đám chú chủng sinh vì trong đám chủng sinh có bộ ba Đức-Đang-Đình chơi rất thân với tụi Eo, mong để méc, giải quyết ngay. Con Liễu tức tối, nói như bắt đến:

- Con Eo bị tụi thằng Chai bọp bụ (bóp vú) rồi tế (kìa).

Tụi nó ngây thơ hỏi:

- Răng rứa (Sao vậy)?

Con Liễu kể oang oảng với giọng tức tối.

Sau tới tai cha xứ, cha xứ kêu tụi nó ra hỏi thằng nào làm, nhưng mà không thằng nào dám khai.

Tụi "mất dạy" tôn thằng đó lên làm anh hùng vì gần như tụi nó "canh me" Eo nhiều lắm rồi nhưng không thằng nào dám liều mạng cả.

Con Liễu thì xót xa cho Eo lắm, lâu lâu cứ canh hỏi: "Bụ (vú) Eo bên nớ (kia) có to hơn bên ni (này) không?".

Eo nghĩ mình bị rồi nên "mặc cảm" nói: "Ừ, vú Eo bên nhỏ bên to rồi".

Nói rồi Eo thấy mình bơ vơ, lạc lõng tệ. Eo nói với bạn thân: "Mày sờ thử xem, bên này nhỏ, bên này to rồi nè!" - rồi hai đứa mặt buồn rười rượi.

Kể từ hôm ấy trở đi, cha Bình bỏ công ra dạy dỗ Eo nhiều hơn về Đức Mẹ. Trong Cựu ước tiên báo về Mẹ (sẽ có người đàn bà đạp đầu con rắn), Đức Mẹ Đồng Trinh, Vô Nhiễm, Hồn Xác Lên Trời… lấy từ những câu chuyện trong sách thánh, Khải Huyền v.v. xoay quanh để tài của Mẹ là Mẹ Chúa Cứu Thế, tuy khó hiểu cao siêu Thần Học nhưng Ngài chỉ mong Eo có lòng yêu mến Đức Mẹ, mong Đức Mẹ luôn gìn giữ Eo cách riêng.

Một hôm, người thím, gia đình chú thím Út đã rời trại tập trung Non Nước vào Quảng Thuận ở từ năm 1974 đến nay chưa hề gặp lại. Nhân dịp đi buôn ghé qua chợ Vĩnh Linh bỏ hàng sẵn tìm tới thăm nhà chị em Eo.

Chú Út Đức vẫn đang đi học tập cải tạo chưa về. Sau một hồi thăm hỏi dồn dập, thím vội lôi Eo ra chỗ cầu, ngay khe nước dẫn vào nhà, dúi riêng cho Eo một số tiền rất lớn (đủ để may một bộ đồ mới). Eo mừng lắm, cất kỹ, thím vuốt tóc Eo, khẽ nói:

- Chờ chú về, thím sẽ nói với chú đem con về nuôi chứ ở vậy không được. Chỉ sợ anh rể mày ăn mít thì ăn luôn xơ, con đừng để cho thằng Tuấn đụng vào người con.

Lúc đó Eo không hiểu hết ý thím muốn nói gì nhưng cũng mong là chuyện sẽ sớm được về ở với chú thím. Vì bà nội hồi giờ vẫn ở với gia đình chú út. Vả lại, gia đình chú là người rất gần gũi, khắng khít với gia đình Eo, khi nhà Eo còn ở Đà Nẵng.

Sau khi dặn dò Eo cẩn thận kỹ lưỡng một hồi. Thím vội từ giã chị em Eo ra về.

Thím cũng là người đàn bà đầu tiên thay mẹ nhắc nhở Eo!

CHƯƠNG 7

Tìm đường vượt biển

Cuộc tấn chiến của Việt Cộng nhắm tiến vào Sài Gòn. Đến khi Sài Gòn mất (giải phóng), mẹ cùng gia đình bà con nội ngoại từ Sài Gòn đã xuống Vũng Tàu, rồi theo tàu hạm đội Mỹ di tản ra nước ngoài rồi.

Một trong những chiếc tàu đông đúc chở người bà con của Eo di tản, trong đó có Quốc Việt (đứa em nuôi) bị chìm khi đang cố gắng chạy ra tàu chiến hạm của Mỹ đậu ngoài khơi Vũng tàu. Người thân bị lọt lại trở về cho hay.

Những ngày cuối cùng ở Vũng Tàu, nghe nói ngày nào mẹ của Eo cũng ra đón tàu ở ngoài Đà Nẵng vô, mỗi sáng mỗi chiều với hy vọng nhìn thấy hai con, nhưng tìm và chờ đợi hai chị em Eo suốt một tháng trời không thấy tin tức nên mẹ nghĩ rằng có lẽ hai đứa đã chết vào cái dịp pháo kích cuối cùng ở phi trường. Mẹ nghĩ ở lại đây cũng không thay đổi được gì nên gạt nước mắt mà đi theo hai anh và bà con ruột thịt di tản ra nước ngoài.

Nghe xong tin, Eo thấy buồn và chới với như thể mất mẹ mãi mãi nhưng biết gia đình mình đã đi được đến nơi an toàn thì cảm thấy rất mừng mà cũng an ủi. Lúc đó, đối với Eo mà nói, miễn là không ai mất mạng vì bom đạn, trong lúc loạn lạc là được.

Nghe người thân kể, trong ngày cuối cùng ở Đà Nẵng, anh Hai của Eo đu bám được chiếc máy bay Boing 727 cuối cùng rời khỏi phi trường Đà Nẵng vào Sài Gòn, gặp bà con, gia đình trong đó, rồi cùng kéo nhau xuống Vũng Tàu thuê tàu để chuẩn bị di tản đi ngoại quốc. Nhưng sau đó, được tàu hạm đội Mỹ đưa vào đảo Guam.

Câu chuyện đào thoát khỏi Đà Nẵng của anh Hai cũng rất ly kì. Sau này Eo có nghe anh Hai kể lại.

Ngày 28-29/3/1975, dân chúng nghẹt cứng trong phi trường nổi loạn vì hay tin Việt Cộng đã đến Đà Nẵng. Máy bay muốn đáp xuống phi đạo để đón sư đoàn Không Quân nhưng không tài nào hạ cách được.

Anh Hai cố chạy theo bám sát người bạn Không Quân có thế lực của mình trong phi trường hòng hy vọng sẽ thoát nhưng tất cả máy bay đã rời bỏ. Hy vọng cuối cùng tiêu tan. Anh Hai như bao người lính Việt Nam Cộng Hòa khác kinh hoàng và sợ hãi tột độ. Anh Hai thu mình một góc, đầu óc hoảng loạn, sợ hãi đến tê dại.

Bỗng, sự kỳ diệu (duy nhất) xuất hiện ngay trước mắt, một chiếc máy bay đang bay rà thấp, theo sát nó là là chiếc xe Jeep và chiếc GMC chở đầy nhóc người đang cố gắng bám đuôi chiếc máy bay.

Thường thì một chiếc xe Jeep chỉ chở được bốn người nhưng lúc này trên xe bám kín khoảng hơn 15 người. Đột nhiên, chiếc xe Jeep bị mất đà lật, chiếc xe GMC đi sát ngay đằng sau đó không thắng kịp chồm cán lên. Một nửa số họ chết tại chỗ, số còn lại bị thương. Máy bay liền dừng lại chưa đầy 30 giây. Cửa sau máy bay chợt mở ra. Có bốn tên phóng viên người ngoại quốc to cao, nai nịt chắc chắn cùng với máy móc quay phim trên tay, nhanh như cắt nhào xuống đất quay lại cảnh đó. Không đầy tích tắc sau đó, những tên phóng viên này tìm cách dọt phóng lên trở lại máy bay ngay.

Khi thấy máy bay dừng thì anh Hai của Eo, đã dùng hết bản năng sinh tồn còn lại lao tới ôm chặt lấy hông (nai nịt) của một tên phóng viên và đu chặt, mặc dù ông ta dùng sức đạp hất ra. Chân anh Hai lọt vào cửa máy bay cũng là lúc máy bay vừa đóng lại.

Máy bay vừa đóng cửa, bay lên khỏi mặt đất thấp thì đèn báo động nháy lên. Bộ phận Hạ Cánh báo có người bị rớt và có người đang chui trốn trong khoang bánh xe. Bất chấp sự việc, các phi công vẫn tiếp tục cất cánh và bay trên biển với tốc độ rất chậm và rà sát mặt nước để giữ tuyệt đối an toàn cho chuyến bay.

Máy bay về đến Sài Gòn lúc 11 giờ 30 phút đêm. Tới nơi anh Hai thấy có rất nhiều xe cứu hỏa, cứu thương đợi sẵn. Họ mở cửa khu vực ba bánh xe ra ngay để cứu người.

Thực ra, chuyến bay tư nhân này của các ký giả quốc tế thuê để đi lấy tin bên chiến trường Cam-Bốt, thủ đô Phnôm Pênh lúc này cũng đang nóng bỏng. Chợt nghe tin Đà Nẵng thất thủ, họ bèn cho máy bay quay về Đà Nẵng "săn tin" ngay lập tức. Nhờ sự háu tin của họ mà anh Hai của Eo thoát chết.

Chị em Eo nghĩ, có lẽ cả đời này sẽ không bao giờ còn cơ hội gặp lại gia đình nữa. Chị em Eo dẫn nhau về Cam Ranh tìm bà con nương tựa.

Trong thời gian đó thì cha chánh xứ thiếu tá tuyên úy Đinh Hưng Lợi ở Phước Tường, Đà nẵng sau giải phóng thì bị quản thúc ở địa phương ròng rã 3 năm. Mẹ và anh gởi thư về cho cha ở Phước Tường nhờ tìm kiếm người thân mất tích.

Sau ba năm quản thúc, cha đã thực hiện lời nhờ cậy của con chiên. Cha mong muốn có dịp sẽ vào thăm những người ở Phước Tường mà đa số ngày mất nước họ bỏ chạy vào Phương Lâm, Định Quán, Đồng Nai lập nghiệp. Tiện hỏi thăm tìm kiếm thì được tin chị em Eo còn sống, cha rất mừng, cha để lại lá thư của mẹ nhờ chuyển cho hai chị em nếu bà con có dịp gặp.

Mãi đến năm 1979, chị Kây đi thăm những người hàng xóm ở vùng kinh tế Phương Lâm thì chị nhận thư mẹ. Từ đó, mẹ gởi tiền qua Pháp cho người cháu, chị Phụng, con gái đầu của của dì Đẹp. Sau đó, chị mua quà hàng hóa rồi gởi về cho chị em Eo, thời đó liên lạc còn khó khăn lắm.

Nhận được thùng quà sơ sài, báo tin đầu tiên từ chị Phụng, chị Kây mừng quá đi Sài Gòn nhận rồi đem đi bán, sau đó đi thẳng xuống Rạch Giá thăm gia đình chồng, tính toán chuyện sẽ vào đó ở lập nghiệp.

Mớ vải ít ỏi chị gom đi bán kiếm tiền, nhưng quần áo cũ mà nhận được cũng không thấy đem về cho Eo một cái mặc thử xem có vừa không, hay biết tin mà mừng là có quà của mẹ. Bộ chị không còn nhớ Eo sống rất thiếu thốn chăng.

Chị mang bán hay cho ai đâu hết. thậm chí chị còn giấu chuyện mẹ gởi quà về vì chẳng có bao nhiêu so với sự quá túng thiếu, đói khổ của chị lúc này, với lại chị nghĩ, chắc Eo còn nhỏ không có nhu cầu gì như chị. Nếu chị biết rằng lúc đó Eo đã trổ mã và thật cần cái áo ngực, tiền mua cái băng vệ sinh?

Mãi sau này, 1980 cậu An-phong-xô (em họ của mẹ) lúc này rời dòng Thiên An Huế chuyển về nhà dòng Tam Hà, Thủ Đức, mới đứng ra liên lạc với mẹ, bảo là phải gởi tiền riêng cho Eo về địa chỉ của cậu để cậu giữ, vì Eo không còn ở với vợ chồng chị Kây cũng như không ở xã Cam An nữa vì thế để Eo tự lo liệu thân mình và để dành tiền cho Eo tìm đường đi vượt biên.

Từ đó, cậu giống như nơi "kí gửi tiền" uy tín của Eo. Cuộc sống của Eo dễ thở hơn đôi chút.

Sau chuyến rớt tàu khiến Eo hết dám đi buôn trên xe lửa, Eo về nhà chị Thảo ở. Cũng may không lâu sau đó, gia đình bắt đầu liên lạc trực tiếp với Eo, mẹ gởi tiền và quà về cho Eo.

Hôm nhận được tin báo của thầy vào nhận thùng hàng đầu tiên, Eo mừng muốn khóc. Eo bán hết vải, thuốc, đồ dùng ở Sài Gòn rồi mua được 7 chỉ vàng[3] gởi lại cho thầy giữ 5 chỉ, còn 2 chỉ Eo cầm về để sinh sống. Có số tiền lớn, Eo mừng khôn tả.

Hôm đó trời xui đất khiến thế nào trên đường về Eo lại muốn ghé ga Long Khánh thăm nơi chốn mà Eo đã từng sống lang thang qua những ngày trước đó. Có lẽ vì Eo muốn chia sẻ với mọi người niềm vui, sung sướng mà Eo đang có. Eo ghé nhà thờ Long Khánh trước, không lật đật như mọi hôm chủ nhật chen chúc đi lễ cho xong để ra chợ buôn bán rồi chờ tàu. Nhằm ngày thường, Eo thong thả bước đến bên Chúa, Mẹ tạ ơn, cầu nguyện vì những ơn lành Chúa ban.

Cái hôm lễ mà bỗng có con chim lạ to hiện đến đậu trên nóc đỉnh cao chót vót Eo có mặt nhìn thấy nên có nhiều kỷ niệm với ngôi nhà thờ này.

Rồi sau đó, Eo ghé tiệm thăm người cô họ ở chợ Long Khánh, cô Miến có cửa hàng buôn bán thuốc lá Cẩm Lệ, thuốc Lào bỏ mối.

Hồi còn đi buôn, khi mua bán mà còn thì giờ rảnh rỗi ở chợ Long khánh chờ tàu, Eo thường bạt ngang ghé thăm cô, ngồi chơi coi cô buôn bán.

Cô Miến có tính tình xởi lởi, cũng thương mến bà con, nghe đâu hễ con cháu nghèo khổ trong quê ra Long Khánh đi buôn bán cần chỗ nghỉ, tắm rửa cô cho về nhà. Thời buổi gạo châu củi quế như thế là tốt lắm rồi. Nhà cô ở cách tiệm không xa, đi bộ chừng hơn một tiếng là tới.

---

[3] 10 chỉ vàng là 1 lượng vàng (1 cây vàng 24-carat) ~3,75grams

Cô có hai cô con gái út là Tính và Bé - xấp xỉ tuổi Eo, khác với Eo, tụi nó còn đi học và được cưng chiều lắm. Có lần gặp ở tiệm, chúng rủ Eo đi ăn vặt, đi lòng vòng quanh chợ Long Khánh xong thích Eo quá, chúng rủ Eo về nhà chơi, ở lại.

Nhà cô có một bà cô già, em út của má cô, mà mọi người gọi là mệ (bà) Cẩm. Mệ đã lớn tuổi lắm rồi nhưng còn khỏe mạnh, mặt mệ nhăn nheo, đổi mồi, lưng đi còng thấp, không chồng con gì cả ở với gia đình cô đã lâu. Nghe bà con nói mệ rất khó tính và ác. Bà chỉ đối xử tốt với ai đến nhà là bà con, cháu chắt có họ hàng bên mụ.

Buổi chiều hôm đó, lúc dọn cơm riêng cho hai đứa ăn, thấy mệ không cho Eo ăn, hai đứa la khóc bắt mệ phải lấy cơm thêm cho Eo. Thấy hai đứa cháu cưng của mệ cứ quấn quýt, khư khư bênh vực Eo, bà gai mắt lắm.

Chờ tối đến, đọc kinh chung xong, cả nhà đi ngủ, Eo chui vào phòng chúng nằm giữa hai cô em gái họ, ôm chúng ngủ. Đã lâu rồi, Eo mới có được một giấc ngủ hồn nhiên với bạn bè bằng trang lứa, tuổi còn đi học.

Đêm đó, Eo mừng vì không phải ngủ ở nhà trọ gần ga, hay nói đúng hơn là thuê một cái chỗ vừa đủ treo một cái mùng dành cho một người. Người này người nọ nằm san sát nhau nhưng vậy còn đỡ hơn là đắp tấm nilon ngủ ngoài, ngoài sân nhà ga.

Đang rơi vào giấc ngủ ngon, ấm áp hơi người... thì có bàn tay ai đó chui qua mền nhéo lia lịa vào hai chân, đùi của Eo đau điếng, rồi tiếng mệ Cẩm:

- Hai đứa bây nhớ đắp mền vô cho ấm!

Eo vùng dậy la lớn:

- Mệ ơi sao mệ béo (nhéo) con?

Hai đứa nhỏ giật mình dậy, vùng vằng đạp chân đuổi mệ ra khỏi phòng:

- Mệ… mệ… đi ra đi...

Eo trở lại nằm ngủ, được một chốc đến gần sáng thì mệ trở lại nhéo Eo tiếp, miệng lấy cớ nhắc hai cháu của mụ:

- Dậy đọc kinh, dậy đọc kinh!

Eo lật đật tung mền dậy, đi đọc kinh, không phải chăm chỉ sốt sắng đọc kinh sáng hôm đó mà là sợ dậy trễ nữa mệ sẽ nhéo.

Đi tìm đôi dép hồi đầu hôm Eo để ngay chân giường đã thấy không cánh mà bay mất một chiếc. Thấy Eo loay quay tìm dép, hai đứa nhỏ biết ngay, nó la réo mệ:

- Mệ trả lại chiếc dép mệ thu (giấu) cho chị Eo.

Mệ đưa mặt đắc ý, nhăn nheo, miệng móm mém "hứ hứ" về phía Eo rồi miệng vẫn đọc kinh sáng tiếp.

Thường thì khi ngủ ở ga hay nhà trọ Eo cẩn thận lấy dép của mình kê lên đầu làm gối cho khỏi bị mất cắp, mà tụi ăn cắp dép rình cắp nhiều như rươi, mất dép thì lấy gì mà đi cơ chứ. Về nhà cô ngủ, Eo ỷ y, ai dè... Thấy Eo tìm dép không ra, Tình và Bé lựa lấy đôi dép đẹp nhất của tụi nó đưa cho Eo mang đi đỡ.

Sau lần đầu thăm viếng đó, Eo không dám ghé nhà cô nữa mà chỉ ghé tiệm chơi thôi. Sau nghe mấy đứa kể, có đứa đến ở nhờ, giặt quần áo phơi ở đó bị mệ gắp than hui cho lủng áo, đồ đạc để đó mệ tìm cách thu giấu cho tìm không ra, còn mấy đứa con nít tới thường bị mệ tìm cách nhéo cho bầm mình... mụ tìm đủ cách đủ kiểu để đuổi khách, để khách tởn mà đừng đến làm phiền nhà cô Miến của Eo nữa.

Vừa bước chân vô tiệm gặp cô Miến đã hỏi:

- Mày đi đậu lâu quá mà bữa chừ không gặp?

Eo mừng quá khoe:

- Con mới đi nhận quà của mẹ về!

- Vậy quà cáp đâu rồi, mày coi chừng, cẩn thận kẻo bị mất cắp. - cô hỏi tới.

Eo thật thà kể tường tận cho cô nghe rằng Eo đã bán tất cả gom được 7 chỉ gởi cho cậu Nỷ 5, còn lận cất đem về 2 chỉ.

Cô liền than thở khóc lóc với Eo về cậu con trai duy nhất là anh Thơ đang trốn nghĩa vụ. Bây giờ cô cần gấp một cây vàng để cứu nếu ko có ảnh sẽ ở tù. Lúc này cô đang chờ tiền của mấy chú ở bên Mỹ gởi về cho cậu Thành - em ruột của má cô - đang đi tu hiện đang ở trên Bình Triệu.

"Con cho cô mượn đỡ 5 chỉ" rồi mươi ngày nhận được cây vàng thì cô sẽ gửi lại cho con. Eo nói với cô con chỉ có 2 chỉ đây thôi. Cô nói là ngày mai con gái của cô đi với Eo lên Thủ Đức lấy cho đủ 3 chỉ đưa về cho cô luôn.

Sau đó 1 tháng, 2 tháng rồi 3 tháng, Eo đi vô Long Khánh gặp cô để lấy lại số vàng đó thì cô nói là cô đã nhận 1 cây vàng, cô đưa cho anh Thơ, con trai cô đi vượt biên mà bị bắt lại mất vàng rồi. Cô sẽ xin mấy chú bên Mỹ, nếu có sẽ gửi lại cho Eo.

Eo đau khổ lắm biết phải làm sao bây giờ, số tiền đó rất là lớn, lớn gấp triệu triệu lần ước mơ Eo muốn có. Tiền đó như là trên trời rớt xuống mẹ ban phát cho Eo để cho Eo lo cho cuộc sống ổn định và để dành chút đỉnh để đi vượt biên, chưa kịp nằm trong tay thì đã mất tiêu rồi.

Đang lúc mất tiền vì nghe lời bà cô dụ ngọt, thì chị Kây cũng từ Rạch Giá về Cam Ranh kiếm tìm Eo để mượn tiền. Nhưng chị nghe thấy Nỷ nói Eo có gửi 5 chỉ vàng ở đây mà nó lấy lại rồi, chị không tin tưởng, cho là thấy nói xạo nên chạy đi kiếm Eo.

Gặp được Eo khi chị đang mang bầu đứa thứ hai, chị khóc vì khổ cực. Ở nhà chồng, chị không biết làm ruộng cho nên chị ở nhà chăm con và lo bếp núc. Cuộc sống nhà quê khổ cực phải nấu ăn bằng rơm. Gia đình chồng đối xử không tốt nên chị mới ra cắt một cái chòi ở riêng, khổ lắm.

Chị muốn Eo đưa cho chị mượn số vàng để về mua cái lưới thả trên sông để bắt cá mà sống. Biết cô mượn tiền Eo, chị mới buộc Eo đi vào Long Khánh gặp cô để lấy số vàng thì cô mới đưa cho hai cái đồng hồ. Anh Thơ có một cái shop sửa đồng hồ ở chợ Long Khánh để bán đi trừ tiền. Vì quá cần tiền nên chị cầm đại hai cái đồng hồ bị hư, lại không phải loại tốt nên bán không có bao nhiêu tiền cả.

Chị Kây lại trách mắng Eo thậm tệ. Eo thì chỉ biết khóc thôi, thương chị nhưng mà Eo không biết phải làm sao. Tiền thì đưa cho người ta rồi, có trách thì trách mình quá tin người, giờ cũng đâu có làm gì được.

Eo về Vĩnh Linh ở luôn với chị Thảo trong nhà. Eo không còn lo lên tàu kiếm ăn sinh sống nữa, mà chỉ ở nhà chị Thảo chờ gia đình gửi tiền về để cốt tập trung vào một chuyện, kiếm đường đi vượt biên.

Hết khổ, đói khát vì đi kiếm miếng cơm manh áo, bắt đầu đến chuyện khiếp đảm, sống chết vì vượt biên.

Một số bà con bên nội Eo di cư hồi năm 1954 vào ở cầu xóm Bóng Nha Trang lập nghiệp. Đây cũng là cái làng vượt biên vì gần biển.

Mẹ Eo viết thư về năn nỉ bà con ruột thịt, tạo điều kiện giúp đỡ đưa Eo đi vượt biên. Mẹ Eo thì ra sức gởi tiền về, khi hai, ba chỉ vàng, khi năm, bảy chỉ… Eo đều gom góp rồi hết gởi cho họ, hòng họ thương tình, nhân tìm cơ hội đưa Eo đi. Giá cho một suất đi lúc đó thường là 2 cây vàng.

Gia đình của cô dì chú bác, nhà ai cũng đông con, nhất là các anh chị lớn đang học hành dở dang, lại tuổi phải đi nghĩa vụ nên họ cũng phải lo cho từng đứa con ruột của họ đi vượt biên trước. Trong khi chờ gom cho đủ số vàng họ đòi hỏi, có khi họ mượn trộm trước số vàng mà Eo gởi để lo cho con họ ra đi đã.

Điều này cũng chẳng trách họ được. Có được chuyến ngon lành có một hai chỗ gởi gắm, họ chắc chắn sẽ dành cho đứa con họ trước, chứ làm gì mà có chuyện nhường cho Eo. Eo là con gái, nếu chưa đi được ngay cũng chẳng chết chóc gì.

Có những chuyến mà chủ ghe đòi đóng một cây, cây rưỡi hay hai cây vàng thì lúc đó Eo lại chưa có đủ, đành phải chờ gom góp đã.

Gia đình cô Út Mai (con chồng sau của bà nội Eo) ở xóm Bóng. Nhà vốn có ghe nhỏ đi biển nên rất khá, cuộc sống ở nhà cô Út khá thoải mái.

Ghe về buổi chiều, tầm 3-4 giờ, cô út ra cảng bán cá rồi mua rau, thịt đem về ăn. Cô Út cũng nấu rượu nuôi heo, bán men (rượu) đi bỏ mối cho người ta.

Nấu rượu nuôi heo như là nghề truyền thống của gia đình, má Eo cũng vậy. Ngay cả người ở trong nhà Eo cũng được dạy nghề nấu rượu nuôi heo.

Cô là người đầu tiên nhắn Eo ra, trước tiên cô hỏi Eo có bao nhiêu tiền nói cho cô biết để cô lo cho mà đi. Eo nói con không có nhiều, con chỉ có ít thôi, Eo đưa hết cho cô.

Sau đó cô mới dẫn Eo xuống bãi chỉ chiếc ghe đậu gần ở đó, bảo Eo là "xuống cái ghe của ông Hiếu chơi mỗi tối". Ông Hiếu đi ghe với hai đứa con trai lớn của ông ta. Hai đứa con trai lớn của cô Út cũng xuống đó giả đò đi phụ ghe. Tối về, ghe đậu ở bến thì Eo tới chơi làm quen, giả làm bạn gái của hai đứa đó để cho người ta đừng có để ý, chờ khi có dịp vượt biên thì Eo đi chung.

Eo nghe được, mừng lắm. Tối đó Eo hăng hái xuống ghe, chiếc ghe có buồng, bếp tựa căn phòng nhỏ. Eo làm quen với hai anh khá đẹp trai nhưng mà Eo thấy họ đi biển về thì uống bia uống rượu nhậu nhẹt suốt. Ngoài Eo ra còn có một hai cô bạn gái của họ cũng xuất hiện ở đó và hay có các cử chỉ thân mật. Họ tham lam, cũng muốn hôn hít, ôm ấp, đối xử với Eo giống như bạn gái của họ vậy.

Thấy cảnh sống rất ăn chơi buông thả, tội lỗi… Eo không thể chấp nhận được nên sợ hãi mà bỏ về, không lui tới nữa. Eo mới nói với cô Út, "lúc nào đi thì báo cho con biết "con đi" chứ con không tới đấy mỗi đêm đâu".

Sau đó, ghe của họ đi mang theo bà con, hai đứa con của cô mà không ai báo cho Eo hay. Chiếc ghe của họ đến bờ bình an, sau đó gia đình ông Hiếu được đi định cư ở Đan Mạch cùng hai đứa con của cô Út luôn.

Với Eo, đó là cả một "trời" hối tiếc. Eo tự trách mình… đã leo lên được chiếc ghe to rồi, chẳng khác gì kẻ chết đuối chụp được cái phao nhưng lại để để tuột mất.

Lần này cũng xảy ra tương tự như lần đầu Eo lên chiếc máy bay (di tản khỏi Đà Nẵng năm 1975) rồi nhưng nhất quyết "quay đầu lại" chỉ vì nghe theo tiếng nói của "lương tâm"…

Thật ra lúc đó, Eo không biết mình phải làm cái gì, ước chi Eo có người "thân" chỉ dẫn. Lần tới này, Eo nhất quyết tin tưởng, nghe lời cô hết lòng.

Nhưng Eo nào biết rằng, đó là bước đầu cho cuộc đời trầm luân cay đắng của Eo trong vòng xoáy "Tình – Tiền". Trải qua bao nhiêu sự, Eo mới nhận rõ sự đối nghịch giữa "vô tâm" và "hữu tâm". Con người là giống nhau, cùng là xác thịt, có khác nhau chăng la ẩn chứa trong đó là thiên thần hay ác quỷ mà thôi.

Về lại Vĩnh Linh Eo cố gắng để dành tiền cho đủ để cho cô lo cho mình đi vượt biên chuyến tới. Những năm đầu sau ngày mất nước rất đói khổ, khi đó Việt Nam và Mỹ chưa bang giao với nhau. Thời gian đầu, mẹ Eo phải gởi tiền qua trung gian Pháp mua ít quà gởi về Việt Nam dùm.

Sau này khi bang giao được với Mỹ rồi thì mẹ mua đồ gởi thẳng qua đường bưu điện nhà nước. Ngày tháng qua, thùng hàng nhỏ rồi từ từ lớn dần thành thùng hàng lớn, có nghĩa là ngoài những mặt hàng bán chạy ở Việt Nam mẹ mua gửi về cho, mẹ còn tìm cách gói, cuộn nhét tiền vào trong hàng: tờ trăm đô (100$) được nhét qua ống kem đánh răng, qua chai phấn xức mặt, qua lai quần jean... có khi rạch ngay giữa kẽ ở thùng giấy dùng đóng hàng để nhét những tờ đô la vào.

Nhạc sĩ (đấu tranh) Việt Dũng ở hải ngoại viết bài *"Một chút quà cho quê hương"* để nói lên thảm trạng đất nước:

"Em gởi về cho anh dăm bao thuốc lá. Anh đốt cuộc đời cháy mòn trên ngón tay. Gởi về cho mẹ dăm chiếc kim may. Mẹ may hộ con tim gan quá đọa đày. Gởi về cho chị dăm ba xấp vải. Chị may áo cưới hay chị may áo tang. Gởi về cho em kẹo bánh thênh thang. Em ăn cho ngọt vì đời nhiều cay đắng. Con gởi về cho cha một manh áo trắng. Cha mặc một lần khi ra pháp trường phơi thây. Gởi về Việt Nam nước mắt đong đầy. Mơ ước một ngày quê hương sẽ thanh bình. Em gởi về cho anh một cây bút máy. Anh vẽ cuộc đời như ước vọng mong manh. Gởi về cho mẹ dăm gói chè xanh. Mẹ pha hộ con nước mắt đã khô cằn. Gởi về cho chị hộp diêm nhóm lửa. Chị đốt cuộc đời trong hoang lạnh mù sương. Gởi về cho em chiếc nhẫn yêu thương. Em bán cho đời tìm đường vượt biên. Con gởi về cho cha vài viên thuốc ngủ. Cha chôn cuộc đời trong trong tử tù chung thân. Gởi về Việt Nam khúc hát ân cần. Mơ ước yên lành... trong giấc ngủ.... da.... vàng..."

Chuyện "oái ăm" xảy ra khi người thân gởi hàng từ nước Mỹ về để tiếp tế cho người nhà thì bị nhà Nước cộng sản "ăn cướp" đủ cách.

Khi đi gởi hàng thường thì mẹ chỉ viết cái miếng giấy kê khai đồ dùng, vật liệu, xong bỏ thư đó vào thùng gửi đi luôn. Muốn nhắn nhủ chuyện trọng đại như "vượt biên" hay "đô la" giấu trong thùng cốt chỉ chỗ cho "lấy" thì mẹ gửi thư đi bưu điện riêng ngoài để khỏi "bể mánh".

Hàng gởi thường mất hơn một hay hai tháng mới đến.

Thư từ liên lạc qua về rất khó khăn, thư gởi thì nhiều, mà nhận thì rất hiếm.

Ở quê, Eo chờ dài cổ ra mà thư của mẹ thì bay lạc vào "lò thiêu" của Cộng rồi. Chủ trương "bưng bít thông tin" để hòng "cướp cạn".

Hàng trăm ngàn thùng hàng của thân nhân không hề đến tay họ mà bay thẳng vào túi bọn "ăn cướp" có chính sách "khoan hồng" này. Chưa hết, nhận thư nhà nước báo là đi nhận hàng thân nhân mừng muốn chết. Nhưng hỡi ơi, khi nhận về, có thùng hàng, bị rách, bị móc lấy không ít. Thậm chí có thùng bị lấy nhiều khiến thùng rỗng tuếch, nhìn đến thảm. Biết tìm ai mà hỏi, biết tìm ai mà đền:

"Này, thân nhân của các anh chị đóng thùng không kỹ bị bể rách, chúng tôi không có trách nhiệm nhá, còn không thì vào Hải quan - Công an mà xin kiếu nại nhá".

Mỗi câu nói lại nhấn thêm chữ "nhá" phía sau đầy hăm dọa và vênh váo. Bà con đã sợ lũ quỷ "hôi của" này lắm rồi nên đành mà câm họng "nhịn nói cho lành thân". Thà nhận một "miếng khi đói" do người thân gửi đến để cứu vãn tình thế còn hơn là phàn nàn và có thể biết đâu sẽ bị công an hải quan điều tra về lý lịch gia đình Ngụy-Mỹ hoặc tệ hơn?

Thật ra ngày 30 tháng 4 năm 1975 không phải là ngày quân đội miền Bắc giải phóng miền Nam trù phú mà ngược lại miền Bắc nghèo khó được giải phóng.

Sự thịnh vượng của miền Nam mở mắt cho sự lạc hậu của đảng cộng sản miền Bắc.

Lòng tham nổi lên giống như một chiếc túi ma thuật không đáy. Một Đảng Cộng Sản độc tài vốn là tên ăn cướp đến nhà người, vốn đã không hề có ý để đi đến mỏ mà đào vàng thế nhưng lại vào gặp mà thu được cả một kho tiền, vàng, châu báu của nước Nam. Thế là họ phải bắt đầu bòn rút hết cho bằng thích. Bằng chứng là hàng ngàn căn nhà ở thành phố của thân nhân lính VNCH miền Nam bị bắt cưỡng chế và vất đổ lên xe tống đi vùng kinh tế mới để chúng cướp nhà!

Một lần nữa chúng lại có cơ hội ăn cắp những món quà từ người thân ở nước ngoài đã gửi về nước để cứu đói cho hàng ngàn người. Miệng thì chúng tuyên truyền thù ghét Mỹ-Ngụy, nhưng hàng, đồ tốt của Mỹ Ngụy thì chúng tìm đủ mọi cách hốt sạch tất tần tật.

Khi những thùng hàng lớn may mắn tới tay Eo, Eo bán mua được nhiều vàng hơn. Khi có gần đủ hai cây vàng thì cô út Mai nhắn Eo ra ở đó với gia đình cô để tiện cô lo cho.

Ở với gia đình cô út Mai, không ai bắt Eo làm việc nhà, khả dĩ cũng không cho Eo đụng tới việc gì. Ở đây, Eo đã thấy cái kiểu cô Út Mai thương con. Loan xấp xỉ tuổi Eo nhưng mỗi lần nó đau, cô của Eo lại sang phòng nằm với hai đứa. Suốt đêm cô tần mẫn nằm quạt cho Loan ngủ, thi thoảng lại sờ trán, xoa dầu cho Lan, pha nước gừng cho Loan uống. Hình ảnh đó khiến Eo cảm động. Khiến Eo mong được nhanh chóng đi vượt biên để gặp lại mẹ. Gặp lại mẹ rồi thì Eo cũng sẽ được như Loan. Còn bây giờ, nằm kế Loan, được nhìn thấy sự yêu thương cô dành cho Loan, Eo hưởng tình thương ké đó mà cảm thấy mình cũng được tràn ngập yêu thương, hạnh phúc.

Cuộc sống Eo dễ chịu hơn khi ở Vĩnh Linh khi không còn cảnh dột nát của nhà rơm hay cảnh ngủ ở ga tàu không chăn đắp. Ở nhà cô, chăn ấm chiếu lành, cơm canh cá thịt ngon lành.

Chiều chiều chờ Loan đi theo mẹ, chợ về lúc nào trong giỏ cũng ngập tràn thức ăn thịt, trái cây... Sẵn lửa than nóng hổi bừng bừng từ bếp than nấu rượu, tụi Eo nướng những con cá, con mực tươi được câu về ăn thay vào những củ khoai, củ sắn sượng được thừa mót lại trên nương rẫy mà Eo ăn ngán lên đến tận cổ ngày nào. Cái diễm phúc tưởng như mơ này khiến Eo mừng phát run lên.

Tối đến, Loan dẫn Eo ra Tháp Bà ăn chè, uống sinh tố xay, bơ, saboche, mãng cầu... thức uống này từ bé đến giờ này Eo mới được biết, vì thế Eo rất thích. Có những hôm tối trời, Loan đi chơi với bạn trai tới khuya mới về, nhờ Eo ra mở cổng kẻo cô dượng biết được sẽ rầy.

Eo tưởng tượng khi qua Mỹ, nếu dả như Eo lấy chồng, sẽ lấy một người Tây, có gương mặt đẹp như ông "Thánh". Họ là bác sĩ quân y hay thương gia có thiệt nhiều tiền. Eo sẽ có một căn nhà thật đẹp, một chiếc giường ngủ thật êm ái, một con búp bê thật là đẹp để Eo ôm. Eo sẽ sinh thật là nhiều những đứa con để Eo có một gia đình quây quần đông đúc... Eo sẽ ôm chặt lấy đứa con của mình không cho nó chạy lạc. Eo đã suy nghĩ về tương lai và thêu dệt giấc mộng vàng... giữa đời "thường" của mình.

Sau này mẹ kiếm đường gởi TIỀN đổi ra vàng và gửi thẳng về cho Eo từ Mỹ qua đường dây "chui" của những chủ tiệm vàng. Cách này lấy huê hồng rất cao nhưng nó bảo đảm 100% "vàng" đến tay Eo. Eo chỉ cần "cầm" tin nhắn của mẹ theo địa chỉ vô Sài Gòn lấy và tin tưởng đưa số vàng đó cho cô Út Mai cất giữ.

Lần đó là đi ra bãi ở Quy Nhơn. Người tổ chức đi lần này là con rể của cô. Bố anh ta có hai chiếc tàu riêng đánh cá 2,3 lốc rất lớn. Ông bố vốn từ đầu là dân có công với cách mạng, nên mang tàu bè ra để lường gạt dân chúng lấy vàng, sau này không dám tổ chức đi vượt biên vì ngày trước đã từng gạt người ta.

Lần thì bán hẳn chiếc ghe cho người ta, để họ đi vượt biên nhưng rồi sau đó lật lọng, lừa người ta lấy cả trăm cây, bằng cách trưng ra tờ chứng giả của công an"ghe của mình đã bị cướp". Rồi lừa gạt người ta về tổ chức đi vượt biên lấy tiền, lấy vàng. Vì thế, ông sợ đi ra nước ngoài bị người ta giết trả thù. Bản thân ông ta không dám đi và cũng không dám tổ chức lấy ghe của mình cho hai đứa con đi.

Đứa con trai lớn của ông ta vốn là hiệu trưởng có vợ là cô giáo, họ sống với nhau có hai đứa con gái . Minh - con gái của cô Eo - lại là bồ nhí với anh hiệu trưởng nọ. Ông ta có ý định từ bỏ vợ con để cùng Minh ra đi, họ cùng nhau tổ chức chuyến vượt biên đó nên đem Eo theo.

Chuyến đi sẽ tổ chức ở Quy Nhơn chứ không ở Nha Trang vì lo ngại đi ở Nha Trang dễ bị phát hiện. Chị Minh cũng có kêu một người em họ Eo - con của ông chú thuộc dòng sau - từ Sài Gòn ra đi chung để lấy vàng. Những người đi tự túc đến thì đón từ xe lửa ra Quy Nhơn.

Tối đến Quy Nhơn, Eo và người em họ được dẫn đến một cái nhà lụp xụp của cặp vợ chồng tại một làng quê xa lắm, Eo mới ở nhà đó chừng một hai tiếng là đến nửa đêm, chưa ngửi được hơi gió biển nữa là nói gì bước chân được ra tới tàu, vậy mà cuối cùng thì nghe báo là đã bị vỡ chuyến, lại phải chạy trốn gấp mà về. Bà vợ ở trong nhà đó biết vợ chồng chị Minh, nên đã nhét trả lại cho Eo hai cây vàng ngay, rồi dẫn ra ga xe lửa rời ngay lập tức.

Về đến ngay nhà cô Út, Eo đưa lại hai cây vàng cho cô ruột mình thì mới phát hiện là hai cây vàng giả. Chuyến đó nghe nói con rể của cô bị bắt ở tù. Cô hứa sẽ trả lại hai cây vàng thật cho Eo. Nhưng sau đó chuyện cũng chìm xuống. Cứ tưởng là chuyến này tuy không đi được thì sẽ không mất vàng, nào ngờ cuối cùng Eo vẫn trắng tay. Út Mai, đưa lại cho Eo năm chỉ vàng nói Eo cầm lấy cứ về Vĩnh Linh đi, cô sẽ tính lại chuyện đó với chị Minh nhưng chuyện bằng qua một thời gian vẫn không thấy cô đả động tới. Chuyến đó, chồng chị Minh bị bắt vì lừa cướp ghe nhưng không thành, một hai thanh niên cũng bị bắt bỏ tù vì tội vượt biên.

Đợi chuyến đi kế tiếp, mẹ gởi Eo ra ở nhà chú thím Tư Cương (chú Tư là anh em với con chú con bác với ba của Eo. Đời ông nội Eo chỉ sinh ra có mỗi ba và bà cô. Hiện gia đình mẹ và gia đình bà cô ruột (chồng cô, Eo gọi bằng dượng còn ở lại Việt Nam) đều ở bên Mỹ nên người thân bên nội của Eo còn lại ở Việt Nam chỉ còn cô chú thuộc giòng này. Một số đông anh em gia đình của các chú cũng di tản theo Mỹ với mẹ, và có chú cũng mới vượt biên trốn thoát được, còn lại chú Hai Khương, chú Năm Khôi, chú Tư Cương, cô Út Miên…)

Chú Tư Cương cũng ở cùng xóm với nhà cô Út Mai. Nhà chú thím là một cái villa rộng lớn, có lầu, mới xây, phía sau bếp có xây hồ chứa nước rất lớn, lớn nhất mà Eo chưa từng thấy.

Eo thường hay lên lầu ngồi trên ban công, nhìn khoảng đèn điện đường, nhà nhà phía khu phố trước mắt và cảm thấy mình thật may mắn khi được đến sống ở đây.

Nhà chú đông người, vợ chồng chú Tư và thím Bích có tới 13 đứa con. Cô con gái đầu theo bà con di tản ra nước ngoài năm 75, một số các anh lớn đã đi vượt biên lọt, còn lại thì anh chị vẫn rất đông. Hai vợ chồng chú Tư làm nghề y tá trước giải phóng cho tới giờ.

Eo ở nhà chú thím một thời gian. Năm đó, Eo chưa từng thấy nhà cô chú phải khổ cực, ăn uống thiếu thốn bao giờ. Mỗi cuối tuần hay có dịp gì đó, cả nhà lại tụ họp, vừa trò chuyện vừa nấu nướng, bạn bè đến rất đông vui. Mấy chị em lớn trong nhà cũng rất quan tâm và chăm sóc cho Eo và không để Eo mó tay vào việc gì trong nhà. Trong mấy anh chị em đó, Eo thân nhất với chị Bạch và Vui.

Mỗi sáng, sau khi ăn sáng xong, mỗi người đi mỗi ngả, chị Bạch thì chở Eo đi học thêu, học may ở bên Phước Hải. Chị Bạch thường đèo Eo đi bằng xe đạp. Hai chị em đi qua hai cái cầu: cầu Hà Ra và cầu Bóng. Nhiều khi Eo nói để Eo xuống đẩy phụ nhưng chị Bạch không chịu. Ngay trong giờ học thêu, chị Bạch cũng tỏ ra quan tâm tới Eo, chỉ Eo thêu cái này, ăn uống cái kia.

Người dạy Eo và chị Bạch thêu là chị Khánh - bồ của anh Thành, anh lớn của chị Bạch. Anh Thành đã đi lọt qua Mỹ và có ý nhờ cha mẹ bên này lo cho cô bạn gái mình đi vượt biên luôn.

Cả ba chị em chơi rất thân với nhau. Đối với Eo, đó là tình bạn, cùng chơi, cùng đi học, cái thân tình quen thuộc mà đã từ lâu Eo mong muốn có lại được.

Cuộc sống lúc đó thật vui vẻ, khi thì xuống chợ Đầm ăn bún cá, khi thì ghé bưu điện Nha Trang coi bỏ thư rồi xuống biển chụp hình...

Eo quấn quýt lấy chị Bạch không khác gì chị Kây của mình. Bé Vui thì vui vẻ, mau mồm, liếng thoắng như tên của nó. Ở nhà thì dành làm hết việc nhà mà không cho Eo phụ.

Những bữa cơm lúc nào cũng đông đúc, náo nhiệt tiếng cười gia đình. Có lẽ đây là hình ảnh gia đình đầy đủ, cha mẹ con cái đông đúc hạnh phúc mà Eo trải nghiệm được.

Dù vẫn ngại khi mang thân phận của đứa cháu lạc loài ăn nhờ ở đậu, nhưng hai chữ "gia đình" khiến Eo cảm thấy mình không lạc lõng.

Biển Nha Trang (1981) – Eo người dưới cùng, Vui, Khánh, Bạch.

Eo bắt đầu biết vui vẻ mà sống, điều này càng làm Eo nôn nóng cầu mong mau có chuyến đi vượt biên. Khi Eo để dành thêm được một cây vàng đưa cho thím Bích, yên chí là thím sẽ tìm người tổ chức chuyến cho đi.

Chú thím thường giả bộ đi chích thuốc dạo dưới xóm người Bồ Lô, họ sống luôn ở dưới ghe, để thím tiện liên lạc với người tổ chức chuyến đi. Nhờ thế mà những chuyến ghe của những người Bồ Lô đi, thím Bích gửi lần lượt những đứa con của mình trót lọt.

Thím Bích là người đàn bà rất thương con. Mỗi lần đi làm về thường ghé chợ mua hết món này món nọ, tùy theo sở thích ăn uống của từng đứa. Mua chè thím cũng biết đứa này thích chè này, đứa kia thích chè kia. Tình thương của thím dành cho con cái khiến Eo cảm thấy cảm động.

Cho nên sau này, khi biết được những chuyến đi tốt chắc ăn, sẵn sàng, thím Bích thường gửi những đứa con trai lớn (tuổi đi nghĩa vụ) của thím đi trước hơn là nhường cho Eo (con gái chưa cần gấp) thì Eo cũng không giận. Eo biết, thím có làm chuyện không phải với Eo thì cũng là vì thương con mình quá. Eo vẫn thấy thím đáng thương hơn là đáng trách.

Một ngày thím Bích nói với Eo là Eo đã có một cây bảy rồi, ráng kiếm cho đủ hai cây để thím đưa Eo đi chuyến này. Chuyến đi này do con trai của một người cùng làng với ba Eo vào đây lập nghiệp, cũng là bạn hàng xóm lâu đời của chú thím, đứng ra tổ chức, nối kết với Chi, con gái lớn của chú thím Tư. Chuyến đi đó thím Bích tin tưởng nên nhét các con của mình theo, trong đó có chị Bạch, chị Khánh… Sở dĩ thím gởi đi nhiều người trong nhà như vậy là vì bên tổ chức bảo thím chỉ bỏ trước hai cây vàng ra làm dấu nghe chắc ăn quá.

Thấy mình sắp sửa đi nên Eo nhắn chị Kây đang ở Rạch Giá ra. Thực ra chị Kây cũng vừa đi một chuyến xong, không thành và bị mất hết tiền. Eo vừa nhận vàng đủ 2 cây đưa cho thím và còn dư 5 chỉ. Eo nói Thím: "Con đi rồi thì thím đưa cho chị Kây. Nếu có trục trặc gì thì khi con trở về còn có năm chỉ vàng mà xoay xở".

Chị Kây ra gặp Eo, gặp cơ hội tốt nên đòi đi theo. Thím Bích nói bỏ thêm hai cây nữa. Chị Kây không có sẵn vàng nên đánh điện tín sang Mỹ cho mẹ. Trong vòng chưa đầy một tháng thì chị Kây có đủ tiền chồng.

Chuyến này tổ chức khá đông anh em. Số người đi vượt biên chuyến đó được chia ra thành nhiều ghe và đi ra đảo nằm, để chờ tàu lớn đón. Riêng Eo, chiều tối hôm đó được chị Chi sắp đặt đâu ra đó, Eo ra đầu ngõ xóm Bóng đứng, sẽ có một anh đi xe đạp (Eo còn nhớ là anh tên Hoan) từ Nha Trang ghé ngang Cầu Bóng đón Eo qua Đồng Đế. Cả hai trốn trong nhà của một người đánh cá ven biển ở đó.

Chờ đến trời tối khuya thì anh Nhã, một người trong nhà lấy thuyền thúng chèo đưa Eo và Hoan ra một chiếc ghe nhỏ chờ sẵn. Ghe chạy thẳng ra đảo.

Ở đó, có người chờ sẵn, đón hai đứa rồi dẫn vào hang trú, nhằm chờ ghe vượt biên sẽ tới đón. Mấy ngày liền sau đó, mỗi đêm đều có người đưa thêm một vài người vượt biên ra đảo ở cùng.

Gia đình chị Kây và tất cả những người thân trong nhà của chú Tư ở rải rác các đảo khác nhau, chỉ có mình Eo ở với Dân - con trai của chú thím, Hoan và một vài thanh niên lạ ở trên hòn đảo này.

Gần một tuần lễ ở trên đảo mà chưa thấy ghe tới đón. Mọi người bắt đầu sốt ruột và lo sợ. Sau mới biết nhóm người tổ chức vượt biên kiếm người bỏ tiền ra làm dầu, gom lấy vàng của những người muốn đi vượt biên, tổ chức đưa người ra tới đảo là để nằm đó chờ chúng canh cướp ghe của người ta để đi.

Một buổi sáng đẹp trời, đang núp ở đảo thì nghe tiếng súng bắn "rộn" ở ngoài hang, tiếng loa phóng vào trong hang nói: "Tất cả mọi người hãy ra đầu hàng. Nếu không sẽ quăng lựu đạn, bom mìn vào cho chết".

Dân - người em con ông chú đi cùng chui ra khỏi gần miệng hang nhìn xuống thì thấy ở dưới hai ghe lớn đã có những người mặc đồ công an cầm loa bắn chỉ thiên, lớn tiếng dùng loa kêu phải ra đầu hàng. Dân cũng thấy những người thân núp ở những hòn đảo khác cũng đã bị bắt ngồi hết ở dưới ghe. Mọi người không có đường chọn lựa nên đành chui ra khỏi hang, giơ hai tay của mình lên đầu hàng và bước nhanh xuống hai chiếc ghe công an.

Tiếp đến, công an dùng tàu bắt người tổ chức chuyến đi, tới những đảo khác để bắt hết những người tham gia vượt biên. Nỗi sợ lại bùng lên mạnh mẽ làm cho Eo run lẩy bẩy, trái tim bóp nghẹt đến ngộp thở. Khi Eo bước xuống chiếc tàu công an dành cho mình thì đã thấy thấp thoáng bóng chị Khánh, chị Bạch…

Đêm trước khi bị bắt, trời rất lạnh, Eo phải lấy áo trải xuống bên dưới tảng đá để kê nằm, có điều khá kỳ lạ là Eo nhìn thấy ba Eo, dù từ nhỏ đến lớn hình ảnh ba trong Eo rất mờ nhạt, hình như là không có nhưng trí não ám thị cho Eo biết người đàn ông trong giấc mơ đó chính là ba của Eo. Bóng người đàn ông tóc hoa râm lom khom bước vào hang, mặc bộ đồ trắng, giống như hình thờ của ba, Eo nghe ba nói: "Tội nghiệp con tôi quá đi". Eo không biết điểm gì nhưng khoảng 9h sáng hôm sau thì bị bắt.

Mọi người bị bắt hết, lần lượt đầu hàng rồi xuống ghe. Họ chở tất cả vào bờ rồi bắt xếp hàng một đi bộ dọc theo quốc lộ 1. Đến trại giam ở Lương Sơn thì Eo được nhốt riêng, chung phòng với một đám con nít lóc nhóc nhỏ.

Ban ngày Eo phải ra đi lao động ở đất chung quanh đó, gánh nước tưới cây, nhổ cỏ, cào đất cho mấy luống rau cải chung với mấy người tù nam. Việc nương rẫy, sáng chiều cũng chẳng khó nhọc gì với Eo vì đã quen lối rồi. Có mấy người làm bếp gần đó. Thỉnh thoảng thì mấy anh bẻ, nhét cho Eo miếng đường thẻ ăn rồi nói nhỏ: "Ngồi đó cho có việc thôi em! Đừng có làm nhiều! Hết giờ thì về!". Eo biết ơn những anh em ở tù đó hiểu cảnh ngộ nên không cho lao động nặng.

Khi gọi Eo lên hỏi cung thì nó lấy súng đập trên bàn rồi hăm dọa đủ thứ, bắt khai:

- Ai là người móc nối đưa đi?

- Ai là người lái ghe?

- Ai đưa ra đảo?

- Chủ tàu là ai?

- Đóng bao nhiêu tiền?

Nhiều câu hỏi dồn dập. Được dặn dò từ trước cho nên khi bị hỏi, Eo cứ khai là: "Em đang chơi ở biển, rồi thấy người ta xuống ghe vượt biên, mấy người đó không muốn có người khác biết nên bắt em lên ghe đi luôn". Lúc này, Eo lấy tên giấy tờ của Chúc, con vú Bọ, để khai cho mình.

Những ngày Eo ra ở Nha Trang mới bắt đầu có những tấm hình chụp, hình ảnh của gia đình từ Mỹ gửi về Eo đã cất giữ thành một album, trong đó còn có những bài thơ, bài nhạc mà Eo chép lại và mang theo trong chuyến đi này. Khi bị bắt, sợ bị lần ra tung tích thật, khó khăn cho sau này, Eo đã để cuốn album ở lại trong hang.

Trong đầu Eo lúc đó đã nghĩ ngay đến chuyện lấy tên của Chúc. Eo thuộc rõ lý lịch của Chúc lại nghĩ Chúc ở Cam Ranh sẽ không người truy vấn, chứ nếu biết thân thế thật của Eo thì thật là phiền toái nên Eo quyết định giấu. Eo định sau này về đã, rồi một ngày sẽ thuê người đi tàu ra lấy nhưng cuối cùng cũng không được, vì thật sự không còn nhớ chỗ nào hoặc không có cơ hội.

Từ phòng giam của Eo nhìn ra cửa sổ, là thấy con đường dẫn đi đến các phòng, hình như có phòng hỏi cung, nên có lần trên con đường này, Eo đã thấy mấy người đi cùng chuyến và chính cũng là người chèo thúng cho Eo - anh Nhã - vào hỏi cung, đến khi trở về thì thấy tan nát máu me đầy mặt, nhìn những bước đi xiêu vẹo không vững của anh làm Eo cảm thấy rất là sợ hãi và rất là thương tâm.

Nhìn họ oằn oại đau đớn, sợ họ bị đánh chết lên chết xuống với mấy tay công an này, nên Eo quyết không khai họ ra, nhưng mà vô ích. Đã bị bắt thì có khai hay không vẫn bị đánh tàn nhẫn vì tội vượt biên. Mà nhất là ở trong tổ chức vượt biên, mỗi lần thấy họ đi khai cung về thì Eo không cầm được nước mắt.

Eo dõi mắt tìm xem có thấy anh rể, chị Kây, anh chị họ, bà con của Eo không, nhưng mà cũng may mắn không gặp thấy ai cả, cho đến khi Eo được thả về ngay sau đó.

Từ khi bị bắt nhốt vào đây, Eo bị nhốt riêng cùng một đám trẻ nhỏ lạ hoắc. Vì thế, tin tức của những người đi cùng chuyến, Eo không nắm rõ, chỉ biết có thể vì chị Kây có dắt theo con nhỏ nên sẽ được thả về sớm thôi.

Một buổi sáng trong trại giam, Eo bị kêu ra, tụi công an nó chỉ vào mặt Eo, la hét dữ dằn lắm, Eo tưởng sắp sửa dẫn Eo đi bắn tới nơi. Tụi nó nói:

- Bây giờ ra đứng trước cửa, cứ nhắm ra phía cổng mà đi, không được quay đầu lại.

Cái cổng xa phía trước tầm nửa cây số, Eo lủi thủi đi không dám quay đầu.

Một ý nghĩ thoáng qua đầu khiến Eo rùng mình: "Có khi nào nó bắn sau lưng mình". Nghĩ vậy nên Eo mở miệng cầu nguyện, đọc kinh Ăn năn tội, cầu chết lành, rồi từ từ bước đi. Ra đến gần cổng thì có một ông công an đứng đón sẵn, đưa vào một phòng trạm giam sát đó biểu ký vào một tờ giấy, chỉ vào mười mấy đứa nhỏ đang ngồi đứng lố nhố trong phòng:

"Mày có nhiệm vụ dẫn mười sáu đứa nhỏ này về Nha Trang. Đây là danh sách cha mẹ, người thân của tụi nó sẽ đến đón".

Eo hỏi:

- Đi bằng cách nào, thưa cán bộ?

- Ra ngoài đường mà đón xe!

- Vậy thì tiền đâu, thưa cán bộ?

- Cái con này, mày muốn ở lại hay muốn về?

Eo hiểu ý, sợ quá không nói gì nữa. Kí xong, Eo kêu mười sáu đứa nhỏ đi theo mình. Trước cổng là quốc lộ 1, trước tiên là Eo dẫn tụi nó tìm đến chợ gần đó rồi ngửa nón đi xin tiền quanh chợ. Mọi người gom góp cho được 162 ngàn. Eo gom lại, cúi đầu cảm ơn mọi người rồi dẫn chúng ra đường đón xe.

Một chiếc xe khách dừng lại, hỏi:

- Đi đâu?

- Đi Nha Trang.

Eo đưa hết số tiền đó cho lơ xe rồi nói:

- Nếu cần thêm thì khi tới bến xe rồi, người nhà tụi nó sẽ đưa thêm cho ông!

Mười sáu đứa nhỏ cùng với Eo được đẩy nhét ngồi đầy dưới sàn xe. Tới Nha Trang, ngay Cầu Bóng thì Eo nhảy xuống trước sau khi đưa danh sách cho ông tài xế, nhờ ông chở mấy đứa nhỏ về bến xe Nha Trang.

Xuống xe, Eo đi một mạch về nhà chú thím, thực ra Eo muốn hỏi lấy lại năm chỉ vàng đã gởi cho thím, nếu chưa có trả thì cũng có ý mượn thím đỡ một số tiền đón xe về lại Cam Ranh, vì Eo biết có muốn ở lại nhà chú thím cũng không thể. Lúc này các anh chị em tất cả đã bị bắt hết, Eo phải trốn ngay thôi. Bước vào nhà, vừa gặp thím Bích, chưa kịp kể lể thì thím đã la lên:

- Con đừng có về đây, trốn đi đi. Nó còn đang theo dõi tao với con Chi.

- Năm chỉ của mày tao đã đưa cho con Kây rồi, tao cũng không còn đồng bạc nào để mà mua thực phẩm đi thăm nuôi mấy đứa đang bị tù tội nữa. Con đừng có ở lại đây lúc này.

Chi là con gái lớn còn lại của chú thím Tư, cũng là người lo móc nối cho chuyến đi này. Eo nghe thím nói vậy thì không dám nói gì thêm, vội vàng đón xe xích lô đi một mạch đến nhà một bà thím Sáu (Ngọc), vợ người em trai ruột của chú thím Tư Cương gần ga Nha Trang. Ở đó, thím Ngọc thấy hoàn cảnh của Eo nên dẫn qua nhà mẹ ruột của thím, mượn đỡ một chỉ vàng đưa cho Eo. Eo cầm lấy ra chợ Đầm bán lấy tiền rồi lật đật lên tàu về lại làng Vĩnh Linh để trốn.

Cũng từ sau chuyến ra đảo nằm chờ vượt biên và bị bắt, đại gia đình chú Tư Cương (gồm chú Hai Khương, cô út Miến... không kể thím Ngọc) đã không thích Eo. Mãi đến sau này, Eo mới biết nguyên nhân.

Hoan, anh chàng là khách móc mối vượt biên của chị Chi, thuộc gia đình người Hoa giàu có tiếng ở Nha Trang. Dây mơ rễ má lại là sui gia quen biết với gia đình thím Sáu-Ngọc. Trước đây, dòng họ người Hoa nhà Hoan là những ông chủ lớn, thường buôn bán với nước ngoài. Vì thế họ thuộc "hạng" giàu có ở Việt Nam và đã cùng nhau tổ chức ra đi "bằng an" trong một chuyến đi bán chính thức giữa người Hoa đăng ký với nhà nước Cộng Sản. Đến lượt gia đình Hoan thì nhà nước bỗng dưng ngưng chương trình này nên họ phải tìm đường gởi con đi vượt biên.

Trước đây, trên chuyến tàu của ông Hiệu (chuyến đi mà Eo đã bị bỏ lại) có đưa chú Sáu (em trai chú Tư Cương) hai đứa con trai lớn của chú Sáu và hai đứa em ruột của Hoan (tuổi còn vị thành niên) đi trót lọt. Sau đó, chú Sáu bảo lãnh hai đứa em của Hoan qua Mỹ.

Trong chuyến đi vượt biên thất bại lần này, cơ duyên sắp xếp thế nào mà Hoan là người đón Eo. Sau đó, cả hai lại ra đảo cùng một lúc, ở một nơi. Mấy ngày ở trốn trong đảo, Hoan bắt đầu để ý Eo nhưng Eo nào có hay biết. Chưa hết, Hoan còn chờ có dịp gặp mẹ ra thăm nuôi thì biểu mẹ tìm Eo. Sau đó, mẹ Hoan tìm thím Sáu-Ngọc.

Nghe thím Ngọc nhắn Eo ra Nha Trang để gặp mẹ của Hoan, Eo cứ tưởng đã có tin tức gì của vợ chồng chị Kây để đi thăm nuôi nên cứ thế mà ra.

Không khó để Eo tìm đến nhà Hoan. Nhà ở đường Phan Bội Châu, Nha Trang. Gồm hai căn phố một bên bán giày thể thao, một bên bán sản phẩm làm bằng da như banh trái, ghế bọc nệm xe honda… Gia đinh Hoan khá đông anh em và mẹ Hoan là người đàn bà nhìn rất phúc hậu.

Bà nhắn nhủ Eo:

- Con về nói với chú thím Tư Cương trả lại hai cây vàng cho bác vì chưa đưa Hoan ra tàu lớn. Bác sẽ kiếm cách nhanh đưa Hoan ra khỏi tù, rồi sẽ lo cho con và Hoan đi vượt biên… Cậu nó ở bên Đồng Đế, Nha trang đang đóng tàu bên đó.

Sau đó bà hỏi Eo tuổi gì, ngày tháng năm sinh? (chắc để coi tuổi cho Eo và Hoan). Eo nào có hay biết gì nên cứ thành thật trả lời là ngay cả bản thân Eo, cũng không biết chính xác là ngày tháng nào. Bởi vì mẹ nói khi có bầu, mẹ đã khai thêm con cái ngay để ăn lương của lính, vả lại mẹ không biết chữ, không quan tâm ngày sinh tháng để của con cái, nên chuyện con cái sinh ra ngày giờ nào là hoàn toàn mù tịt, vô căn…

Lần đó sẵn dịp có mặt ở Nha Trang, Eo lật đật chạy qua xóm Bóng. Eo cũng vừa mới được tin là những người trong gia đình mình cùng bị bắt trong chuyến đi đó, đã được thuyên chuyển về trại A30. Khi Eo đến nhà thì chị Chi và thím Bích đang ngồi xắp xếp đồ, chuẩn bị đi thăm nuôi các em. Chị Chi cũng cho Eo hay, chị Kây và hai cháu đã được thả về rồi và đang ở Rạch Giá.

Eo nhắn lại lời mẹ của Hoan tới thím Bích, sau đó cũng thành thật mà nhờ thím trả lại cho Eo một ít mà tiêu. Nào ngờ, thím không trả mà còn mắng cho Eo một trận. Họ cho rằng

Eo ghê gớm, toa rập với nhà Hoan mà đòi vàng. Eo oan nhưng không biết nói sao. Vì thấy thím đang tức giận nên Eo cũng không tiện kể chuyện mẹ Hoan có ý muốn Eo và Hoan nên duyên và sẽ lo cho đi.

Từ sau chuyện này, cả gia đình chú thím thay đổi 180 độ lòng tốt đối với Eo. Những đứa em họ, hễ gặp Eo là chửi xéo, bóng gió đủ điều. Nhiều khi Eo nghĩ, sự ức hiếp của cuộc đời như là dành riêng cho Eo vậy. Có lẽ vì thế mà khiến Eo hình thành bản năng "chịu đựng". Trước thái độ của gia đình thím Bích, Eo đành phải nín nhịn và "biến" đi ngay trước mắt họ.

Như đã nói, toàn bộ số người lớn bị bắt trong chuyến vượt biên đó bị đưa về A30 nằm ở Tuy Hòa cải tạo. Chị Kây vì có con nhỏ được thả và chị về Rạch Giá ngay sau đó không lâu. Hai tuần sau đó, chị đem hai cháu vào Cam Ranh tìm Eo mượn tiền. Hỏi ra mới biết, năm chỉ của Eo cùng số tiền chị đóng đi vượt biên dư lại, vì tưởng sẽ đi được nên chị Kây đã để lại, chia cho mấy đứa em chồng làm vốn rồi.

Nhớ lại hôm đó, Eo không nhịn được nữa mới giận dữ, điên tiết lên cãi nhau với chị một trận. Eo đã lấy cả dép ném vào mặt chị, xông vào muốn "xực" chị một trận vì chị quá đoảng, chỉ biết nghĩ cho mình mà thôi. Eo bỗng dưng bắt đầu thấy ghét chị Kây mình.

Ở nhà chị Thảo, ở Vĩnh Linh, Eo buồn, sợ và thất vọng ghê gớm. Eo lại lật đật viết thư cho mẹ xin quà, tiền, để dành rồi kiếm đường đi vượt biên tiếp. Không biết bao lâu nữa mới đủ hai cây. Eo thấy thương mình và thương mẹ nhiều lắm.

Eo về Vĩnh Linh chưa được bao lâu thì chồng của cô Sửu, em gái của ba - người cô ruột duy nhất của Eo, đã dẫn đàn con lớn cùng mẹ Eo và bà con trốn qua Mỹ hồi di tản năm 1975 – Lúc di tản ở Vũng Tàu, dượng Lưu, chồng cô, đã không đi cùng cô Sửu trong chuyến đó vì đứa cháu nội đích tôn bị sốt.

Dượng Lưu mới bế cháu của mình xuống tàu để đi khám, nên lỡ chuyến đi tàu Trường Xuân.

Dượng với gia đình người con trai cả ở lại Việt Nam sắm được một chiếc ghe nhỏ đi biển ở cầu Bóng, Nha Trang. Nghề biển là nghề của dượng Lưu hồi còn ở miền Bắc cho đến lúc vào trong này.

Nhiều chiếc ghe lớn của bà con trong làng Cầu Bóng muốn đưa dượng đi vượt biên cùng nhưng thương gia đình đứa con trai mình nên dượng muốn sắm tàu lớn rồi từ từ sẽ lái tàu đó vượt biên với vợ chồng con trai và mấy cháu nội còn bé xíu của mình luôn.

Má Eo lại xoay qua năn nỉ dượng Lưu giúp Eo, lúc này Eo chẳng có tiền, con trai dượng nói chuyến đi sắp tới đây họ chỉ lấy Eo bảy chỉ vàng. Eo biểu mẹ gởi tiền về gấp cho kịp.

Chuyến này, ông dượng nhận làm dầu cho chiếc ghe bạn để giúp cả chiếc ghe của họ đi vượt biên với điều kiện là gởi Eo theo. Bảy chỉ vàng Eo bỏ ra là để mua cái la bàn. Con trai dượng đem chôn la bàn ở ngoài ruộng rau muống nhưng cuối cùng chuyến đi cũng không dùng tới cái la bàn đó.

Chuyến này, dượng Lưu tham gia để giúp đỡ Eo, vì những đứa cháu lớn của dượng đã gởi đi lọt cả rồi, điều này khiến cho mẹ Eo bên Mỹ càng sốt ruột hơn vì thấy con cháu họ hàng đi được hết mà Eo thì chưa thấy đâu. Nhà chỉ còn lại các cháu gái còn bé quá nên dượng không đành cho đi.

Trong khi họ lên kế hoạch thì Eo phải nằm chờ. Eo nôn nóng ra vô Nha Trang thì nghe tin Chúc chết.

Năm 1981, Cha chánh xứ Vĩnh Bình An Tôn Nguyễn Văn Bình bị bắt đi học tập được thả về và chính quyền chuyển cha về giúp xứ Ngọc Thủy ở trong rạch cầu Hà Ra, Nha Trang. Hôm đó, Chúc theo ca đoàn nhỏ của giáo xứ tổ chức đi thăm cha ở ngoài Nha Trang. Thầy Thiện, thầy Tín biết chỗ nên hăng hái, sốt sắng dẫn cả bọn, đoàn con nít lần đón tàu lửa đi ra thăm cha Bình. Tới nơi, trong lúc chờ ăn cơm trưa ở nhà xứ. Khoảng chín giờ, cả bọn dẫn nhau xuống sông rạch cầu Hà Ra tắm. Từ nhỏ đến giờ, lũ nhóc ở rẫy núi có thấy sông nước nên thấy vậy thì khoái lắm.

Khoảng mười giờ ba mươi thì cả bọn kéo nhau về nhà xứ nhưng không thấy Chúc đâu. Thầy hỏi thì mấy nhóc nói chắc Chúc lên rồi, ở quanh đâu nhà xứ. Tìm quanh không thấy thì mới chạy xuống bờ sông thì thấy trên bờ vẫn còn đôi dép và bộ đồ của Chúc. Hường, Diệu mới nhớ ra là lúc lội với Chúc ra sông thì Hường với Diệu bị lôi xuống nước, hai đứa ngáp ngáp nhưng vùng đứng lên được, có khi nào Chúc… Thầy và các người lớn biết bơi lặn xuống chỗ ấy thì thấy Chúc nằm ở dưới đó, đưa lên thì không kịp nữa. Chúc đã chết rồi, người vẫn còn nóng.

Thầy Tín liền đón xe vô lại Vĩnh Linh gặp riêng Bọ - ba của Chúc, nói:

"Chúc bị bệnh nặng, giờ nhờ chú ra đưa em vô bệnh viện", nói rồi hai người lật đật rời đi.

Sáng hôm sau, cả nhà Bọ đang ăn cơm sớm để ra Hòn Khô làm cỏ thì thấy chiếc xe lam chạy vào cổng. Cả nhà nhìn ra thấy trên chiếc xe có chở cái gì giống như cái hòm. Xe cộ thời bấy giờ còn rất đắt đỏ và khan hiếm, khi mà thấy xe lam thì cả nhà còn tưởng rằng có khách quý đến nhà. Cả nhà bu lại coi thì hỡi ơi là cái quan tài chở xác Chúc về…

Eo bàng hoàng, hoảng sợ trước cái chết bất ngờ của Chúc. Đối với Eo mà nói, vú như là mẹ ruột, còn Chúc thì như là đứa em ruột. Đi đâu về mà đến thăm vú thì Eo luôn luôn kiếm cái này hay cái kia cho Chúc. Lúc thì cái kẹp tóc hay cái áo khoác ngoài để Chúc mặc đi rẫy khỏi lạnh. Dù không đáng bao nhiêu tiền nhưng đó là cả một sự thương yêu mà Eo dành cho Chúc.

Nghe nó chết, Eo đau khổ, suy sụp, không dám tin. Eo đã không đủ can đảm… để đi đám tang nó.

Nghe kể lại cái đám ma của Chúc mà Eo sợ điếng hồn. Buổi tối trước khi đưa xác Chúc đi chôn, gần nửa đêm khi mà cả nhà, hàng xóm tụ tập lại đọc kinh đã xong, ai về nhà nấy, chỉ còn mẹ Chúc. Cách nhà Chúc hai căn là nhà của bà Gái, bà không có đạo. Bà đã già rồi, mắt lại quáng gà, hễ tối là bà lại không thấy đường nên không ra khỏi nhà. Bỗng bà nghe có tiếng khóc, than ngoài phên cửa:

"Bà Gái ơi, bà đem con về nhà thăm mẹ con vì con sắp đi xa."

Bà không có nghĩ ra ai mà nửa đêm nửa hôm cứ kêu cửa nhờ vả, với lại bà cũng đâu có thấy đường mà làm chuyện đó. Không lâu sau đó, bà mở cửa, bà thấy Chúc dưới bóng đèn dầu mờ mờ hắt ra, Chúc liền nắm tay dắt bà đi đến nhà của nó. Bà bước vào ôm lấy mẹ nó rồi nói giọng của con nít:

"Mẹ ơi! Mẹ nhớ đem hai cái cánh thiên thần con gởi ở sơ Vy ra mộ cho con" - rồi sau khi nắm tay vú ca hát thánh ca, nó không khỏi khóc lóc bùi ngùi chia tay vú, xong xuôi đâu đấy bà Gái ngồi phịch xuống đất không biết gì nữa.

Năm đó Chúc tập múa, làm thiên thần cho giáo xứ, mỗi đứa tự đến nhà sơ trang hoàng hai cái cánh thiên thần của mình rồi dán tên vô gởi cho sơ giữ để dịp khác còn múa hát.

Hôm sau, mẹ Chúc phải đến sơ Vy xin lại đem ra mộ đốt cho nó. Thấy nó linh thiêng, những quần áo ngắn của Eo mặc không vừa để lại cho nó thay vì để lại cho em nó mặc thì vú bèn đem bỏ trong hòm chôn theo luôn. Ở đó là một làng đạo mà không tin ma quái cũng không được.

Hai tuần trôi qua, Eo vẫn không tin là Chúc đã chết. Lúc này thì Eo nhận được tin của dượng Lưu, nhắn Eo ra Nha Trang. Ra tới nơi, Eo bí mật gặp riêng đứa con trai lớn của dượng và được dặn kỹ:

- O về nhà của chú Tư Cương ở lại. Tối mai, nhớ đi theo con Thư, con chú Tư, rồi ra ghe.

Trưa hôm sau, khoảng 2 giờ chiều, Eo với Thư, Khải - em trai Thư - kéo nhau đi tắm

Di ảnh thờ Chúc

biển. Điểm hẹn là bãi tắm, trước mặt tòa Giám mục Nha Trang. Cùng lúc, đâu đó có anh Tống, người thanh niên trốn nghĩa vụ, cũng là con trai ruột của người chủ ghe, cùng với hai người thanh niên khác cũng là thân nhân với gia đình chủ ghe, chia ra ba người cùng ôm một phao - làm theo như kế hoạch đã định.

Buổi chiều vừa xế nắng, đã sớm có người tụ tập. Eo cởi bộ đồ bỏ ngay trên bờ, ba đứa cùng ôm một cái phao, đó là vỏ ruột bánh xe hơi cũ, rồi cứ nhắm mà bơi, lao thẳng ra xa.

Dượng của Eo và con trai đầu cũng có ghe nhỏ đi đánh cá ở cầu Xóm Bóng. Cùng nghề nghiệp, vừa lại là bà con, lại hàng xóm láng giềng với chủ ghe thân thiết nên họ cũng không ngại mà tin tưởng giúp nhau, một tay làm dầu, đưa rước người ra ghe lớn… cùng nhau sống chết để giúp đỡ gia đình chủ ghe này vượt biên thành công.

Theo kế hoạch, Eo sẽ theo cùng đứa con trai của chủ ghe và chính dượng sẽ đích thân rước đưa Eo ra tận ghe lớn. "Bây cứ nhắm từ tòa Giám mục, bơi ra khoảng 150m rồi quanh quẩn ở đó. Chừng 7-9 giờ tối sẽ có ghe tới đón. Khi nhận được tín hiệu của ghe, thì bơi lại để họ vớt lên mà đưa ra ghe lớn nghe chưa!"

Không may, bữa đó gió lớn nên đẩy cái phao của ba đứa nhỏ lệch hướng, lạc xa về phía Cầu Đá, cũng không đứa nào biết là mình xa bờ bao nhiêu mét. Ở ngoài khơi nhắm lui nhắm tới, lúc nào cũng thấy tòa giám mục nằm ở đằng sau lưng của mình mà chờ mãi, chờ mãi. Trong bóng tối mông lung của biển tìm muốn nổ đom đóm mắt mà chẳng thấy tín hiệu nào.

Chiếc ghe con của Dượng thì rà qua lại địa điểm đã ấn định nhiều lần mà không gặp. Không vớt được tụi nhỏ, không biết có chuyện gì đang xảy ra cho chúng nó nên lo sợ dữ lắm. Nếu như bị bại lộ thì tất cả những người có dính líu đến tổ chức chuyến vượt biên này sẽ bị tịch thu sạch tài sản và đi tù mọt gông chứ không giỡn chơi.

Thời gian cấp bách và căng thẳng, vừa điểm qua 9h tối, ở chỗ ghe lớn hẹn không thể để chậm trễ thêm một giây một phút nào, giả như có sự cố, phải "để ba" rời trốn ngay.

Eo là đứa duy nhất trong bọn, không biết bơi nên lúc đầu bám chặt chiếc phao một cách hăng hái để cho hai em đẩy ra. Thế rồi, người rừng không quen nằm dưới nước, càng ngâm lâu cơ thể Eo trở nên lạnh cóng, hai hàm răng đánh lập cập vào nhau, cánh tay cố ôm ghì lấy phao giờ thì đã tê cứng không còn cảm giác. Cuối cùng rồi, Eo cũng cố gắng thì thào nói đủ lời trối trăn:

"Chắc chị Eo không còn sức bám vào cái phao được nữa!".

Thực ra đứa nào cũng mỏi và đuối nhưng thấy Eo "quá tệ" nên hai đứa kia bế xốc Eo lên nằm hẳn lên trên cái phao làm bằng ruột xe.

Eo tê cứng cả người, thêm vì nằm trên phao phải hứng thêm gió lạnh. Lạnh tê cứng người nhưng không hiểu sao suy nghĩ "chưa" tê cứng nổi trong đầu Eo, Eo nghĩ mình sẽ chết mất nếu cái phao không may bị lủng. Eo rùng mình nghĩ đến cái chết mới xảy ra dưới nước của Chúc, rồi cái sợ làm cho Eo như đông cứng cả xương tủy, đầu óc.

Có lẽ, thời gian đã chậm chạp trôi qua mười một giờ, mười hai… không thấy tín hiệu gì, sáu con mắt cứ thế mà tìm dáo dác suốt. Tụi nhóc lúc này nghĩ đến cái chết, nên lấy hết sức lực còn lại mà cố kéo chiếc phao bơi ngược vào bờ nhưng vẫn không xi nhê gì vì gió thổi quá mạnh, đẩy tụi nhóc ra xa vào biển cả âm u mịt mùng.

Nếu giả như phao không may bị lủng hoặc tụi nó lỡ buông tay không bám giữ cái phao nổi nữa, thêm phần là vì cái lạnh gần như đã vượt quá ngưỡng chịu đựng, nên cứ đẩy suy nghĩ Eo về hướng xấu đó. Eo nhắm mắt và chỉ nằm chờ cái chết. Trong Eo, cái lạnh như đạt tới đỉnh điểm và thời gian dường như đã ngừng hẳn tiếng tích tắc.

Từng giây từng phút trôi qua đầy căng thẳng. Hơn mười ba tiếng đồng hồ, ba đứa chơi vơi giữa biển khơi chẳng đứa nào nói nổi với nhau một tiếng, chỉ tê tái chờ thân chìm cho cá rỉa.

Gần 3 giờ sáng, bỗng nhiên có một ánh đèn nhá lên hai cái rồi tắt, rồi sau đó nhá lên lần thứ hai, hai cái nữa. Khi ánh đèn nhá lần thứ ba thì cả ba đứa bắt được tín hiệu vội vàng như sống dậy, bơi nhào ra phía ghe. Dượng vớt ba đứa lên trên sàn ghe không có gì ngoài đống lưới, dây thừng lớn nên dượng lấy đắp vội vàng lên người ba đứa để cứu lạnh. Dượng la:

"Cha bây lên! Răng (sao) mà bơi xa dữ rứa (vậy)? Làm tau (tao) đi kiếm suốt đêm, may mà còn sống. Đi không đi thì thôi chứ lỡ chết thì làm sao tau ăn nói với ba mạ (mẹ) tụi bây".

Rồi dượng lấy nước trà nóng cho uống, cơm cho ăn. Ba đứa cứ thế nằm yên trong đống lưới .

Cơ thể Eo chưa kịp sống lại, trí óc chưa khỏi tỉnh táo thì tới chừng 4 giờ rưỡi sáng. Ở gần ngoài khơi, ông phải thả ba đứa xuống nước, lại ôm phao cho bơi vào bờ trước khi trời sáng. Dượng dặn:

"Cứ bơi vô bờ giống như người ta đi tắm buổi sáng rồi đón xe về. Không nói với ai cái gì hết, nghe không?".

Ba đứa gật đầu lia lịa, vâng lệnh răm rắp rồi ôm ruột xe bơi trở lại vào bờ.

Quần áo để trên bờ trưa chiều hôm qua bị người ta lấy rồi. Eo với Thư mặc đồ tắm như vậy mà chạy ra đón ngay một chiếc xe xích lô. Nói cớ là mới sáng sớm đi bơi, bỏ quần áo bị lấy cắp. Mới kêu ông xích lô thả màn che đằng trước xe xuống giống như đang che mưa, rồi cứ vậy mà chạy thẳng về xóm Bóng.

Vô nhà thím Tư, Eo lật đật thay vội bộ đồ rồi nhanh chóng rời khỏi Nha Trang mà về lại Vĩnh Linh ngay lập tức. Không biết chuyện gì sẽ xảy ra kế tiếp nữa. Chỉ biết cậu con trai chủ ghe, cùng hai người thanh niên đi cùng, đêm hôm qua đã trốn về nhà trước tụi Eo bình an.

Ngày hôm sau, bọn ghe tàu trong xóm, tung tin ghe nhà đó đã đi được trót lọt. Sau đó vài ngày đã tìm đến trại tị nạn Philippine bình yên.

Đã mấy lần cố vượt biên không thành. Nếm mùi tù có, tra tấn khiếp hãi đủ, tiền mất tật mang mà trở về cũng không còn chỗ dung thân.

Cũng may là Eo tuổi nhỏ nên không bị gởi đi trại cải tạo, tiền bạc cũng không hết vì có gia đình ở Mỹ gởi về.

Bà con vì cớ sự này mà bắt đầu xua đuổi Eo, coi như Eo là kẻ liên lụy đến gia đình họ.

Eo thì lại càng hoảng sợ cuộc sống trước mắt hơn vì không biết bám víu vào đâu nữa.

Trải qua thời gian quá kinh hãi, ám ảnh cảnh rớt tàu, giờ nằm "xém chết" giữa biển, Eo như người chết đi sống lại. Suy cho cùng, mẹ đã già, làm lụng vất vả, khó nhọc, chắt chiu từng đồng từng cắc gởi về cho Eo mà toàn mất trắng. Tốn rất nhiều thời gian trốn chui trốn lủi mà đi vượt biên hoài không thành. Eo nghĩ là mình sẽ làm khổ mẹ và bà con nhiều quá.

Mỗi lần vượt biên là một lần chấp nhận cận kề nguy hiểm: bị bắt, chết chìm, hải tặc hãm hiếp, hoặc không biết mình sống chết thế nào? Mạng sống con người nhẹ tựa bụi đất.

Ở Vĩnh Linh, khi nghe tiếng còi tàu rít lên. Hết nhìn vào núi sâu rồi nhìn ra phía biển thăm thẳm. Eo thật sự rơi vào khủng hoảng, sợ hãi tột độ. Có ai trên đời biết chăng, từ đó con Eo không buồn mở miệng, sống khép kín như cô bé câm điếc. Kệ, tránh phiền khổ... mặc cho đời đưa đi đâu thì cứ đi.

Trước đó, năm 1980-1981, mẹ gởi giấy bảo lãnh về cho riêng Eo vì chị Kây đã đi lấy chồng. Lúc đó, bản thân không có hy vọng gì vì giấy khai sinh không có, nhà cửa hộ khẩu cũng không, biết làm gì, đi đâu mà đăng ký giấy tờ của mình đây. Eo đành dẹp qua một bên mà dốc lòng kiếm đường vượt biên.

Lần này, cái sợ hãi đã thật sự ám ảnh làm chồn bước chân Eo chưa? Eo sẽ chọn vượt biên tiếp hay quay về sống trên những toa tàu?

Eo có còn có thể chung sống với tiếng xe lửa chạy xình xịch lao vào màn đen mông lung mỗi đêm nhưng nó còn biết chỗ xuất hành và trở về. Còn Eo thì bám vào con tàu xuôi ngược, cuộc sống không có ga cuối để xuống cũng như không có nhà để về. Con tàu ám ảnh như con rồng ma quái giận dữ chà cán những con vật tế thần mà số phận được ném rớt xuống ngay chân của nó.

Những ngày bệnh, nằm lại một mình trong chiếc mùng đơn ở nhà trọ ga, phải nhờ bà chủ nhà mua thuốc cho uống rồi nằm sốt run lẩy bẩy, những đêm chen chúc, ngồi bó gối trong toa tối thui ngủ gà ngủ gật, chợt giật nảy mình bởi những cái liếm ướt lên tay hay mặt của mình, chỉ biết hốt hoảng hất ai đó ra rồi vùng chạy đi. Cảm giác gớm ghiếc như sâu bọ, rắn rít, nhớt nhợt, hôi hám "trườn" vào da thịt khiến Eo tỉnh khỏi giấc ngủ cũng như bóng tối quanh mình…

Eo đã tìm được con đường dẫn về nhà nhưng nó lại nằm ở bên kia đại dương thăm thẳm. Đường đi quá tốn kém, gian lao, nguy hiểm… Eo không muốn đi vượt biên nữa.

Eo nhắn mẹ các anh gởi hồ sơ lại cho Eo, lấy hồ sơ bảo lãnh của gia đình gởi về từ Bangkok. Quyết tâm vô Sài Gòn tìm người bà con ở đậu, kiếm người làm giấy tờ khai sinh, tìm cách nhập hộ khẩu để hy vọng có giấy tờ hợp lệ nộp hồ sơ bảo lãnh ở Sài Gòn.

Eo về Cam Ranh ở với chị Thảo một tháng hai tháng, rồi thu xếp vô thẳng Sài Gòn, xin ở tạm nhà chú Hai Khương. Người chú này đã xin nuôi Eo trong ngày chị Kây đi lấy chồng.

Eo – Sở thú Sài Gòn (1980)

Sau ngày mất nước, gia đình chú Khương đã di chuyển hẳn về Vĩnh Linh sống, để căn nhà lại cho chị Cúc - con gái đầu của chú. Chú cũng là anh cả của chú Tư Cương, cô út Miến. Eo vào xin ở tạm trú, hòng mong sau này sẽ nhập được hộ khẩu để đăng ký đi theo diện bảo lãnh.

Chị Cúc mới vừa lập gia đình trước ngày mất nước, chưa có con hiện ở một mình, nhà ở Nguyễn Văn Đậu (tên cũ là Ngô Tùng Châu). Chồng mới cưới là đại úy, đi di tản 1975 nhưng không được (vì chiếc ghe chở cả gia đình chú và có Quốc Việt - em của Eo ra tàu lớn Mỹ nằm ở ngoài khơi Vũng Tàu- bị chìm) nên họ ở lại và chồng chị thì buộc đi học tập cải tạo mút mùa. Ban ngày, chị Cúc đi may, buôn bán ở chợ Bà Chiểu, nơi gia đình chồng sống và buôn bán, chiều tối chị mới về.

Eo ở với chị Cúc, ngày thì thui thủi đi học tiếng Anh, học thêu và học may tiếp ở Marie Curie trên đường Tú Xương. Rảnh rỗi thì Eo đi nhà thờ. Có hôm sáng đi, chiều cũng đi.

Có Eo ở cùng, tuy xa lạ nhưng dần chị cũng thương yêu Eo.

Một hôm Eo về, bỗng thấy nhà vui rộn cả lên vì có khách. Chị Chi, con gái lớn của chú Tư ở Nha Trang, hôm nay đưa chị Khánh, bạn gái của anh Thành vào chơi. Chị Khánh cũng bị bắt nhốt với anh rể Eo và đám con của chú Tư trong chuyến vượt biên, sau đó cùng bị đưa về cải tạo ở A30, nay chị đã được ra.

Chị Khánh có một giọng hát rất hay, truyền cảm. Sau khi gia nhập đoàn văn nghệ của trại tù, chị cố gắng đạt thành tích học tập tốt và cố tạo niềm tin cho cán bộ tù. Khi ban quản trại nới lỏng phép quản thúc, chị Khánh theo đoàn ra ngoài trình diễn văn nghệ và chị đào thoát ngay. Gia đình chú thím Tư cũng có ý gởi chị vào đây và trốn tạm ở nhà chị Cúc.

Được gặp lại, sống cùng chị Khánh trong hoàn cảnh bơ vơ này thật là vui mừng. Eo theo chị đi nhà thờ, thêu thùa may vá nhưng gia nhập vào ca đoàn nhà thờ với chị thì Eo không dám vì Eo hát dở, có thích chăng thì đi coi chị tập hát, ngồi chờ chị cùng đi về thôi.

Tối lại, được dịp nghe chị đàn guitar, hát tỉ tê như lời than phận buồn não ruột, trên chiếc phản cuối buồng dành cho hai chị em ngủ. Nằm một góc giữa Sài Gòn xa lạ, đầy những tâm sự lo lắng, ngổn ngang trong lòng với tương lai vô định. Chị kẻ đào tẩu, mẹ chị nghèo, lại có tuổi và nhiều bệnh tật. Tiền chị không có lo cho thân, lấy gì lo cho mẹ. Ngay cả khi bà cuối đời, chị cũng không dám ở cận kề săn sóc.

Chị em, hộ khẩu chưa biết bao giờ mới có. Ngày qua ngày, như tầm gởi cam phận, sống "cầu thân" với đời vì sợ mình sẽ hứng chịu thêm những sự khốn khổ.

Mấy tuần nay, biết chị Khánh có tâm sự nên Eo cũng khắc khoải, buồn theo tình đời.

Lúc này, Eo thanh thoát như ánh trăng tròn, làn da trắng dịu hiền với mái tóc dài mượt. Nhưng trông Eo vẫn phảng phất nét buồn, khi cười khóe môi vẫn không mấy tươi tắn như người khác. Chưa kể ánh mắt Eo lúc nào cũng đượm vẻ u buồn khiến cho người đối diện "đọc" được vẻ dễ thương lẫn đáng thương. Thấy Eo ngày càng xinh đẹp, gia đình lẫn bà con lo lắng mà canh chừng. Eo không được phép quen biết, bồ bịch ai để còn đi Mỹ. Vì thế Eo rất là sợ gặp hay đứng gần con trai thích mình. Có một chị cứ nói Eo rằng, đừng đi vô vùng Chợ Lớn, coi chừng bị bọn Ba Tàu bắt cóc làm bia uống, Eo cứ tưởng thiệt, không hay chị nói đùa.

Thường Eo đi đâu, thì hay có vài chàng trai đi theo sau. Eo sợ nên cứ tìm cách đánh lạc hướng, chạy trốn vì nghĩ đó là một việc phải làm, nếu mà phải gặp họ theo tới tận nhà chị Cúc chơi thì Eo nghĩ đó là một việc sai lầm nghiêm trọng. Eo thường leo lên gác trốn trên đó, nếu trên gác nóng quá chịu không nổi thì xách xe đạp chạy lên bưu diện Sài Gòn ngồi cả buổi chờ cho mấy người đó đi mới dám trở về nhà.

Những ngày sống ở Sài Gòn là những ngày vui vẻ, hạnh phúc đối với Eo. Với ước mơ chuẩn bị một tương lai xán lạn khi lên đường đi bảo lãnh gặp gia đình, Eo biết làm đẹp, biết điệu. Ra đường ai cũng trầm trồ, ngắm nhìn.

Hơn một năm sau, chị Bạch và toàn bộ số người thân quen bị bắt đi học tập ở A30 đã được thả về. Ngay sau khi ra tù, mấy anh em con chú Tư Cương rủ nhau vào Sài Gòn chơi, ở nhà chị Cúc nhân tiện để nhận thùng quà từ Mỹ mới gửi về luôn.

Gặp nhau, mấy chị em mừng mừng tủi tủi nhưng rồi cũng chóng vánh quên đi để lo đường đi nước bước vượt biên sắp tới.

Cả nhóm, năm người rủ nhau đi coi bói coi quẻ thử khi nào đi vượt biên thành công. Nghe nói bà thầy bói này nổi tiếng hay, tiếng đồn khắp vùng, mấy chị cũng háo hức ở lại Sài Gòn đi coi cho bằng được. Nhà bà thầy bói ở khu Lý Thường Kiệt, quận Tân Bình. Nhà có hai gian được ngăn ra bởi những tấm phên nứa. Gian ngoài có những hàng ghế đẩu dành cho khách ngồi chờ, ở trên vách cao giữa nhà thấy có một cái bàn thờ của một cô gái mặc áo dài trắng khoảng 15-16 tuổi. Người ta nói, đó là con gái của bà, chết oan vì tai nạn xe nên rất linh, độ cho bà để bà coi. Ngăn giữa gian trước và gian sau là tấm màn che, bà thầy ngồi coi bói ở phòng trong.

Cả bọn dựng xe đạp ngoài sân rón rén đi vào. Bữa đó, Eo mặc một cái áo xoa màu bọc đô thêu xích móc rất là nổi, vừa kiếm ghế đẩu ngồi xuống không lâu thì có một người đàn ông ra chỉ tay vào Eo và nói: "Bà thầy nói cô mặc áo đỏ ra sân, đứng ngoài đó đợi đi. Chờ bả gọi thì vào". Eo sợ quá không hiểu chuyện gì và tại sao lại chỉ có mình Eo bị đuổi ra ngoài nên hoang mang vô cùng...

Lần lượt các chị vào coi bói trở ra ngồi chờ nhau về. Eo là người cuối cùng. Eo líu ríu kêu mấy chị đi vào theo vì Eo sợ. Ngồi xuống chiếc chiếu, bà thầy nhìn và nói ngay dù Eo chưa kịp hỏi. Có lẽ mấy chị vào trước đã xin hỏi về đường đi nước bước nên bà nghĩ Eo cũng như thế chăng.

- Cô có muốn đi đâu cũng chưa được, có một ông già đang còn trông chờ cô đó. Ổng đợi cô... Cái mái tóc dài, đẹp của cô bị người âm chấm cho nên cô thường hay gội đầu vào buổi đêm... Cô có năm trằn trọc khó ngủ cỡ nào thì cũng không quá 12 giờ đêm vì có người âm ru cô ngủ. - Bà phán tiếp - Cô đẹp, có rất nhiều người theo đuổi, nhưng sau này số cô lấy chồng khổ lắm… Số cô khổ vì ông bà, cha mẹ trồng cây ác cô phải gánh vác…

Bà ta nói nhiều lắm. Eo nghe không kịp nhưng mà cái chính lúc đó là Eo chỉ nghĩ đến đường đi còn những việc khác Eo không nghĩ tới. Là người Công Giáo đơn thuần nên Eo đã không mấy tin vào bói toán chỉ đi coi cho vui thôi. Eo hỏi lại từng câu:

- Vậy thì ông già ấy ở đâu?

- Ở gần một dòng sông nước đỏ cuộn, ngôi nhà đã bị bể nát rồi, xây lộn hướng.

Eo hỏi thêm nhanh như nỗi sợ có sẵn trong lòng.

- Vậy làm sao để lấy chồng mà hết khổ?

Bà lầm bẩm:

- Số cô khổ về chồng con lắm.

Eo hỏi bà tiếp:

- Sao người âm "ma quái" lại theo con?

Bà trả lời đẩy vẻ huyền bí, xót xa.

- Khi cận kề với cái chết, cô sẽ có người âm đi theo cứu giúp độ trì.

Eo không có muốn hỏi gì nữa, trả tiền rồi lật đật lui ra.

Những lời của bà thầy làm cho Eo hoang mang, Eo nhớ nếu "ông già" mà bà ám chỉ là ba của mình, thì chỗ mộ ba mình chôn không thấy sông nước gì…

Lời của bà khiến Eo thấy cuộc đời chẳng sáng sủa gì cả. Hiện tại, Eo đã lo lắng, đã buồn lại còn buồn hơn.

Việc chồng con, không sao, cùng lắm là khỏi lấy chồng. Eo cũng thích đi tu cho khỏi khổ. Thế thôi, Eo nghĩ vậy.

Nhưng lần này không phải là lần đầu tiên, thầy bói tiên đoán về cuộc đời Eo. Lần thứ nhất chính là khi Eo còn ở Vĩnh Linh.

Sau ngày mất nước, anh Ba đem vợ, Quốc Việt (em lai) và đứa con trai đầu lòng đỏ hỏn từ Hội An vào làng Vĩnh Linh.

Chính phủ Cộng Sản không cấp đất cho ở lại Vĩnh linh mà bắt gia đình anh Ba và Quốc Việt đày ải lên hai vùng đất kinh tế mới "mới", một là Tân An. Tân An nằm kế làng Vĩnh Linh nhưng phải đi sâu vào phía núi, xa hơn nữa, hai là Đồng Trăng (thuộc Diên Khánh). Anh Ba chọn đi về kinh tế mới Đồng Trăng.

Đồng Trăng là vùng đất rất sâu xa với dân làng, khỉ ho cò gáy, được khai hoang do những hộ đường cùng, đói rách… Ở đó thiếu thốn mọi bề, mọi mặt… còn tệ hơn làng Vĩnh Linh nhiều.

Lúc này, vừa hay, anh Ba tìm được tin gia đình mẹ ruột của mình (anh Ba là con riêng của ba Eo) còn sống ở Bắc Ruộng, Long Khánh. Vì thế anh kiếm đường vào thăm, nhận mặt may ra xin được vài ký bắp hột, đem về cứu đói.

Anh và Eo tình cờ gặp nhau ở ga Nha Trang trong một đêm đón tàu. Khi đó, trời mưa tầm tã, mọi người cố gắng chen chân vào trong ga trú mưa. Eo cùng anh chạy nhanh vào cái cổng thấy trống không, núp mưa. Đó là lối để dành cho người xếp hàng soát vé vào cửa. Hai bên có cửa sắt ngắn, ngăn người ta dành lối. Tiếng huýt còi của ông nhân viên hỏa xa ra dấu Eo không được phép sử dụng.

Eo nhìn những cái chân hành khách thò gác qua cổng, định nhảy qua, may ra chen đại vào một chỗ nào ngồi, thì thấy ngay trước mặt đằng sau cổng gác, có một người đàn ông mù, rách rưới và mặt theo chắc bị bom đạn tàn phá, đang ngồi. Ông ngồi trên một chiếc chiếu khá thoải mái, có hai ba túi đỗ để bên cạnh và cây gậy thì ông gác ngang, ngay ngắn ở trước chân.

Eo nhảy qua, nói với ông:

- Ông cho con ngồi đây, anh em con sẽ ôm túi đỗ của ông lên nhé. Thấy ông lão không trả lời, Eo vẫy anh Ba nhảy vào ngồi kế bên.

Anh kể:

- Bữa hôm mi gởi đường, đậu, bột vanilla về cho cháu nấu chè "mồng năm, tháng năm". Răng mà ăn vô tụi hắn ỉa ra đầy nhóc sán (lãi con).

Eo bật cười:

- Đó là thuốc xổ sán lãi em mua riêng cho các cháu uống, chị dâu không đọc chữ mà tưởng gói bột thơm...

Đồng Trăng nói thì cũng gần Thành, Nha Trang, nhưng đường đi gian nan vất vả. Có lần lên thăm anh chị, đến nơi bị trễ đò, không nhắn được ai để nhờ Quốc Việt ra đón? Trời lại mưa, đường đất sét đỏ trơn trượt, bỏ dép ra đi chân đất mà cứ phải bấm chặt mấy ngón chân vào đất đỏ, nhưng vì không quen nên cứ trượt và té lên té xuống. Chưa hết, Eo còn phải băng qua những cánh rừng hoang trồng toàn cây cao su mới leo tới đồi núi của làng. Trời tối thui, muốn lui cũng không được, tới thì sợ muốn chết, sợ cướp, sợ kẻ xấu. Kinh tế mới thì chẳng có cái khốn khổ nào giống cái khốn đốn nào, chỉ có kêu trời không thấu thôi.

Hai nhóc bé con của anh, được Eo dẫn đến quán tạp hóa nhỏ gần nhà. Eo ân cần hỏi:

- Con muốn mua gì cô Eo mua cho?

Chúng chỉ vào hũ nhựa có đựng mấy cục đường thẻ, Eo cố ý chỉ qua kẹo, bánh cốm, trái cây... chúng lắc đầu vì không quen dùng đồ "xa xỉ", chỉ ước cô Eo mua cho miếng đường thẻ gặm mút là mừng rồi. Ở cái nơi núi rừng hẻo lánh xa xôi này, nhà tụi nó nghèo đến mức không thể nghèo hơn, chỉ có muối hột đâm nhuyễn là còn dư bữa, thiệt thảm.

Dân ở đây là những cặp vợ chồng trẻ, nghe cộng sản dụ đi kinh tế mới, hòng mong có miếng nhà, miếng đất lập nghiệp. Đất núi ở đây hoang khô, hóc bà tó thì làm gì, lấy gì mà ăn, chẳng khác gì đem con người ta đến chỗ chết mà vứt.

Đêm đầu tiên, Eo ở lại giữa đồi núi hoang vu, khô trọc. Khí đá, sương lạnh bao trùm, đắp chăn rồi mà Eo vẫn không chợp mắt nổi. Eo cứ đun chân vào cho Quốc Việt kẹp mà vẫn lạnh khiếp!

Ba giờ sáng hôm đó, Quốc Việt đã dậy sớm đi tới giếng vét nước, nếu đi trễ là không còn. Eo trùm mền chạy theo em, răng và môi đánh lập cập vào nhau. Theo em gánh nước về uống cho ngày. Nó vẫn vậy, chịu đựng, ít nói… lẳng lặng giúp đỡ anh chị Ba, các cháu. Ngược lại anh Ba cũng sống với nó hết tình.

Nó đưa Eo ra bến đò để đi về. Bến đò nằm cách đó khá xa. Nó cũng gánh theo đống quần áo ra sông để giặt và bỏ theo cho Eo hai nải chuối già hương xanh, trái đu đủ xanh hái sau vườn về làm quà. Eo cũng nhét cho nó ít tiền, chẳng có là bao mà nó ngại ngùng không muốn nhận.

Đò chạy rồi nhưng Eo vẫn chưa thấy hết xót xa và tủi thân cho cái gọi là "kinh tế mới" của anh em mình.

Hai anh em ngồi ở ga hàn huyên, tránh nói đến đói khổ vì hiểu quá đủ rồi. Trời vẫn mưa rỉ rả. Được một lúc khá lâu, không thấy ông lão bên cạnh nói gì, Eo còn nghĩ có thể ông bị câm nữa.

Tiếng loa báo tàu sắp về tới, nhà ga mở cửa đón hành khách vào. Ông lão vẫn ngồi thản nhiên như tượng, không có vẻ gì như đang đón tàu. Eo nấn ná ngồi thêm một lát chờ tàu đến và định rằng trong lúc tàu đỗ cho khách lên xuống thì Eo mới dẫn anh Ba chạy qua bãi đậu dành cho đám con buôn trốn vé nhảy tàu.

Ông bỗng dưng lên tiếng như rót vào tai Eo:

- Nghe tiếng nói của con, biết cuộc đời con rất khổ, sinh ra đã bị khắc mạng, xa gia đình. 15 tuổi sống ngoài đường, 25 tuổi lập gia đình, 30 tuổi có sự nghiệp và 50 tuổi con sẽ phá sản… Đừng quá đau khổ. Trời, Phật, Mẹ từ bi… sẽ độ cho con.

Anh Ba cũng nhảy vô nhờ ông coi bói cho. Eo không để tâm ông nói gì với anh mình, vì bận chỉnh đốn hai xách hành lý, gồm mấy ký đường thẻ. Lật đật cùng anh chạy vòng vào ga nhảy cho kịp tàu.

Lúc đó Eo không quan tâm những lời ông nói vì tương lai còn xa quá xá là xa cơ mà.

Rồi cũng vì cái "vụ" đi coi bói chung với mấy chị ở Lý Thường Kiệt. Không biết bà thầy bói nói gì về chị Khánh mà sau đó gia đình chú thím Tư quyết định bỏ rơi chị, không muốn cưu mang hay có trách nhiệm gì về chị nữa.

Chị Khánh cũng nhận được sự quyết định này qua lời nhắn của chị Cúc vì thế chị tìm về nhà người quen bà con bên chị ở nhờ. Điều này khiến Eo đau lòng không ít, nhưng biết làm sao hơn trong thời cuộc mắm muối gạo tiền khốn khó này?

Mọi người về lại Xóm Bóng, Nha Trang đồn ầm lên rằng Eo xui xẻo: "Đi vượt biên đâu cũng không được vì ông già nó bắt lại, không cho đi".

Rồi những người chủ ghe quen biết, nghe được cũng đâm ra ngại ngại sợ sợ, không dám cho Eo theo. Nhất là những gia đình bà con cô chú ruột thịt đã từng lấy tiền giúp Eo đi mà không thành, trước kia họ là niềm cứu cánh duy nhất mà mẹ Eo gởi gắm, mong đợi, thế mà họ cũng đành đoạn dứt khoát từ bỏ tình thâm, tuyệt đối không hé mở tin tức hay liên lạc với Eo về mấy vụ móc nối vượt biên thêm nữa vì sợ hệ lụy.

Tuy sợ "chết nước" nên không muốn đi vượt biên… Eo cũng sợ chẳng may qua tay hộ không có ghe tàu chắc chắn gì, nhưng có ý muốn "cướp ghe" cho Eo đi theo lần nữa…

Nhưng thật sự đối với gia đình bà con có "ghe" để đi thì làm sao Eo không cầu cứu họ cho đi theo cơ chứ!

Điều này cũng đã đẩy Eo vào ngã ba đời, sự lẻ loi, cô độc, bị ức hiếp mọi bề… Eo thật sự bẽ bàng khi nghĩ tới chuyến đi vượt biên không hề được sắp đặt sau này.

Tuy chị Khánh không còn ở nhà chị Cúc nhưng Eo vẫn thường gặp chị khi đi lễ, hát ca đoàn ở nhà thờ Mai Khôi. Chị đi thêu vải kiếm sống qua ngày, chuyện chị bị gia đình "fiancé" bỏ rơi rồi cũng qua, nhưng phần Eo thì… chưa?

Khi Hoan được thả về từ trại A30, gia đình Hoan nhắn Eo ra Nha Trang gặp họ ngay. Mẹ Hoan khuyên Eo ra ở với họ, ban ngày đi học may, học tiếng Anh với chị gái của Hoan, chờ ngày đi vượt biên với gia đình họ luôn. Eo lúng túng, bỡ ngỡ vì thật sự có thân thiết hay biết gì về Hoan đâu, bây giờ phải chấp nhận lấy Hoan, để đi vượt biên? Điều này chưa bao giờ Eo nghĩ tới. Eo trả lời gọn gàng: "Dạ để con về thu xếp". Eo cáo từ ra về và chuẩn bị qua ở lại nhà chú Tư Cương thì Hoan hẹn Eo chiều sẽ qua đón, mời Eo đi xem phim ở rạp Đại Đồng Nha Trang tối nay. Eo gật đầu.

Eo rủ Dân, con trai của chú chở Eo đi cùng. Dân la hoảng lên vì ở trong trại A30, Hoan quen với Phy, một cô gái rất đẹp, dễ thương khá nổi tiếng cùng ở trong đội múa, văn nghệ của trại. Cả hai tỏ ra rất thân mật khiến bà con ở đó đều biết. Dân cố phân bua để Eo hiểu: "Bộ bà không biết, anh em nhà này rất dân chơi, có tiền toàn quen gái đẹp, dân "cashier" ngồi quán cà phê. Con nhỏ này trước kia cũng ngồi ở quán cà phê Yesin". Eo nhẹ giọng: "Thôi chở chị qua đó, vì chị lỡ hứa rồi".

Ra bãi chiếu phim lấy xe ra về, Hoan không quên rủ hai chị em Eo đi ăn chè, chợt Hoan bỗng xin phép Eo sẽ trở lại trong giây lát, anh chạy lại gặp đám con gái đằng kia. Nhận ra trong đám đông đó có nhỏ Phy nên Dân nổi giận biểu Eo lên xe chạy một mạch về nhà. Hôm sau, Eo trở về lại Sài Gòn.

Không lâu sau đó Eo được vợ chồng ông Sơn - mụ Tiếp nhắn ra Nha Trang gấp. Ông Sơn là anh ruột của ông Hiếu, người có chiếc ghe đã đi lọt trước đây. Hình như chiếc "ghe lớn" nào của làng này ra đi vượt biên cũng nhờ vào đám bà con làng, có ghe chài nhỏ nên công an không để ý vì cho rằng ghe nhỏ không thể vượt biên được. Nhưng những chủ ghe chài nhỏ chung tay giúp dầu và đưa người.

Nghe tin nhắn, Eo vội nhờ ông trưởng tàu, anh Văn, kiếm cho một vé tàu suốt lên đường ngay!

Đến xóm Bóng, Eo cố gắng che kín mặt để đừng có ai đi đường nhìn thấy. Chủ đích ra đây lần này của Eo là móc nối kiếm đường vượt biên mà thôi. Eo đến thẳng vào nhà ôn-mụ (ông bà).

Lúc này Eo chỉ còn có ba chỉ vàng lận lưng, lần cuối mẹ gởi cho năm chỉ để đóng tiền ăn, lệ phí đủ để đi học. Mọi nỗ lực mẹ đều dành gởi lo cho gia đình chị Kây và nuôi anh rể ở trong tù. Bây giờ mẹ đang phải gởi vàng cây về cho anh chị kiếm đường đi tiếp. Phần Eo thì rất ngại nói đến chuyện xin vàng để vượt biên lúc này.

Ôn không hỏi han gì về tiền bạc, mà chỉ dặn:

- Con qua nhà ông Tư Cương ở đó, rồi đi theo con Thư con của mụ (thím Bích). Đừng ở lại đây mà họ theo dõi.

Được lệnh, Eo lật đật tiến về nhà chú thím Tư, lòng bần thần, vừa mừng vừa lo. Vì mẹ mình hay có ai báo trước cho Eo biết tí gì về chuyện vượt biên này đâu mà lần.

Gặp Eo, thím Bích chận hỏi:

- Mi ra đây chi rứa?

Eo thuật lại những lời ông Sơn-mụ Tiếp vừa dặn tức thì cho mình. Nghe xong thím liền xua tay, lớn giọng:

- Thím không biết chi hết? Mi ở đây làm chi? Đi qua bến mà hỏi ông Sơn ?

Eo là đứa thông minh, hiểu chuyện, nhưng không "biết" nói ra hay xin xỏ. Sau lần coi bói về, con cái của chú thím cũng đã đồn ầm lên ở Xóm Bóng là Eo bị ông già bắt không cho đi nên thím Bích sợ là phải. Hơn nữa, thím cũng đã giúp cho Eo lần trước, nếu giúp lần này nữa, thím cũng đâu có được lợi lộc gì? Không may xui xẻo lây qua cho đám con mình mà chuyến đi không thành.

Eo dạ một tiếng rồi đi đón xích lô đến nhà thím Sáu-Ngọc kể cho thím nghe mọi chuyện, may ra thím có "bật mí" tí gì về chuyến đi này cho Eo không. Thím Ngọc không tin, vì ông Sơn, ông Hiếu đều là chú ruột của thím. Khi ghe của ông Hiếu ra đi, chính thím Ngọc đã gởi gắm chú Sáu và hai đứa con lớn của mình theo. Thím ngờ ngợ là lẽ nào lần này ông Sơn "vượt biên"… Nếu có "đi" thì thím phải biết gì đó để gởi vài em theo chứ. Thím trấn tĩnh:

- Chắc không có đâu con?

Eo ở lại nhà thím Sáu. Hai hôm sau, nghe tin ghe ông Sơn vượt biên trót lọt, đem theo những đứa con của thím Bích và một số đông bà con. Lòng Eo thấy tủi thân, đau đớn khi bị bà con xua đuổi, phản bội. Eo cố dằn nỗi uất nghẹn xuống đáy lòng, tự trấn an mình, thôi thì mình cũng còn đường đi bảo lãnh chính thức.

Nhìn nét thất vọng của đại gia đình thím Ngọc, Eo không muốn ở lại thêm nữa, bèn ra ga mua vé tàu Thống Nhất trở về Sài Gòn. Tuy buồn thúi ruột về "thế thái thân tình" nhưng Eo cũng ráng an ủi, tự tìm cho mình chút bình yên khi ở lại.

Sau chuyến đi của ông Sơn lọt đến Philippin, được đà, nên thân nhân ở Mỹ gởi tiền, quà lia chia cho bà con ở Việt Nam kiếm đường đi vượt biên tiếp. Vào nhận quà, ở lại nhà chị Cúc, ai thấy Eo cũng lắc đầu trách Eo không "chịu" về Nha Trang kiếm đường đi vượt biên mà ở lại Sài Gòn này làm gì?

Họ cho là Eo ham "rượng" ham "hớc" (ăn chơi, bồ bịch) nên muốn ở Sài Gòn cho sướng rồi hành thân mẹ Eo ở bên Mỹ lo lắng cho uổng công. Đây là nỗi hàm oan ghê gớm trút xuống trên đầu Eo. Người gây ra không ai khác là gia đình chú Tư Cương và chị Kây của Eo.

"Cửa Chùa (Phật) từ bi, lòng dạ ích kỷ "con người" không muốn mở cổng". Khi đó, Eo không biết than trách người thân ruột thịt của mình mà lúc đó Eo chỉ biết ghét Việt Cộng vì thấy Cộng Sản còn Ác hơn người nhà của mình nhiều!

Eo và chị Kây (1982)

Lời đồn đến tai chị Kây, chị sốt ruột, nên hễ chị từ Rạch Giá lên gặp mặt Eo, chị lại gây gổ Eo "không ra gì" vì tin vào mọi người là "ông Sơn cho Eo đi "không" (chẳng đóng tiền) mà Eo không chịu đi".

Em không buồn lên tiếng phân bua, vì hèn nhát, vì mình vẫn còn nhờ cậy ở đậu nhà chú Hai Khương, dù sao cũng anh em họ cả, phải câm miệng thôi. Nhưng Eo bắt đầu thấm cảnh áp bức, áp đảo tinh thần từ gia đình, từ người có "quyền hành" là thế nào?

Có những chuyện nhổi da, xáo thịt xảy ra cho Eo khi Eo ở đậu nhà chú Khương - chị Cúc…

Ở Sài Gòn, Eo có quen hai người bạn chí thân, đó là Cy và Ây.

Hễ Eo vào Thủ Đức để đi nhận quà với thầy Nỷ ở Tân Sơn Nhất là thầy gởi Eo đến ở nhờ nhà vợ chồng người dì già (không con) bà con bên ngoại, ở ngay hẻm nhà thờ Thủ Đức. Một tối, khi đi nhà thờ ra, Eo gặp con bé đạp chiếc xe đạp "cuộc" ở Mỹ gởi về gắn đèn đóm rất đẹp. Eo thích quá nhìn mãi cho đến khi tới gần nhà dì Eo rồi mà Eo vẫn không rời mắt. Nó lên tiếng hỏi thăm Eo rồi kết bạn. Sau đó nó dẫn Eo vào nhà giới thiệu với năm chị em gái của nó. Từ đó, Eo gặp chị Cy của nó, tuy lớn tuổi hơn Eo một chút nhưng tụi bố là thiếu tá, ra đi di tản 1975 một mình để mẹ và sáu anh em lại. Ngoài ông anh đầu, còn lại năm cô "ngũ long công chúa" đứa nào cũng đẹp, điệu đà khỏi chê bởi vì gia đình Cy bán thuốc tây ở chợ Thủ Đức nên rất khấm khá.

Cy hát "solo" trong ca đoàn ở nhà thờ Thủ Đức và đôi khi cũng đi hát văn nghệ ở các phường, quận. Mỗi lần rủ Eo đi chơi, Cy thường "make up", lấy quần áo, giầy "đinh" cao gót (vì chị đầu của Cy vừa mới vượt biên lọt) của chị nó gởi về cho Eo mượn mặc thật đẹp. Sau này, khi Eo vào Sài Gòn ở luôn trong này, Cy từ Thủ Đức lên, hai đứa gặp nhau là Cy đều dẫn Eo đi khắp nơi, từ cư xá sinh viên ở Sài Gòn, nhà dòng, địa điểm ca nhạc "nó hát" đến đi mua sắm, may áo dài... Còn Eo, khi có chuyện buồn "nỗi lòng biết tỏ cùng ai" thì chạy lên nhà nó "trốn", giải khuây...

Em trai chị Cúc là Phúc ở Vĩnh Linh vào ở chung nhà vì tìm được việc làm "bốc vác" do Ây - cháu kêu bằng cậu - làm ở công ty Directximco, Sài Gòn xin cho. Vợ và đứa con đầu lòng còn nhỏ của Phúc thì ở lại Vĩnh Linh với bố mẹ chồng.

Một hôm, người cháu Ây đó ghé nhà thăm cậu Phúc rủ đi uống cà phê, Eo vô tình gặp và nhận bà con. Thực ra, Ây phải gọi Eo bằng dì. Hắn biết chút hai ngôn ngữ Anh và Pháp nên làm chức vụ gì trong công ty không biết mà chạy xe hon da, dẫn khách "nước ngoài" đi ăn nhậu hoài. Eo bèn nhờ Ây xin cho anh Tuấn - chồng chị Kây - một chân bốc vác giống như anh Phúc. Nhận công việc, gia đình chị Kây bỏ Rạch Giá chuyển lên Sài Gòn tạm trú, ở trọ bên Bình Thạnh, gần kế nhà mẹ con Ây.

Thấy Eo xinh đẹp, hiền lành lại một mình nên mẹ Ây cứ dặn Ây: "Hễ con đi đâu thì nhớ qua chở dì Eo đi cùng". Sở dĩ mẹ Ây muốn Ây bầu bạn cùng Eo là vì Ây là "con rơi" không có cha, đứa con duy nhất lớn lên với người mẹ suốt đời "cô độc". Ây dẫn Eo đi chơi khắp nơi, có khi còn dẫn đi ăn tối sang trọng với người ngoại quốc trong công ty, đi với bạn, nhạc sĩ Vy Nhật Tảo vào nhà Nghệ thuật quần chúng chơi hay dự tiệc, đi chùa Bửu Long với bạn bè chụp hình và đặt biệt là đi nghe nhạc do các ca sĩ nổi tiếng hát… Từ đó, Eo có chị Cúc, anh Phúc, Cy lại thêm Ây (Eo cũng giới thiệu Cy với Ây, tụi Eo chơi thân nhau) rất thương và "cưng" Eo, nên Eo bề ngoài như con "búp bê" biết cười nhưng bên trong lại là đặc ruột con nhà quê biết khóc.

Lần đó, chị Chi vào ghé nhà chị Cúc nhận quà bên Mỹ gởi về nữa. Chị Chi thì đi đi về về nhà chị Cúc nhận quà bên Mỹ luôn. Hai chị, cũng như hai gia đình này rất thân với nhau. Chị Chi, hôm đó rủ Eo đi chợ Bà Chiểu mua thuốc Tây đem về. Hai chị em ngồi trên chiếc xe xích lô, chị buột miệng: "Ông Phúc này có vợ con rồi mà còn ăn chơi lây bịnh giang mai, ba má chị phải nhờ đi mua thuốc về chích cho ông, rồi lỡ lây cho vợ con ở quê nữa, rõ khổ". Eo hoảng quá bèn kể luôn với chị câu chuyện của mình. Đại khái là hôm đó Eo bệnh nằm sốt một mình trên chiếc phản, anh Phúc nhất quyết không chịu đi làm mà cứ chạy lại ngồi bên giường lấy khăn ướt lau mặt, lo lắng cho Eo. Eo cũng giật mình vì ở nhà anh thường tỏ cử chỉ thân mật săn sóc cho Eo. Ý Eo kể cho chị Chi nghe vì cứ tưởng mình đụng chạm thôi cũng sẽ lây bịnh, nhưng Eo không ngờ câu chuyện lại chuyển qua một hướng khác.

Tối hôm đó, anh Phúc đi làm về, bữa cơm thịnh soạn cũng

vừa dọn ra, cùng lúc Eo vừa bước chân dắt chiếc xe đạp đi vô cửa. Chợt tiếng anh Phúc "tru tréo" lên: "Trời ơi, tui có vợ con rồi mà nó còn đi nói tui đòi ôm ấp lấy nó nè trời", anh bước ra đứng trước cửa nhà la lớn lập đi lập lại câu nói này cho hàng xóm nghe. Eo nhìn thẳng mặt chị Chi, lòng đầy uất nghẹn, sợ hãi vì đâu phải lần đầu Eo đứng trước mặt để mặc cho mấy đứa con của chú thím tư Cương xỉa xói, hất hủi vì "hiểu lầm", vì "suy bụng ta ra bụng người" đâu. Sau chuyến đi Lương Sơn, chị Chi không mấy cảm tình với Eo, họ đã tìm cách xua đuổi Eo, không lẽ họ cũng muốn gia đình chú hai Khương ghét bỏ Eo luôn hay sao?

Mấy lần trước chị Chi ghé Sài Gòn, thấy Eo tắm "ở truồng" thì to nhỏ với chị Cúc: "Con Eo nó "trụi lụi" ở dưới nên xui xẻo lắm". Chị lại muốn ám chỉ Eo về chuyện "trốn vượt biên". Eo cũng vì mặc cảm vụ "xui xẻo" này mà kêu chị Kây dẫn Eo đi qua cầu Đa Kao, Tân Định kiếm ông thầy thuốc bắc nổi tiếng bắt mạch, bổ thuốc điều hòa kinh nguyệt. Ông cũng dặn Eo về nhà nhớ xoa bóp, kích thích hai bộ phận "đồi núi và bướm" của mình. Trong khi dùng thuốc Eo trở nên phổng phao, kinh nguyệt đều hơn, râu "dưới" bắt đầu mọc lún phún vàng rồi trở thành đen ngòm. Dịp này Eo được nếm mùi thế nào là "tình dục".

Hôm đó, Eo đi học Anh Văn về. Đường ở chợ Cây Quéo sửa, Eo chạy lên những dãy đường trải đá cục nên xe đạp bị xóc mạnh. Sự cọ xát giữa yên ghế xe đạp khiến bướm của Eo đạt cực khoái. Eo kể cho Cy nghe, nó cười hí hí: "Con nhỏ này mắc cười quá mày ơi". Nó cũng làm như mình rành rỏi lắm: "Đừng vào cầu tiêu, phòng tắm công cộng có con trai dùng chung nha, Eo phải cẩn thận đó, không thôi dính bầu là chết". Cũng từ đó Eo biết sự kích thích "ở dưới" là thế nào.

Eo hết nhìn chị Chi rồi nhìn sang chị Cúc, không biết mở miệng nói gì? Eo cũng có tật từ nhỏ, nếu oan, lỗi không phải do mình làm thì Eo không khóc, cũng không thể phân minh ngay được thì Eo tìm cách tự "vuốt mặt" cũng như "trốn". Eo nhìn chị

Cúc, anh Phúc nói trong nghẹn ngào, lớn tiếng: "Em xin lỗi" rồi xách xe qua nhà tìm Ây trút bỏ tâm sự. Trở về, chị Cúc gọi Eo vào phòng hỏi cho ra lẽ. Nghe xong chị Cúc thở phào nhẹ nhõm vì chị tưởng chuyện xảy ra ghê gớm lắm. Sau dụ này, dù ai có nói xấu Eo thế nào, thì chị Cúc làm ngược lại tại vì chị rất hiểu: " Tội nghiệp con Eo, nó đẹp mà không được hưởng gì hết vì phải lo đi". Câu nói này chị ám chỉ Eo bởi vì Văn…

Nói về mấy anh chàng kiểm soát viên thời đi buôn xe lửa. Có anh Văn, trưởng tàu, lúc đó có một lần hắn tình cờ nhìn thấy Eo đang đứng cùng với mấy chị con buôn ở dưới ga Suối Cát (hắn có lạ gì con buôn) nên từ đó hắn tìm cách hỏi han, tìm hiểu tường tận về Eo nhưng vẫn chưa có dịp tìm cách để làm quen với Eo, vì lúc đó Eo đã hết đi buôn tàu. Sau này, hắn vô tình gặp lại Eo ở bến xe miền Đông, lúc đó Eo đón xích lô về mà không biết rằng hắn đang lái xe hon đa đi theo Eo, chạy rà rà về tới nhà chị Cúc. Nghe anh Phúc, chị Cúc nói hắn thuộc gia đình liệt sĩ Việt Cộng, chỉ có một mẹ một con, quê ở Dĩ An. Từ đó, hễ mỗi lần đi tàu về nghỉ là Văn tới nhà tìm Eo, không gặp thì đi uống cà phê với anh Phúc hay ở nhà nói chuyện với chị Cúc (vì Eo luôn tìm cách lảng tránh, không cho ai gặp)…

Eo (1982)

Chị Cúc thấy Eo đi về thui thủi một mình nên tội nghiệp! Eo ước gì chị Kây cũng làm được điều kỳ diệu này đối với Eo.

Một lần, canh Eo đi chơi với Cy, thì chị Kây qua nhà ngồi chờ Eo về, trước mặt mọi người đông đủ ở nhà chị Cúc, chị không khiêng nể gì mà túm lấy cơ hội gây gổ với Eo vì không muốn thấy Eo đi chơi với Cy. Chị mắng ngay mặt Cy:" Chị cấm Cy từ nay không được đến nhà này đón con Eo đi chơi nữa nghe chưa". Cy bỏ đi rồi, nhưng hôm đó chị nóng ruột nên quá tiếng: "Con đĩ ni, mi lì vừa vừa, cứ đi rượng cho cố, có ngày có bầu rồi về không khéo lại đổ tội cho anh Tuấn, chồng tau". Eo không tin vào tai mình, tại sao chị lại có thể nói những lời tàn nhẫn với Eo đến thế, Eo thật sự "hận" chị. Nghĩ rồi Eo nói như khóc hét vào mặt chị: "Eo không muốn từ nay gặp chị, nếu em đi được Mỹ, em nguyện sẽ không bao giờ liên lạc với chị nữa". Nói rồi Eo xách xe chạy theo một mạch lên Thủ Đức tới nhà Cy. Eo nói với nó Eo đau đầu rồi nằm hẳn trong phòng nó. Tối đó Eo xin ngủ lại, Eo cũng không muốn kể cho nó nghe nỗi "khổ tâm" của mình vì sợ nó buồn, vì nó "đàng hoàng", vì nó dành tình bạn tốt nhất cho Eo.

Hoàn lại đích thân tìm vào Sài Gòn đến chị Cúc, rủ Eo ra Nha Trang đi vượt biên với mình. Lúc này, nhà đang có khách là mấy người bà con ở Nha trang vào không tiện nói chuyện nên Eo dẫn anh ghé qua thăm gia đình chị Kây. Sau đó, Eo lặng lẽ nói lời từ chối riêng với Hoàn rồi chia tay. Trên đường về Eo không biết mình đã làm sai những gì? Nếu Eo lấy chồng để vượt biên, ba Eo "bắt lại" hay Eo xui như người ta nói, khiến ghe Hoàn bị bắt lại thì sao? Nghĩ đến đây, Eo đành gạt hết tất cả, có nghĩa là "đừng và nói không" với Hoàn.

Không biết thực hư chuyện ba Eo bắt Eo lại không cho Eo đi là như thế nào, chứ chuyện về cái chết của ba cô thì rất thật và quá đỗi li kì.

Hồi năm 1968, năm Mậu Thân, ba Eo vừa giải ngũ về được một tháng. Mẹ Eo vốn buôn bán đổi tiền đô nhưng đang lúc loạn lạc tiền đô ở Đà Nẵng bị mất giá và ứ đọng. Vừa lúc đó, nhà Eo hay được tin đứa cháu gái (em út của Bọ và chị Thảo) ở Quảng Trị chết vì pháo kích nên bà con và ba đã thuê xe để cùng mọi người ra đưa đám kết hợp với việc đi thăm bà nội và chú vì đã lâu rồi ba chưa có dịp về gặp. Mẹ mới đưa cho ba Eo một số tiền đô lớn để đem ra tiệm vàng quen ngoài đó đổi. Vì biết tin tiền ngoài đó vẫn còn có giá .

Khi xe đi ngang qua Huế, tới Hải Lăng, Triệu Phong bị bắt với lý do bắt người vì sợ tình nghi là Việt Cộng, ba Eo bị bắt giam giữ lại cùng với một số đàn ông khác. Thấy trong người ba có một số lớn tiền đô mặc dù biết rõ ba Eo khai đủ mình là quân nhân cả đời phục vụ vừa được giải ngũ về nhưng bọn chúng không những không thả ba Eo ra mà còn tìm cớ đẩy ba Eo vào danh sách tình nghi là Việt Cộng.

Một tháng sau, khi không nhận được tin tức gì từ ba, mẹ Eo có đánh điện gọi ra Quảng Trị hỏi thăm thì không ai biết, và ai cũng nói là không ai thấy ba Eo ở đám ma và ba Eo cũng không ghé nhà thăm nội cùng chú.

Sau khi bị bắt vài ngày, ba bị dời từ nhà giam này đến nhà giam khác. Ba giờ sáng ngày 29/8/1968, họ đưa tất cả đám Việt Cộng bị bắt đi bắn. Ba Eo cũng bị đưa đi ra xe, nói là thả về nhưng thực ra là bị trùm bao tải và mang đi bắn cùng với ba người đàn ông khác với tội danh là Việt Cộng. Xác của ba Eo cùng ba người đàn ông xấu số kia bị đem đi vùi chung trong một cái hố ở một đồi cát trắng bên đường ở Hải Lăng, Triệu Phong. Trong khi đó, ở sổ lưu thì lại ghi là ba Eo đã được thả về.

Gọi ra Quảng Trị mới biết là ba Eo không ra đó, lại thêm chuyện không biết chút tin tức gì của ba nên mẹ Eo mới gọi cho chú Út Đức vốn đang làm trưởng phòng an ninh quân đội ở tỉnh Quảng Trị đi tìm. Ngộ đời, chiếc xe máy của chú chạy đến Hải Lăng thì tự dưng chết máy, xui khiến thế nào mà dẫn dắt đến manh mối quận trưởng và quận phó quận Hải Lăng đã thủ tiêu ba để đoạt tiền. Chú vào từng nơi đã từng giam bắt ba, xin danh sách bắt, tha rồi truy tìm. Danh sách có tên ba Eo được che, tô đậm bởi cây bút lông đen kịt đặc biệt và bên cạnh là hàng chữ đã được tha về. Lúc này anh Hai Eo đang đeo lon Thiếu úy. Thời đó, vụ án tham nhũng này bị đánh giá là vụ án Quân sự Quốc gia. Đại tá Nguyễn Duy Huynh được lệnh đem đoàn Thượng Phẩm đặc biệt ở Sài Gòn ra tòa án Đà Nẵng để xét xử. Lúc đó Eo nhỏ lắm, ba lại đi lính ở Sa Đéc, Đồng Tháp, một năm mới về một hai lần. Mỗi lần ba về, mẹ giao Eo cho bà Năm "ru" nên Eo không nhớ rõ mặt ba và cũng không có kỷ niệm, khái niệm gì về ba mình.

Eo theo mẹ và các anh chị trong nhà thuê một chiếc xe lam của bác Hà béo hàng xóm, đi lên đi xuống Đà Nẵng nhiều lần để dự phiên tòa. Trong khi mọi người trong gia đình, làng xóm của Eo đang dự phiên tòa bên trong thì Eo được bà Năm bế ra ngoài nằm úp xuống chơi coi đám cá nhỏ bơi lăng quăng ở cái mương nhỏ sâu sát mặt đường trước mặt bên ngoài tòa án Đà Nẵng

Lúc đó, anh Hai đăng tin tùm lum tất cả báo chí trong nước: tờ Ngôn-luận, Tự-do, Xây-dựng, Tia-sáng… Anh Hai Eo mua nhiều báo và cất làm kỷ niệm. Trong phiên xử cuối cùng, anh Hai- thiếu úy sư đoàn 1 Bộ binh - đòi bắn thủ phạm để trả thù nhưng mọi người đã canh chừng, can gián. Ông đại úy trưởng ban an ninh quận Hải Lăng Bùi Đức Thuần - chung thân khổ sai - đại úy quận trưởng quận Hải lăng Lê Văn Xuyên bị 12 năm tù. Họ bị đày ra Côn Đảo.

Luật sư bên nhà Eo bảo mẹ Eo ráng vay mượn, bỏ ra ba bốn chục ngàn kiện lên tới quốc hội ở Sài Gòn đòi bồi thường nhưng mẹ không nghe, khuyên nên bỏ qua đi, người chết đã nằm xuống rồi, không sống lại được, người làm tội thì đã ở tù, tội đến xứng đáng, chuyện được phân minh, mình không oan ức gì nữa mà giờ chỉ biết cầu nguyện thôi.

Hôm gia đình được mời đi tìm xác của ba, khuya hôm đó, mẹ măc bộ đồ tang trắng cho Eo, giao Eo cho bà cô, mẹ của Bọ coi sóc. Eo được theo gia đình leo lên một chiế xe GMC chạy thẳng ra Hải Lăng. Trên xe, Eo cứ khư khư ôm chặt lấy bà cô vì lạ xe, vì sợ xe khá xóc. Đến nơi, trời vừa hừng sáng, đó là một bãi đồi cát trắng. Mẹ biểu cô ở đây giữ Eo, núp dưới bụi cây xương rồng gần lộ đường. Người ta bắt đầu đi vào sâu trong bãi cát rồi đào bật các hố chôn người chết lên cho mẹ tìm nhận ra xác ba. Trời trưa nắng gắt cháy bỏng lưng, mẹ nhận diện ra ba bởi mái tóc hoa râm rụng còn sót và hàm răng rớt đặc biệt chưa tàn biến của ba dù lúc đó, hình hài của ba chỉ còn lại là bộ xương.

Sau đó xác ba được đưa thẳng ra Quảng Trị chôn cất theo lời trăn trối của ba lúc sống: "Sau này tui chết bà nhớ đem tui về Quảng Trị quê cha đất tổ mà chôn".

Tới nơi, nhà bà nội ở gần ngay thành phố Quảng Trị có vườn tược chung quanh rất rộng. Bà nội và chú Út Đức đã chuẩn bị dành một khoảng vườn trống đã làm sạch dựng một cái chòi lớn để che xác ba. Bà con xa gần lần lượt đến thăm viếng, đọc kinh cầu hồn. Eo nhớ đó là một buổi tối mưa phùn cuối năm, khi mà mọi người về nhà ngủ, Eo và chị Kây vào nhà bà nội cũng là nhà của gia đình chú Út ngủ thì mẹ vẫn ngồi đó giữa vườn tối đen vắng vẻ, chỉ có ngọn đèn măng xông và ngọn đèn nến leo lét không đủ làm hắt đi cái ảm đạm thê lương của người đàn bà mất chồng. Đã bao năm mẹ vẫn một mình chấp nhận sống xa chồng, lặn lội nuôi đàn con dại để chồng đi lính xong nghĩa vụ công dân trở về hưu bên cạnh gia đình. Nỗi mừng chưa kịp nhìn rõ mặt chồng thì chồng bị giết. Có lẽ vì vậy mà mẹ không muốn rời xác ba nữa bước cho đến khi xác được nằm yên trong lòng đất. Đêm khuya, nhìn từ cửa sổ nhà bà nội thấy mẹ Eo đau khổ gục đầu trên hòm ba khóc rồi ngủ, Eo thì muốn chạy ra ngủ với mẹ lắm nhưng trời đêm (tháng 11) lạnh căm không ai cho Eo đi, với lại hình ảnh hòm người chết nửa đêm nằm ngoài trời như vậy, anh em Eo sợ không dám đến gần. Đám tang của ba rất lớn. Xong đám, mẹ mang cả gia đình về lại Đà Nẵng. Sau cái chết oan uổng của Ba, anh Hai được ưu ái thuyên chuyển về Sư đoàn 3, Khánh Hòa, Đà Nẵng.

Khi ba còn sống Eo không biết ba, không nhớ ba là ai, nhưng khi tin ba chết, chỉ có đào thấy bộ xương, như chứng kiến một cái công việc trồng cây củi khô xuống rồi bứng cây khô đi khiến Eo không cảm thấy đau đớn mất mát như cái chết của những người bạn hình hài bằng xương, bằng thịt sau này. Một phần cũng là vì lúc đó Eo còn quá nhỏ nên chưa biết sợ hãi là gì.

Ba của Eo, người ba khi sống mà Eo gặp mặt chưa được mấy lần, yêu thương chưa được bao nhiêu đó chẳng lẽ đến lúc trở thành linh hồn rồi bỗng đổi ra thương Eo, muốn giữ Eo lại, không muốn cho Eo đi nên khiến xui mấy lần Eo đi vượt biên đều bất thành? Còn những người bạn như Mỹ Liên, Lệ Phương, Thu Chúc, lại còn đi theo độ, thương Eo lắm sao?

Nhắc đến ba lại khiến Eo chợt nghĩ tới mẹ!

Mẹ Eo, người đàn bà ít học, quanh năm chỉ biết buôn bán, chăm sóc chồng con, lo toan nhà cửa. Vì Eo là con út bòn út mót lại bệnh hoạn của mẹ nên mẹ đặc biệt biểu các anh chị mọi người trong nhà phải cưng chiều Eo hết mực, chưa bao giờ để Eo phải thiếu thốn.

Có lần, cô Út Mai từ Nha Trang ra thăm nhà Eo, thấy Eo thì bế lên, ôm vào lòng. Eo dựa đầu vào ngực cô. Eo vốn là đứa trẻ ưa nũng nịu và rất thích thú khi được ai đó bế, vỗ về. Cô vén mớ tóc lòa xòa trên mặt Eo, nhìn rồi hỏi:

- Con Eo mấy tuổi rồi chị?

- Ông Diệm mất thì tui sinh nó - Mẹ tự hào.

- Ôi chào, bốn tuổi rồi à? - Cô kêu lên.

Mẹ là vậy, vì sớm chịu cảnh mồ côi, không được đi học nên chỉ biết tính tuổi các con bằng… trí nhớ. Mẹ nhớ năm 25 tuổi sanh đứa con đầu lòng, còn sinh đứa cuối vào năm mà ông Tổng thống Ngô Đình Diệm vừa mất. Có lẽ vì là người Công Giáo nên mẹ cảm được nỗi đau của Vị chủ chăn lãnh đạo khi chết tức tưởi nên mẹ nhớ cái mốc đó lắm.

Mẹ vốn người nhà quê chất phác, ốm yếu vai gánh vai gồng xuôi ngược với gánh hàng rong ngoài đường. Mẹ bán cháo gà, cháo vịt, chả ram (chả giò), bún thịt nướng cho mấy người làm ở đồn Mỹ. Ở nhà thì nấu rượu nuôi heo để kiếm thêm.

Mấy người nhà giàu đến buôn bán mua đổi tiền đô-la ở quanh đồn Mỹ hay mua đồ ăn của mẹ. Họ thấy mẹ hiền mới kêu bỏ gánh hàng rong đi, vô góp vốn làm chung với họ. Từ đó, việc của mẹ cứ đến đấy để đổi tiền đô với tụi lính Mỹ rồi đem đô về bán lại cho tiệm vàng. Nghề mới này khiến mẹ kiếm được nhiều tiền hơn gấp bội.

Khi mẹ xấp xỉ 50 thì các anh chị trong nhà đã lớn. Chị Kây đã 8, 9 tuổi. Lúc này, mẹ có bầu Eo. Cả xóm ai cũng chọc ghẹo gọi mẹ là "bà già ham vui". Bất đắc dĩ, mẹ mới có thêm Eo.

Việc mang thai khi một ngày phải chạy tới lui giữa tiệm vàng và đồn Mỹ mấy chục bận đâu có dễ chịu gì. Chưa kể một bên chân mẹ hơi khập khiễng do một lần chích thuốc vào mông bị áp xe. Có lẽ nhờ thế mà mẹ sinh Eo rất lẹ chăng. Mẹ kể hôm mẹ bị đau nhéo nhéo bụng, chạy tới nhà hộ sinh ngồi nhưng tự dưng lại "mắc cầu", bà hộ lót giấy báo biểu mẹ cứ "đi" vào rồi bả hốt, mẹ ngồi rặn một cái "phịch" Eo rớt ra, không cảm thấy đau đớn gì. Mẹ giao Eo cho bà Năm nuôi còn mẹ Eo cứ kiên trì với công việc, hòng kiếm tiền nuôi con. Nhờ sự tần tảo của mẹ mà từng đứa được gởi đi học ở những trường tư nổi tiếng nhất.

Mỗi ngày, sau thánh lễ sớm, trời vừa sáng là mẹ đã đội nón,

xách giỏ lác đi làm đến tận tối mịt. Sau khi họp lại chia tiền vốn tiền lời thì đến tận 11h đêm mới về.

Đường lên Đồn lính Mỹ - Đóng ở chân núi Phước Tường

Thú thực là mấy năm ở bên mẹ, vì Eo còn quá nhỏ nên biết rất ít về cuộc đời của mẹ. Đến lúc chia ly rồi, khi lưu lạc ở với bà con, lúc Cam Ranh, lúc Nha Trang, lúc Sài Gòn, rồi nào Long Khánh, Eo mới gom nhặt lại để biết về mẹ qua lời kể của bà con.

Quê mẹ ở Di Loan, Vĩnh Linh, Quảng Trị. Gia đình mẹ nghèo lắm, ông bà ngoại chỉ có một miếng đất vừa đủ dựng lên một căn chòi. Nhà ngoại có bốn đứa con gái, mẹ là út. Ba năm sau đó thì bà ngoại lại có bầu dì Hoa nhưng khi sanh thì không may đã chết cả mẹ lẫn con.

Để có tiền làm ma chay, ông ngoại phải bán miếng đất cho chủ nợ rồi mướn lại miếng đất đó để ở. Dì Nhan lần lượt đi lấy chồng. Dì Đẹp còn nhỏ đã đi thêu thùa nhà người ta để kiếm ăn, rồi bỏ đi đâu mất biệt tăm từ đó. Riêng dì Dung, chị cả của mẹ cứ ở vậy lo cho cha và cho cô em út Muôn - mẹ của Eo.

Ông ngoại là người hiền lành, thánh thiện, suốt ngày theo cha xứ giúp việc nhà thờ. Đáp lại thịnh tình của ông, nhà thờ lo cho ông cái ăn, cái mặc. Ông ngoại như ông từ, chuyên lo việc cất kinh. Kinh nguyện sách thuộc địa phận Bình Trị Thiên ông nghe xong thì thuộc làu làu, lại có khiếu đặt vè và đặt tuồng hát bội, hồ quảng.

Ông đặt tuồng về chuyện của Chúa như tuồng: *Giáng Sinh, Bảy mối tội đầu, Tháp Albel, Ông Moisen, Tô-ma Thiện (tử đạo)...* rồi tập cho người trong họ đạo, diễn khi có dịp. Lạ một điều là ngoại không hề biết chữ.

"DUNG, NHAN, ĐẸP, MUÔN, HOA dễ sánh.

Trí duệ cao thần thánh khôn đương.

Chúa chín ngự yêu thương.

Trân trọng bởi trên muôn đấng

Trên Ba Ngôi phù hộ

Tâm thông suốt mọi đàng..."

Ngoại lấy bốn chữ đầu của kinh Đức Mẹ này đặt tên cho năm cô con gái. Kinh này không biết từ đâu, có lẽ ông ngoại đặt chăng (?) nhưng Eo nghe mẹ đọc đi đọc lại nhiều lần. Mẹ thường nói về dì Dung: "Chị tau ở vậy cực khổ cắn bông, tha trái nuôi tau". Quả là vậy, dì làm thuê mướn cực khổ, khi về cột trong chéo áo có khi là củ khoai lang, củ sắn sống hoặc củ khoai đã nướng đem về cho mẹ Eo ăn. Có khi không có gì để ăn, đói quá, dì dắt mẹ Eo đi quanh trong làng để xin ăn. Đến những nhà không bà con quen biết thì họ còn giúp cho miếng ăn, chứ đến nhà cô dì chú bác thì... đành chịu. Bởi lẽ, nghèo đói ngóc đầu lên không nổi thì giúp đỡ được gì hoài cơ chứ. Bởi vậy, thấy bóng là họ đã đuổi như đuổi tà.

Mùa mưa rét, miền Bắc lạnh lắm. Dì có một chiếc áo tơi, sườn đan bằng những tre nứa, hai bên kẹp lớp lá dừa. Cổ áo mưa chỉ chui vừa cái đầu. Mùa đông rét lạnh căm căm, dì mặc cho mẹ Eo hai ba chiếc áo dày, trở ngược áo mưa đó mặt sau ra thành mặt trước rồi hai em chị chui vô làm thêm mền đắp. Hai chị ôm nhau thật chặt để tránh rét rồi ngủ.

Khi mẹ Eo lớn một chút thì bưng một cái mâm kim chỉ đi bán dạo ở chợ. Được một thời gian, dì Dung cũng lớn tuổi nên bằng lòng lập gia đình với một người đàn ông già góa vợ, giúp ông nuôi đứa con riêng. Dì sanh được thêm cho ông hai đứa con trai. Còn mẹ vẫn ở lại với ông ngoại trong căn chòi đó, lo làm trả tiền mướn đất và số nợ bao đời phải trả góp.

Áo tơi - Ảnh minh họa

Gia tài truyền đời để lại cho mẹ chắc là cái nghèo đeo đẳng. Từ nhỏ, mẹ đã thường đi theo ông ngoại tới nhà thờ hay ở nhà đọc theo ông ngoại mà thuộc làu kinh sách. Mẹ còn thuộc luôn những tuồng hát bội mà ông ngoại soạn. Có lẽ mẹ là người gần gũi và học được từ ông ngoại nhiều nhất.

Mẹ sốt sắng đi lễ nhà thờ. Ở nhà mẹ hát và đọc kinh luôn miệng chưa kể kinh sáng, kinh trưa. Cứ 12 giờ trưa, khi nghe chuông nhà thờ điểm thì mẹ liền đọc, gọi là kinh dịp một, còn kinh tối của mẹ thì dài lắm. Tối nay thấy đi đàng Thánh Giá, tối mai lại thấy làm việc Thương Khó Đức Mẹ. Chưa hết, mẹ còn năng lần hạt năm sự vui, mừng, thương. Còn về đọc kinh tối thì hình như mẹ chưa bỏ bữa nào. Mỗi tối, mẹ còn đọc bảy sự buồn, bảy sự vui ông thánh Giuse, làm việc Cầu Hồn, kính Thánh Tâm Chúa… say sưa không biết nghỉ.

Cuộc đời mẹ với ông ngoại chỉ có đó là niềm vui, một cuộc sống kết hợp chặt chẽ với Thiên Chúa.

Năm mẹ vừa lớn, mẹ xin ông ngoại đi theo bạn bè cùng trang lứa ở làng vào Dầu Giây, Long Khánh làm công nhân đồn điển cao su.

Lần đầu tiên lãnh được tiền lương, mẹ vui mừng khôn xiết. Vì đối với mẹ mà nói, đó là số tiền lớn mà cả đời mơ ước mẹ cũng chưa bao giờ có được. Từng ngày, từng tháng mẹ cần kiệm chắt mót từng đồng từng cắc để gởi về cho ông ngoại trả nợ. Mẹ hiền, thơ ngây và hiếu thảo lắm.

Khi mẹ khoảng 23 tuổi, một người chị họ cùng quê đi làm công nhân cao su, thấy mẹ hiền lành, chịu khó, sẵn được tiếng nhờ tìm vợ dùm ba của Eo nên ngắm nghé định ghép đôi khi ba Eo ghé thăm Dầu Giây. Chị nói với mẹ: "Anh này giàu có, con nhà bà làng. Có sắm một chiếc ghe riêng cho người ta đi câu cá, rồi hàng ngày ăn chia với thợ thuyền. Em lấy người này cho đỡ cực tấm thân, nếu chịu thì chị sẽ sắp đặt cho hai người gặp mặt".

Mẹ Eo bỡ ngỡ lắm, mình nhà quê lại còn quá nghèo hèn. Từ nhỏ lại từng đi ăn xin. Chưa kể có một đỗi về ở giúp việc cho gia đình của dì Nhan kiếm cơm ăn còn bị hà hiếp. Số lúa mót được định đem về cho ông ngoại cũng bị dì Nhan giữ lấy. Dì Nhan không sắm được cho mẹ cái áo nên thân mà mặc.

Số mẹ khốn khổ và nghèo mạt kiếp, vậy mà bây giờ cũng có người muốn coi mắt lấy làm vợ sao, mẹ suy nghĩ rồi như người ngẩn ngơ? Nhưng rồi mẹ cũng chịu cho họ sắp đặt buổi gặp mặt. Sau buổi gặp mặt ba, mẹ trở về quê, chuẩn bị lấy chồng.

Ba Eo cũng sớm mồ côi cha. Năm lên năm tuổi thì ông nội mất để lại hai anh em. Bà nội đẹp và trẻ, lấy chồng lại ngay sau đó nên liền gởi hai anh em của ba đi ở đợ cho hai gia đình khá giả đủ ăn trong làng. Hàng năm, nội đến lấy tiền công hoặc lúa gạo trả mà ba và cô ở đợ có được đem về.

Bà nội đi thêm bước nữa có thêm mấy chú, mấy cô sau này. Do có cuộc sống cơ cực để kiếm sống và nuôi gia đình bà nội từ bé, nên khi ra đời lập thân, ba rất kỹ lưỡng, chắt mót tằn tiện từng xu, từng cắc nên ba có số vốn khấm khá, căn bản.

Ngày mẹ về làm dâu, làm vợ thì cuộc sống của mẹ hoàn toàn đảo ngược. Thượng đế thật biết trêu ngươi làm sao. Lúc đầu ba đưa tiền chợ cho mẹ rất dè sẻn, sợ mẹ Eo rút mót, cất giấu mà đem về lo cho ông ngoại. Mẹ thì cứ nghĩ như ở nhà mình, chờ chợ trưa trờ, trưa trật mới dám mua cá mắm cho rẻ đem về. Còn tiền chợ dư thì tiết kiệm tối đa đem về đưa cho ba. Có khi mua cá thịt ươn nên bị bà nội mấy cô la mắng, ba đánh đập. Lần đó, mẹ bị rưới cả nồi cá kho lên đầu.

Vì nhà ngoại nghèo nên mẹ làm gì có kinh nghiệm đi chợ nấu những bữa cơm thịnh soạn, cho nên khi lấy chồng, mẹ không biết đi chợ mắc hay mấy món ăn nêm nấu cho ngon miệng.

Quần áo thời con gái của mẹ vốn rách vá nên khi về nhà chồng đâu có cái nào lành lặn, ra hồn mà mang ra mặc. Nhà nội thì mắng nhiếc ba rằng: "Mày đi khắp chốn khắp xứ, đem về một con nộm, con khùng, con điên" rồi nhà nội dần xa tách, cấm mẹ đụng tới mọi việc trong nhà. Ba còn cấm ngặt mẹ lại gần đôn (rương) tiền của mình.

Mỗi ngày, từ sáng sớm, mẹ Eo phải bị đày ra đồng chăn trâu, cắt cỏ, bó rơm đến hết ngày. Chiều tối đến lại gánh cỏ, dong trâu về. Đến nhà nghe tiếng chế giễu của gia đình chồng: "Tránh ra kẻo bị nộm trúc (đổ vào)". Khi trời trở lạnh, ở ngoài đồng rét căm, vì mặc không đủ ấm nên mẹ tìm xuống con mương để tránh rét, run lập cập, hai răng đánh vào nhau. Mỗi lần thấy mình khổ sở, mẹ lại nhớ đến ông ngoại, nước mắt tự chảy ra nóng hổi. Khi nghĩ về ông ngoại, mẹ thấy trong lòng ấm áp hơn một chút. Mẹ hết khóc rồi lại đọc kinh cầu nguyện, ca hát nghêu ngao ở ngoài cánh đồng như ngày còn ở với ông. Chỉ có mẹ và Chúa trên cao, mẹ dâng lên cho Chúa chờ cho hết ngày giờ rồi về nhà.

Mẹ nhớ ông ngoại lắm lắm và cứ ước ao được về thăm ông ngoại một lần, để kể méc với ông ngoại là, con lấy chồng giàu có, sung sướng lắm cơ… Oan ức, mẹ bật khóc. Mẹ nuốt sự buồn tủi vào lòng, mẹ đã giấu nước mắt trong vạt áo mà sống như thế cho hết kiếp người.

Mỗi ngày, mẹ chỉ được ăn cơm thừa canh cặn của nhà chồng để cho. Mẹ bị đối xử còn thua cả con ở. Nhà chồng xem mẹ như một con khùng chướng tai gai mắt mà họ xui rủi mắc phải, khinh chê mẹ như khinh chê một con hủi.

Ba không ưa mẹ, không muốn nhìn mẹ như người vợ chứ đừng nói gì đến sự yêu thương tối thiểu đối với người đầu gối tay ấp. Mẹ sinh ra anh Hai, đứa con đầu lòng rồi đưa cho bà nội và ba trông coi. Mẹ lại bị đày ra đồng làm việc vì không xứng ôm con, ôm cháu của họ. Số kiếp lại đọa đày mẹ hơn.

Không may cho mẹ, khi sinh đứa tiếp theo, đứa bé sống không được mấy ngày, cơ thể cứ tự dưng bầm tím lại rồi mất, đứa thứ ba, thứ tư… cũng vẫn gặp phải tình trạng cũ: cứ bầm tím người rồi mất. Mẹ kể, khi sinh thêm đứa thứ ba, mẹ sợ con chết nên cố ôm, cùng với lời khấn vái kêu xin Chúa luôn miệng, mong chăm lo cho nó sống nhưng nhà chồng cấm không cho mẹ ôm con, nói là trước sau gì nó cũng chết, bỏ nó xuống đó rồi lo ra đồng mà làm việc.

Mẹ gạt nước mắt, vấn con thêm cho chặt, đặt xuống giường, "rửa tội" cho nó, rồi cúi đầu ra đi. Vừa đi mẹ vừa đọc kinh Cầu Hồn, đi đàng Thánh giá cho nó, rồi mẹ làm việc Sự thương khó Đức Mẹ… Đến chặng "Khi hạ xác Chúa Giêsu xuống, mà giao cho Đức Mẹ ẵm kín". Mẹ van nài: "Ôi ôi, mất con thương mến, chẳng còn nghe thấy tiếng con an ủi, chẳng còn thấy mặt Đấng oai nghi, Đức mẹ càng nhớ con, thì càng thương tiếc. Mà từ ấy về sau Mẹ hằng ước trông khi giờ chết đến, cho mau để cùng con được hưởng phúc trên nước thiên đàng."

Tối mẹ về thì con mẹ đã chết cứng. Mẹ chỉ biết ôm con vào lòng xin lỗi vì không được ôm con trong giờ phút con nhắm mắt lìa đời. Mẹ đau khổ, chết ngất.

Đứa thứ tư, trước lúc mẹ sanh, nhà chồng kêu một bà mụ làm phép đến, kê dao, rựa, cột dây quanh giường, trói mẹ lại, lấy roi đuôi con cá đuối đánh, nói là trừ con ranh, con lộn. Riêng mẹ vẫn nghe lời mà vâng phục mặc dù trong lòng mẹ vốn không tin vì mẹ có đức tin vào Chúa, mạnh mẽ lắm. Sau đó, đứa thứ tư cũng chết như những đứa con trước của mẹ.

Có lần, ông ngoại nghe tin con mình bị nhà chồng bạc đãi. Ông lén đi tìm mẹ một lần. Ông gặp mẹ ngoài đồng. Thấy ông ngoại, mẹ mừng rỡ nước mắt chan hòa, lắp bắp: "Cha ơi!".

Thấy con đội nón, rách rưới tả tơi, chân mang đôi dép cũ mèm, đứt quai được cột lại bằng chạc (sợi) dây để đi, ông ngoại không thể tin ở mắt mình. Ông vội lau nước mắt: "Con ơi, tội tình chi mà đau khổ đến rứa… con ơi!".

Ông ngoại khóc. Ông cảm thấy mình bất lực, hèn yếu không dám ôm đứa con gái của mình trong tay cũng không can đảm để lau nước mắt cho con. Ông chỉ đủ sức để gạt nước mắt của mình. Ông cúi đầu khóc chạy đi, bỏ mẹ lại giữa đồng. Mẹ nhìn theo bóng ông ngoại mà không nói nổi một lời. Mẹ đứng trơ trơ giữa đồng, gió bấc lạnh buốt tứ bề vây bủa.

Hình ảnh gặp gỡ ông ngoại lần đó, cũng là lần cuối cùng, nó để lại sự thương tiếc ghi sâu trong suốt cuộc đời của mẹ. Đến lúc mẹ chết, mẹ chỉ mong được gặp ông ngoại bên kia thế giới, mà mẹ tin tưởng nơi đó chính là Nước Trời.

Khi nghe tin ông ngoại chết, mẹ xin nhưng không được phép gia đình chồng cho về để nhìn thấy ông lần cuối. Dì Dung đã vuốt mắt ngoại lần cuối thay cho mẹ. Nghe dì Dung kể: "Thời gian đó gần Tết, nhà nào cũng chuẩn bị đón Tết. Hôm đó ông ngoại đau, ông ngoại nắm tay dì, nói: Cha nằm thấy có ông mặc áo trắng, râu tóc trắng dài, thắt dây lưng đỏ nói với cha: con hãy dọn mình để ngày mồng hai Tết ra đi". Dì bèn kêu con cái, bà con ông ngoại đến ngay rồi kêu cha xứ đến cho ông dọn mình, xưng tội, chịu các phép cho ông ngoại dọn mình ra đi. Trong nhà chuẩn bị tất cả hậu sự để lo đám tang cho ngoại. Đúng vào sáng mùng hai Tết, ngoại nhắm mắt ra đi, mọi sự tốt đẹp, chỉ trừ mẹ không có mặt để cho ông thấy mẹ lần cuối". Mẹ kể, từ khi ông ngoại chết thì phù hộ cởi dây mở trói cho mẹ.

Dì Đẹp, chị kế mẹ, đẹp nhất trong mấy chị em. Năm 16 tuổi, dì đi học thêu may từ mấy bà sơ rồi bỏ xứ đi biển biệt. Dì lấy chồng làm hỏa xa, gác tàu hỏa. Sanh được hai đứa con một trai một gái. Chồng dì chết, dì gửi con cho người bà con nuôi rồi dì lấy một ông quan Tây giàu có đầy quyền thế nên có kẻ rước người hầu.

Dì Đẹp tìm về quê Bắc, nhắn người đi tìm mẹ ngay lập tức. Gặp mẹ, dì cho tiền. Mẹ ước muốn đi buôn vải nên dì cho mẹ nhiều tiền để mẹ đi buôn. Dì còn gởi mẹ lên đoàn xe công voa của Pháp đem về làng đi bán đi buôn, từ đó mẹ khá giả, buôn hiền bán thật nên ai cũng thương. Mẹ gởi anh Hai cho dì Đẹp nuôi hộ và đời anh đầy đủ sung túc.

Mẹ đi buôn bán đem tiền nhiều về cho chồng. Ba vui mừng ra mặt. Nhà nội cũng không còn khinh thường chê trách mẹ nữa. Mẹ gánh vải, dép vào những làng bạn xa xôi để bán. Hàng xóm láng giềng quý mến mẹ, ai cũng khen mẹ tấm tắc, nói nội có con dâu hiền, giỏi giang. Mẹ cũng về bên ngoại với dì Đẹp, được gần gũi gia đình bên ngoại, mẹ vui sướng lắm.

Ít lâu sau, có một người đàn bà đến tìm trao cho mẹ một đứa con trai năm, bảy tháng tuổi, nói là con của ba, nhờ mẹ nuôi dùm. Mẹ đi buôn về nhà đã có nghe phong phanh rằng, ba hay đi đánh bài, đánh chắn rồi gặp người đàn bà này ở đó.

Người này bán đồ cho ăn và chuyên cho vay lấy lãi, nay đã sanh một đứa con và ai cũng nói là của ba. Mẹ vốn từ bi, thương người lắm nên an ủi bà ta, cho bà tiền, rồi nhận nuôi đứa con đó. Đó là anh Ba bây giờ.

Sau cuộc di cư năm 1954, chia đôi đất nước, ba vào Huế nên mẹ đi theo. Sau đó, mẹ sinh thêm anh Tư, chị Kây, đều sống cả. Ba đi lính và và di chuyển về Phước Tường, Đà Nẵng, gia đình cũng đi theo. Ở đây, mẹ tuổi đã già mà vẫn có bầu, sinh ra Eo.

Mãi đến sau giải phóng 1975, Eo mới được bà con cho biết anh Ba là con riêng của ba. Eo không biết cũng phải vì mẹ không bao giờ nói hay phân biệt đối xử giữa các anh chị em Eo. Với đứa nào, mẹ cũng thương yêu, lo lắng, chăm sóc hết mình.

Đời mẹ Eo khổ, đời ba Eo cũng không sướng hơn được bao nhiêu. Ở làng ba Eo, giáo hạt Đất-đỏ, có một tiểu chủng viện An-ninh, ba Eo nhìn những người em họ, con chú con bác họ cùng tuổi được đi học, được gởi vô nhà dòng ở Di Loan, Vĩnh Linh[4], ba rất thích (Đức cha Xavier Nguyễn Văn Thuận - người Việt Nam đầu tiên - Đức Hồng y Việt Nam - được phong thánh - cũng đã tu ở Di Loan[5]) Sau khi lập gia đình, ba mới dốc lòng nói với mẹ Eo, dù cực khổ thế nào đi chăng nữa "mạ nó" cũng phải đi làm để nuôi gửi anh Hai vào trường dòng đó học. Sau này và mãi đến khi di cư vào Nam, dù ba mẹ dù làm cực khổ đến đâu nhưng đứa nào cũng được gởi vô nhà dòng học.

---

[4] Làng Vĩnh Linh có 1.300 vị Tiền nhân "Tử vì Đạo" vào những năm 1645,1838 và 1885.

[5] Làng Di Loan được mệnh danh là làng hứng bom thừa nên nhà cửa ruộng vườn ở đây bị chiến tranh phá nát.

Nhà dòng An Ninh ở Cửa Tùng-Di Loan Quảng Trị

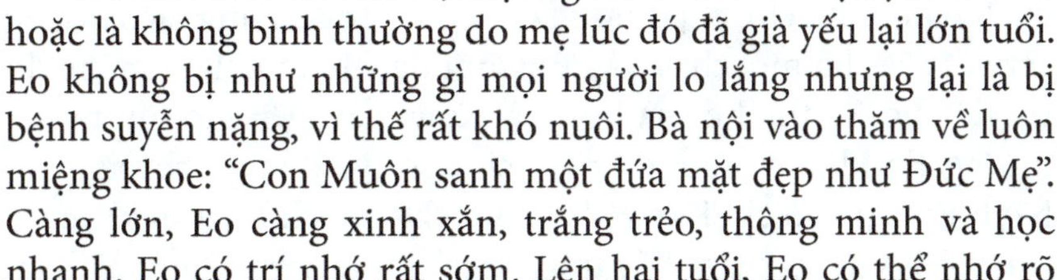

Eo nhớ lúc Eo sinh ra, mọi người đều lo Eo bị bệnh Down hoặc là không bình thường do mẹ lúc đó đã già yếu lại lớn tuổi. Eo không bị như những gì mọi người lo lắng nhưng lại là bị bệnh suyễn nặng, vì thế rất khó nuôi. Bà nội vào thăm về luôn miệng khoe: "Con Muôn sanh một đứa mặt đẹp như Đức Mẹ". Càng lớn, Eo càng xinh xắn, trắng trẻo, thông minh và học nhanh. Eo có trí nhớ rất sớm. Lên hai tuổi, Eo có thể nhớ rõ từng nơi nào mà Eo bước chân đến, từ cái góc nhà đồ vật đó cho đến người nào từ cách ăn mặc gì, nói gì hay cái đặc điểm của người đó.

Ban ngày, người trong nhà Eo tỏa ra khắp ngả. Còn mẹ Eo thì đi buôn bán từ 6 giờ sáng. Eo thì chỉ có một mình ở nhà, suốt ngày thui thủi đi theo bà giúp việc, hết chơi búp bê thì chuyển sang chơi đồ hàng. Khi biết coi tivi, Eo bắt đầu học hỏi và bắt chước. Có khi uốn éo theo Hùng Cường và Mai Lệ Huyền hát, lấy khăn lông choàng lên người theo cô đào cải lương hay túm lại làm áo bay như anh hùng hiệp sĩ, hoặc công chúa trong rừng già, hoặc lấy khăn phủ lên bàn ghế làm nhà chui ra chui vô. Với mớ kiến thức học được từ tivi, ngày nào Eo cũng bày ra trò này trò kia chơi một mình cho hết ngày. Chiều tối, chờ chị Kây về tắm rửa cho Eo, cho Eo ăn rồi dỗ Eo ngủ.

Mẹ có chín người con, chết hết bốn người lúc còn bé còn lại năm: ba anh trai lớn (kể cả anh Ba) chị Kây rồi đến Eo. Anh Hai cũng được mẹ gởi vào nhà dòng ở Di Loan học với các chú cho tới năm 1954 chia đôi đất nước. Anh Hai với anh Ba đi lính, anh Tư học ở Đà Lạt nên người gần gũi với Eo nhất có lẽ là chị Kây.

Ở nhà, ngoài giờ đi học, về đến nhà, chị Kây thay mẹ lo chăm sóc Eo từ miếng ăn, cái mặc... Đối với Eo, chị Kây như mẹ vậy. Chị hiền, thương và rất lo cho em, lúc có chị bên cạnh, Eo nhõng nhẽo và vòi vĩnh lắm. Bởi vì, khi nhà chuyển lên khu gia binh Trần Quốc Toản, bà Năm ở lại xóm chợ làm việc không còn đi theo gia đình Eo nữa nên Eo bám chặt vào chị Kây.

Bao nhiêu tình thương, Eo dành cho chị Kây. Chị Kây đi học thì Eo ở nhà ngồi chờ chị về, chị đi chơi với bạn thì Eo hờn dỗi. Bác Nhàn tắm cho Eo nhưng Eo không vui, vì bác không cho Eo bơi như chị, chị thường quét góc sàn xi măng sạch boong cát đất rồi pha một thau xà bông bột đặc đổ ra nền xi măng đó rồi để cho Eo tha hồ mà bơi mà vùng vẫy. Đến giờ tối đi ngủ nhưng Eo không chịu, cứ ngồi chờ chị về để ngủ chung. Khi bệnh Eo chỉ chờ chị Kây về lấy cơm cho ăn, chứ người khác lấy thì không chịu ăn. Chị Kây thường dỗ cho đi ngủ sớm mỗi đêm. 11 giờ tối mẹ về, mới bế Eo qua phòng ngủ với mẹ.

Mỗi đêm nằm ngủ ở giữa mẹ và bác Nhàn, Eo nghe Mẹ và bác Nhàn kể về quê cha đất tổ với nỗi niềm thương nhớ. Hai người tỉ tê kể cho nhau còn ở Bắc... hằng đêm Việt Cộng (việt-minh) ở trong rừng ra, kéo dân đi chặt đầu, dân đi buôn đi bán ban ngày gặp nó ra chận cướp sạch. Chồng dì Đẹp (quan Tây) nữa đêm bị nó bắt đem đi giết, đêm đó dì cũng bỏ trốn biệt vào Nam. Chưa hết Việt Minh (việt cộng) còn lùng bắt đạo khiến bà con theo Chúa sợ khiếp vía. Sau này, đến năm 1954, khi chia đôi đất nước, những người như mẹ và bác Nhàn bỏ làng mạc, mồ mả quê cha đất tổ mà di tản vào Nam, phần đông bà con của mẹ định cư tại La Vang - Quảng Trị. Còn bà con chú bác của ba ở rải rác khắp nơi, Nha Trang, Sài gòn, Vũng tàu... Đến năm 1972, chiến cuộc tan rã khiến những người bà con của ba mẹ ở Quảng Trị phân tán đến định cư tại các địa điểm "khẩn hoang lập ấp" như Sông Pha (Ninh Thuận), Bình Tuy, Quảng Biên (Biên Hòa), Bàu Cá, Thái Thiện (Long Khánh), Suối Nghệ (Bà Rịa), Phước Long, Bình Long, Tánh Linh... chạy tuốt vào tận Vĩnh Linh (Cam Ranh). Tới năm 1975, họ lại hốt hoảng kéo nhau ra nước ngoài, bỏ lại quê hương, tình thâm. Nhưng nhiêu chuyện đó thì có là gì, những người thân của Eo - những nhân chứng sống đã kể rất rõ ràng rằng, cả triệu triệu người dân Nam mất mát, tang thương "một trời".

Chế độ Cộng-Sản sinh ra để làm khổ Con-người. Cuộc sống của họ đang ở ấm êm hạnh phúc, đâu có nguy kịch gì mà phải kêu cầu đến giải phóng. Là họ tràn vào làm tan hoang hết thảy. Họ giết người, cướp nhà, cướp tài sản của người ta mà chẳng chút chùn tay. Họ là "người" nhưng sao không sống đoàng hoàng mà phải sống nấp, lẩn trốn trong rừng rú, từ dưới đường mòn, hang hầm tối tăm như loài ác quỷ đỏ có đuôi ở dưới lòng đất. Eo nghe sơ nói, quỷ đỏ ác lắm, nó ở dưới địa ngục chui lên Eo bỗng liên tưởng đến "cộng sản".

Qua 11 giờ, mở mắt biết mẹ đã về, mỗi đêm mẹ đem nhiều hàng quà bánh Mỹ đựng trong giỏ lác về cho chị em Eo, B1, B2, cam táo, kẹo bánh... Eo cũng không thể nằm chờ lâu hơn nữa, bèn bật dậy lấy giấy học danh dự, khen thưởng Eo vừa lãnh được hôm nay ra khoe cho mẹ ngay vì Eo thương mẹ, biết rằng mẹ sẽ mừng lắm khi biết Eo của mẹ học giỏi, ngoan ngoãn, chăm chỉ. Mẹ liền thưởng "tiền lớn" là đưa ra hai tờ giấy năm trăm (đếm theo bảng giá tiền thưởng mà các anh chị đã định cho Eo). Eo ôm chặt lấy mẹ mừng lắm, thường thò tay vào trong ống quần sa tanh đen rồi ôm lấy chân của mẹ mà ngủ. Da thịt của mẹ mát rượi làm cho cái cơn ngộp bệnh suyễn của Eo trở nên dễ chịu phần nào.

Cơn suyễn cứ hành hạ Eo thường xuyên khó thở, ngột ngạt, nằm kiểu gì cũng không thấy thoải mái. Mở quạt máy thì ngộp, tắt thì nóng. Mỗi tuần, Eo lên cơn suyễn cũng mười mấy bận chứ không ít. Những lúc như vậy, Eo chỉ muốn có chị ở bên cạnh để ôm, săn sóc. Chị Kây sẽ quạt bằng tay cho Eo, lau mặt cho Eo, cho Eo uống thuốc, đút cháo cho Eo ăn. Có chị bên cạnh, Eo cảm thấy yên tâm lắm.

Có những lúc Eo bệnh, ngủ trưa qua quá giờ chiều, khi ngủ dậy, Eo hay khóc đòi chị bế đi quanh nhà một hồi mới chịu nín. Có hôm, chị Kây chưa kịp về nhà vì ngoài giờ học chị phải đi công việc cho mẹ thì Eo khóc tìm, mặc cho bác Nhàn có dỗ dành Eo vẫn không chịu nín, chỉ đòi chị cho bằng được mới thôi.

Bù lại Eo ham học, ngoan ngoãn, chăm chỉ, thông minh, nên chỉ cần chỉ qua cái gì một lần là liền ghi nhớ. Năm Eo bảy tuổi, Eo được nhận thưởng cuối năm mà nhà trường phát cho học sinh xuất sắc. Các sơ mua vở tập, bút viết để làm phần thưởng và thông báo cho phụ huynh học sinh, nếu phụ huynh học sinh muốn thưởng cho con em mình thêm món nào thì đưa cho sơ để sơ gói chung luôn. Eo đòi mẹ mua một cái cặp táp mới và một cái mũ xếp trắng, đan móc chỉ màu đỏ rất đẹp. Hai món ấy được mẹ đưa cho sơ gói thành một món quà thật đẹp, thật giá trị khiến cả lớp phải nhìn Eo mà thèm thuồng.

Nào ngờ, buổi sáng diễn ra lễ tổng kết, Eo lên cơn suyễn, không đến trường lãnh thưởng được. Nhìn bộ đồ vải mới bông tím (không phải đồng phục), giày bit trắng đã chuẩn bị và nghĩ đến chuyện đã tập dợt để hát solo bài "Thằng bé - Nó" trong buổi phát thưởng, làm cho Eo càng thêm hồi hộp. Eo vô cùng nôn nóng, mong cơn đau mau mau hạ xuống để được chạy đến trường, nhưng mãi đến gần 10h thì Eo mới đỡ được một chút. Eo mặc vội quần áo chạy đến trường nhưng buổi văn nghệ phát thưởng lớp Eo đã kết thúc. Eo buồn lắm, đành theo chân Sơ đến văn phòng hiệu trưởng. Trước mặt Cha chánh xứ - thầy hiệu trưởng và các thầy cô, sơ bế Eo đứng lên trên mặt bàn và hát cho mọi người nghe. Eo rất dạn dĩ, lúc tập như thế nào thì giờ thể hiện điệu bộ khi hát như thế đó. Mọi người vỗ tay rần rần. Cha chánh xứ trao quà cho Eo còn không quên ghẹo: "Con bà Thương già giỏi quá". Cảm giác lâng lâng hạnh phúc đó dường như vẫn luôn mới mẻ trong Eo. Lúc này, Eo hát với lòng được hát cho mọi người nghe, không phải là tâm tình sợ hãi, không có cảm động đến rơi nước mắt nhưng tâm hồn Eo bắt đầu chất chứa những hạt mầm thương tâm cho cuộc sống đầy nước mắt sau này.

Vì bệnh tình của Eo ảnh hưởng quá nhiều đến sinh hoạt nên mùa hè năm 1971, sau khi ra Quảng Trị dự đám ma của con gái chú Út chết vì điện giật, mẹ dẫn Eo đi Đức Mẹ La Vang, Quảng Trị xin khấn cho lành bệnh. Mẹ lấy nước Đức Mẹ La Vang và hái những lá vằng mọc quanh thánh địa về sắc cho Eo uống, rồi còn nấu nước tắm cho Eo. Mẹ còn ghé dòng Thiên An gặp thầy Anphongsô, thầy đưa một lọ thuốc đặc biệt được mua từ Đài Loan cho Eo uống. Thầy dặn bảy tuổi uống bảy viên, tám tuổi uống tám viên, rồi mẹ ghé dòng Mến Thánh Giá gặp hai sơ là chị em họ của mẹ lấy thuốc tễ đã làm sẵn cho Eo uống cùng với nước khấn Đức Mẹ. Sau đó thì bệnh của Eo lành, mẹ nói rằng đã được Đức Mẹ chữa, hết luôn cho đến bây giờ.

Nhà thờ Đức Mẹ La Vang, Quảng Trị trước 1975

Sẵn dịp, mẹ dẫn Eo đến thăm mộ ba, mẹ bế Eo ngồi lên mộ, mẹ vừa đọc kinh vừa nhổ cỏ, rồi khóc: "Ông ơi, ông đi, ông bỏ tui lại với bầy con thơ, ông phù hộ cho tui nghe ông!". Hôm sau, mẹ thuê người sơn phết lại mộ cho ba.

Lần ghé đó, Eo được chú Út bế lên trước xe hon đa chở chạy quanh phố Quảng Trị, được chơi nhiều thứ đồ chơi lạ mắt chạy bằng pin, xe, máy bay… với đứa con trai út của chú út. Rồi xuống La Vang Thượng thăm mấy dì. Eo thấy mẹ rất vui vẻ và ánh mắt rạng lên đầy hạnh phúc. Mẹ thấy dì Dung nghèo, chuyên đi lãnh giặt, ủi quần áo, xếp gọn từng bộ vào bịch ni lông rồi đi giao cho lính Mỹ, mẹ giúp đỡ tiền bạc, mua vải may quần áo, sắm dây chuyền vàng cho dì. Mẹ thương và biệt đãi với dì Dung lắm. Mẹ con Eo cũng ghé thăm nhà vườn rộng của dì Nhan (dì khá giả nhất) cả ngày trời. Vườn nhà dì trồng nào ổi, thơm, mít, chuối, trái trứng gà… Eo vẫn thích nhất con chim biết nói, biết chào khách của ông bà hiệu trưởng Chiểu, cứ ở miết bên đó mà không chịu về khiến vợ ông phải dỗ: "Thôi theo mẹ về nhà, dì Dung đang chờ con dẫn đi chợ Cầu Lòn mua bánh kẹo, coi họ đánh bầu cua tôm cá, mai mốt con về lại Đà Nẵng ông sẽ cho đem chim về". Eo cứ tưởng thật, sáng sớm trước khi đón xe về lại Đà Nẵng, Eo chạy qua ngồi ngay thềm cửa chờ ông bà đi lễ về, cho Eo "lồng chim" đem về. Ông bà nghe được phải đi trốn, để mấy dì dụ khị Eo tiếp: "Thôi con đừng chờ nữa, về đi rồi mai mốt ông bà đem chim vào Đà Nẵng cho con".

Những ngày Tết được biết về quê hương, bà con ở Quảng Trị đẹp đẽ như vậy, Eo làm sao quên được cơ chứ? Mà giả như có thể quên được, sau năm 1972, nơi đó cũng không còn vết tích gì để Eo trở về.

Nghĩ tới ba, tới mẹ, tới anh, tới chị của mình, Eo bỗng thấy chạnh lòng. Bao giờ Eo mới đi vượt biên được, bao giờ Eo mới có thể đoàn tụ với gia đình mình bên kia đại dương? Có khi nào linh hồn của ba Eo cố trì níu không cho Eo đi thật?

Cuối năm 1982, Eo nghe tin người chú Út đã đi học tập về (lúc này gia đình chú đã dời đi Cù Bị, Long Khánh) nên tìm đến hỏi thăm nơi chôn cất của ba rồi hai chị em đón xe lửa ra Quảng Trị. Lạ lùng thay, Eo tìm thấy ngôi mộ của ba đúng như lời của bà thầy bói. Sau giải phóng, thanh niên xung phong đào con kênh sát bên nghĩa địa có mộ ba nằm. Dòng nước chảy qua kênh rất mạnh và cuốn cuộn đất bùn đỏ. Chiến tranh làm cho ngôi mộ của ba bị vỡ nát. Chị em Eo kiếm người tu bổ xây cất lại rồi trở vào Sài Gòn. Kể từ hôm đi thăm mộ ba về, Eo cũng tin nên cắt mái tóc của mình "ngắn" luôn. Hai tháng sau Eo rời "được" Việt-Nam!

Những thùng quà gia đình gởi về cho Eo, Eo lại đem ra chợ bán cho sạp hàng quen là cô Chín, cô Thảo ở chợ Tạ Thu Thâu (Lê văn Sỹ) và chợ Hòa Hưng. Ở chợ bán đồ Mỹ thường là nơi người có thân nhân nước ngoài gởi quà về kiếm tiền vượt biên.

Có lần, gặp hai chị em cô ngoài chợ thì nghe họ nói có đường dây vượt biên. Họ rủ Eo nhưng Eo một mực không muốn tham gia vì sợ bị gạt, tiền mất tật mang. Đến cửa hàng, Eo cũng gặp chị Hương và anh Sang, hai đứa con lớn của họ thường trực phụ mẹ bán hàng ở đấy. Một ngày bỗng thấy hai cô lén khoe những tấm hình chị Hương đã đi lọt đến trại tỵ nạn Singapore. Eo vui mừng cho cô nhưng lòng dạ bồi hồi không kém. Chuyến tới, hai cô cũng không ngần ngại mà hỏi thẳng Eo: "Ra cá (tàu) lớn mình đưa mật mã cho họ đem về nhà, ở nhà chị Kây sẽ chồng vàng cho họ 3 cây rưỡi". Eo phân vân lắm, thứ nhất mình đâu có tiền mà đi, thứ hai lỡ họ đem ra đảo bỏ, hoặc giết rồi cho rằng mất tích giữa biển thì sao, nghĩ đến đây Eo rùng mình sợ hãi muốn bỏ ngay ý tưởng đi vượt biên của mình. Tháng sau lại thoáng nghe tin anh Sang đã vượt biên qua Indonesia "đã" quá nên Eo khóc ròng: "Cô ơi, con muốn đi lắm, nhưng con không có tiền". Thấy hoàn cảnh đáng thương của Eo nên hai cô hứa giúp nhưng sau khi tới trại phải nói gia đình gởi về Việt Nam trả cho cô ngay. Eo mừng quá và quyết định thử thêm lần nữa.

Hôm đó, sáng chủ nhật, có người qua nói với Eo: "Khoảng một giờ có người tới tìm". Họ dẫn Eo và một đứa con trai nữa của cô Thảo trạc tuổi Eo, đón xe lam đi qua Tân Xuân. Xong rồi đón một cái ghe nhỏ chèo về sông Sài Gòn, cảng chữ Y. Đi ngang qua những chiếc tàu lớn của Singapore, Tân Gia Ba… thì tất cả các ghe nhỏ chờ ở giữa sông".

Khoảng chừng 9 giờ tối thì có một chiếc ghe lớn từ Bến Tre lên. Mọi người lần lượt đổ về và leo lên chiếc ghe đó. Hai chiếc ghe của công an cặp theo bên cạnh ghe lớn đứng đón người, có hai chú công an ở sẵn trên ghe, gác ngay miệng hầm, họ đang thu lại mật mã riêng của từng người rồi lùa tất cả mọi người xuống hầm. Hóa ra, ghe công an đó có trong nhóm "tổ chức" cho người ta đi vì nhóm người vượt biên từ Bến Tre lên mua bãi, hai ba cây súng, đạn dược sẵn sàng rồi. Cứ thế, cứ hai phe, một của Công an, một của vượt biên chạy song song ra khơi. Đến trưa hôm sau, gần ra tới hải phận Việt Nam thì tàu công an quay về, sau khi chỉ hướng cho ghe chở người vượt biên cứ thế mà đi thẳng...

Ghe vượt biên của Eo đi suốt ròng rã ba ngày, ba đêm thì đến bến bờ Malaysia. Mọi người được tấp lên bờ, có xe đưa đến một chỗ tập trung rồi lập danh sách, hồ sơ. Ở đó một ngày một đêm, ngày hôm sau, cả đoàn người lại lên xe chở tới một chiếc xà lan lớn đưa về trại Pulau Bidong. Chuyến tàu của Eo số BP 803.

Đến trại, việc đầu tiên là tìm cách liên lạc với gia đình để trả nợ cho cô Thảo, cô Chính ba cây rưỡi vàng. Khi nhận được giấy tờ bảo lãnh của anh gởi, Eo nhớ kỹ những lời dặn dò của anh trong thư khi được phái đoàn mở hồ sơ, đến lượt kêu tên lên phỏng vấn, Eo đã chuẩn bị kỹ càng cùng với hồ sơ bảo lãnh đã được nộp ở tòa đại sứ Bangkok nên mọi việc diễn ra trôi chảy, tốt đẹp.

Ở trại, nhờ biết chút tiếng Anh nên Eo xin vào làm việc trong ban Timex. Công việc chính của Eo là nhận thư rồi soạn ra địa chỉ từng khu, ban phát thư cho những người trong trại. Chiều tối, Eo đi học thêm tiếng Anh. Eo vô ca đoàn, tập hát, đi lễ mỗi ngày và gia nhập nhóm cầu nguyện Thánh Linh. Ở trại Pulau Bidong, ai có thân nhân gởi tiền thì cuộc sống đỡ thiếu thốn. Thư nào Eo gởi đi, Eo cũng xin gia đình cho năm chục đô để sắm sửa chút đồ dùng vệ sinh cá nhân. Rồi Eo nhận được tất cả ba lá thư của anh, giấy tờ bảo lãnh dày cộm nhưng tuyệt nhiên không có đá động đến tiền. Trong chuyến đi vượt biên may mắn tới đảo Pulau Bidong lần này có 132 người nhưng chỉ có 6 người là đàn bà, con gái, còn lại thanh niên người Hoa nhiều, đa số có thân nhân nước ngoài, duy chỉ có một cô bạn người Việt, xấp xỉ tuổi Eo. TTTT đi vượt biên chung với anh trai. Anh này thấy Eo chơi thân với em gái mình nên anh coi sóc luôn cho Eo. Hai anh em họ coi Eo như người thân vậy. TTTT được ba ở Mỹ gởi tiền đều đặn nên cuộc sống cả hai cũng thoải mái. Ở trại được ba tháng, Eo chia tay những người bạn đi cùng tàu, chuyển trại sớm nhất vì tuổi minor lại có giấy tờ cha mẹ bảo lãnh nên thuộc diện ưu tiên một.

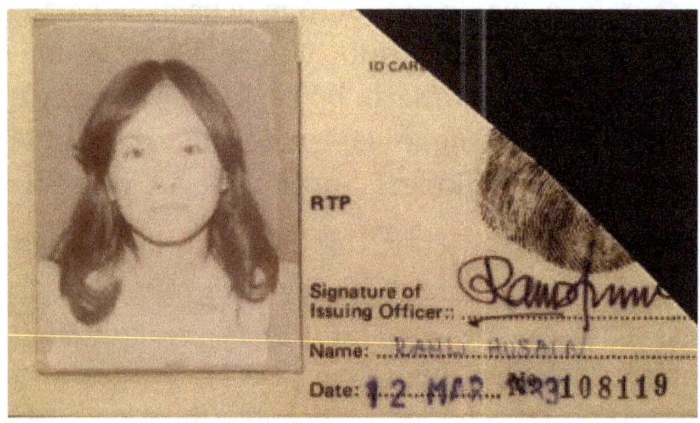

Eo – Thẻ Timex (3/1983)

Eo chuyển đến sống ở trại Singabesi một mình. Trong khi đang bối rối trước cảnh lạ nước lạ cái, Eo được giới thiệu tới các thầy, các anh chị trong nhà thờ. Eo tìm đến các chị trong thanh niên Công giáo để xin ở nhờ, nhưng điều kiện được đặt ra là không được thay đổi chỗ ở mà phải ở Longhouse đã được chỉ định. Ở chung nhà, người mà Eo gần gũi nhất có lẽ là vợ chồng anh chị Vinh-Diệp, anh Lộc, chị Ngọc, nghe đâu họ học ở Chu Văn An.

Ở Pulau Bidong hay ở Singabesi đều vậy, hễ ban ngày gặp con trai theo tán tỉnh là Eo tìm cách lảng tránh. Hơn nữa, có lẽ như một thói quen. Không biết từ bao giờ, Eo đã dần trở nên ít nói, khép kín, thiên về sống nội tâm khi ra đối diện với cuộc sống đời thường đầy xô bồ và không quen "bắt thân" với ai để hé môi kể chuyện mình cho người khác. Eo nghĩ Eo cũng có gì vui đâu mà kể, những chuyện đau buồn hôm qua nó cũng đã đi qua rồi, bơ vơ, cô độc thêm một chút nữa cũng đâu có đáng gì so với lúc còn ở Việt Nam. Một cuộc hành trình dài đi tìm tình thương, sự tự do cũng sắp chạm đích. Được như hôm nay, tâm hồn Eo tràn ngập nỗi vui mừng. Mỗi ngày ở trại, Eo đến nhà thờ cầu nguyện, cảm tạ Hồng ân Chúa đem đến bến bờ bình an, nghĩ đến ngày mai tươi đẹp đang chờ đón. Eo mừng rỡ trong lòng, hát lời dâng lên Thiên Chúa luôn miệng.

Trong thời gian ở trại SingaBesi gần ba tháng, Eo nhận thêm một hai lá thư nữa của anh Tư, dặn dò thêm một vài thông tin cần thiết, nhưng tuyệt đối không gởi kèm cho đồng bạc (đã làm việc trong trại ở ban phát thư, nên khi thư đến Eo tìm tên mình, mở thư ngay hòng nhận tiền). Điều đó khiến Eo nôn nóng pha lẫn chút thất vọng. Ngay giây phút đặt chân lên vùng đất Malaysia, biết mình đã qua nguy hiểm, còn sống, sự vui mừng dâng tràn, Eo cứ mơ tưởng rằng cuộc sống mình từ đây sẽ đầy đủ sung sướng. Nên dù ở trong trại Pulau Bidong thấy những người chung quanh mình có cha, mẹ, cô, dì, cậu, chú, bác, anh, em… gởi tiền cho, Eo cũng không thấy buồn. Nhưng cho đến khi ở trại Singabesi rồi, đã xin gia đình cho tiền đến lần thứ mấy rồi mà gia đình vẫn lờ đi như không biết khiến Eo bị đẩy vào cơn hụt hẫng mới, Eo hoang mang không biết lý do là vì sao?

Eo đã đến được bến bờ, sống và rất gần với vòng tay của gia đình, chỉ còn một bước nữa thôi là Eo sẽ đến Mỹ. Vậy mà sao Eo vẫn bất lực chờ, và chờ… Eo vẫn phải sống thân phận tù túng ở trại như một kẻ ở diện mồ côi, luôn ăn nhờ ở đậu. Thèm mua một miếng rau bỏ thêm vô tô mì gói để ăn cho đỡ ngán, cần mua cái lò xô để chiên con cá biển tươi mà những người trong trại câu bán thay thế ngày nào cũng được phát gà, thèm mua một miếng đường, ít đậu để nấu chè, thèm mua bột trứng để làm bánh bông lan, cần mua quần áo lót để mặc, nhất là khi đi qua ngắm hàng vải, đủ màu, đủ kiểu may mặc đẹp… nhưng đành chịu. Gia đình Eo có biết Eo chỉ ước chi có tiền để mua cái mùng treo ngủ để khỏi bị muỗi cắn, để tránh những đêm nằm ngủ chung cùng với mọi người trên cái sàn rộng dài, nửa khuya lại có những gã đàn ông sàm sỡ tới gác tay gác chân lên người mình, nhất là lấy chân khều qua giữa háng, mông Eo. Những lần như vậy, Eo chỉ biết phản ứng bằng cách ngồi bật dậy rồi la lớn lên: "Ai mà kỳ cục, cứ cọ chân vào háng em vậy?". Ở Pulau Bidong, bác Tôn - đi cùng tàu, người lớn tuổi nhất (đi tù cải tạo ra) cũng thương Eo - đã nhường chiếc võng vắt cao hơn chiếc phản cho Eo nằm rồi bác nằm gác ngay bên dưới chiếc phản tập thể để ngủ. Ngủ ở trên gác hay ở dưới Eo cũng bị họ kiếm cách nằm cạnh để sàm sỡ, rờ mò suốt đêm. Đến khi qua Singabesi, Eo còn bị con trai dê dẫm nhiều hơn. Thấy vậy, vợ chồng chị Diệp cùng đứa em trai cho Eo vào ngủ chung trong chiếc mùng lớn của họ, khiến Eo yên tâm phần nào, nhờ vậy mà Eo được có giấc ngủ đủ thay vì đêm nào cũng mò ra kiếm chỗ có đèn sáng ngồi ngủ gà ngủ gật. Thấy thảm!

Tháng cuối cùng ở trại Singabesi, Eo gặp lại một số bạn bè ở đảo Pulau Bidong, họ vừa phỏng vấn đậu, mới được chuyển trại. Eo gặp lại hai anh em TTTT, những ông bạn người Hoa PB803 và Ngọc, Hạnh - hai cô bạn đáng thương ở ca đoàn Thánh Linh... Eo rùng mình nhớ lại...

Eo (người thứ hai bên trái) và Ngọc ở trại Singabesi (1983)

Mọi người nhảy xuống, đứng chật, chen chúc nhau dưới hầm. Chiếc ghe chạy lao ra biển vượt sóng, Eo níu chặt chân Chinh, con của cô Thảo, ói mửa hết đợt này đến đợt khác cho đến lúc lả đi. Tỉnh dậy thì thấy mình đã được dời đi mằm cạnh buồng lái với hai gia đình vợ lớn, vợ bé của chủ tàu tự lúc nào. Anh tài công pha hộp sữa đặc cho con của họ rồi để chừa chút còn lại trong lon đem tới cho Eo uống. Ói và mệt, nên mặc cho những người trên ghe họ ăn uống, phát nước hay phát cơm Eo cũng chẳng màng, phiền đến. Eo đắp tấm nilon trùm kín mít từ đầu tới chân ngủ mê man.

Ghe đi thêm một ngày một đêm nữa thì gặp một chiếc tàu đánh cá Thái Lan, cứ thế mà chạy lao về phía ghe Eo. Ông tài công bèn dùng súng bắn chỉ thiên, liên tiếp rả lên trời. Nghe tiếng súng, Eo giật mình tỉnh ra bèn nghe tiếng ồn ào la hoảng: "Bọn cướp Thái Lan đến". Eo sợ khiếp tưởng chừng không thở nữa, Eo lại ngất đi… Tưởng gặp phải tàu hải tặc, mọi người nhốn nháo hoảng sợ, nhất là đàn bà con gái. Nỗi kinh hoàng khi gặp phải tàu hải tặc Thái Lan như thế nào, ai mà chưa từng nghe qua. Nhưng không phải tàu hải tặc, một người trong tàu đánh cá của họ lên tiếng. May mắn thay trong tàu Eo có người biết nói tiếng Thái, tiếng Tàu, và cả tiếng Anh. Những người trên tàu đánh cá Thái Lan muốn ép tình thế, yêu cầu phải gom cho họ một số vàng bạc thì họ mới chỉ đường cho đi.

Tàu bắt đầu chạy tiếp, đến gần sáng thì gặp tàu ngoại quốc lớn, bự tổ chảng ngoài khơi, mọi người giương cờ trắng lên kêu cứu rồi chạy theo tàu của họ. Họ cho đồ ăn, nước uống rồi giúp đỡ hướng dẫn đi tới Malaysia.

Phần Eo, lúc tỉnh ra, Eo không biết tại sao mình lại không thể đi tiểu được, Eo nằm khóc. Mấy người "chủ chốt" chiếc ghe lấy thuốc cho uống. Khi đến đảo Pulau Bidong, Eo được đưa thẳng vào sick bay, ở đây Eo gặp Ngọc, Hạnh và người đàn bà đáng thương vừa vào đảo sáng nay. Ghe họ chết máy, bị gặp tụi hải tặc Thái Lan hãm đi hiếp lại ba lần. Cuối cùng, trước sau gì thì cũng chết, họ không đành lòng chịu cảnh thấy vợ con của mình bị tách ra ghe của chúng rồi hãm hiếp nữa… nên lần này, thanh niên trên ghe đồng một lòng chống trả lại bọn cướp rồi thì người trên ghe bị giết quăng xuống biển một cách bạo tàn… Rút cuộc, khi bọn hải tặc thấy đã có hai tên trong số sáu anh em đồng bọn của mình bị giết chết thì nhắm chừng không muốn chống trả thêm nữa nên chúng bèn nhảy xuống biển tẩu thoát. Số người sống sót còn lại trên tàu vui mừng lấy ghe của chúng mà chạy biến vào đất Mã Lai. Vừa hay, chưa kịp hoàn hồn vào đất liền thì tất cả thanh niên đi trên ghe đó đã bị cảnh sát Mã Lai chặn, bắt trói, đánh đập một cách sống chết và mang đi "biệt" với tội danh "giết người, cướp ghe"… Số đàn bà, con nít được mang về đây. Đã thấy cảnh Ngọc, một cô gái trẻ đau khổ, tiều tụy, tinh thần không ổn đang la khóc vì không còn một người thân nào bên cạnh nữa… Eo không cầm nổi nước mắt.

Hằng ngày, qua chiếc cầu Jetty đón người vào trại, hễ biết ghe bị gặp nạn giữa biển, người sống thì đói khát hay bị hải tặc cướp bóc, hãm hiếp, người chết thì bị thả xuống biển… Eo nghe mà thương tâm, xót xa đến cùng cực. Ôi đất nước Việt của Eo ơi, sao đau khổ trầm luân kiếp người? Tại sao? Câu hỏi được đặt ra? Trước khi sống sót từ "thần biển". Trước khi được những người anh em nước láng giềng tốt bụng cứu và cưu mang tụi Eo từ vùng biển Thái Lan vào đất đảo tị nạn, thì bị những người hải tặc của Thái ngoài khơi kia không ngừng gia tăng nắm bắt cơ hội để canh chặn, chà đạp tinh thần "nhân đạo" của quốc tế. Chúng tung hoành, ngang ngược và độc ác. Chúng là những con "quỷ biển" luôn canh chừng tàu vượt biên để "nuốt chửng" những người Việt khốn đốn tận cùng, xấu số… Ông Trời ơi! Sao ông không cứu rỗi chúng tôi chứ?

Ghe-tàu vượt biên

Xác chết của người con chết trên biển (ghe) được người mẹ mang theo đến bến bờ "tự do"- Ảnh minh họa.

Nhà (long house) Eo ở gần sick bay, cầu Jetty lối vào cổng trại, gần nhà hàng xóm có anh chàng người Hoa, khoảng 19, 20 tuổi luôn đi theo chọc phá Eo. Khi ăn, khi nghỉ và nhất là khi Eo đi tắm. Thấy hắn hết sức lì lợm và nguy hiểm, cứ lấy tiền và quà cáp đưa ra để hối lộ, để làm chuyện sổ sàng với Eo. Nghe anh chủ hộ nhà Eo kể, gia đình hắn là gia đình số 2 đặt chân đến đảo này. Tàu của họ là số 2 đi theo chương trình đăng ký bán chính thức của người Hoa với Cộng Sản (nghe đâu đến số 4 số 5 thì ngừng hẳn chương trình này) nhưng không nước nào dám nhận cho tị nạn vì trước năm 1975, thời Ngụy, gia đình anh ta buôn bán "bất hợp pháp" bị bắt, nên dấu lăn tay người cha trong hồ sơ sở di trú vẫn còn lưu trữ. Gia đình có hai đứa con trai, họ có tiền lại biết tiếng Hoa, tiếng ngoại quốc, quen biết giao dịch làm ăn "rộng" với đám Giám sát Mã Lai trong trại này nên anh ta giàu có và ỷ lại lắm. Trong thời gian chờ đợi người cậu ở Canada can thiệp bão lãnh, cha mẹ anh ta hy vọng chỉ mong sao cho hai đứa con của họ được cứu xét để ra đi còn họ phải ở lại. Ở trại này quá lâu, anh chàng người Hoa này quá chán nản và phát khùng. Muốn "lấy" Eo, hòng mong có "đứa con" ghép "lôca" vợ chồng để đi tỵ nạn ở Mỹ. Thế nên, hễ thấy mặt hắn ở đâu, thì Eo lén chạy mất dạng. Ngay cả phải về longhouse của mình để dùng cơm, tắm rửa và ngủ Eo cũng trốn luôn. Eo ghét tên "báo hại" này!

Những lúc ở đảo Bidong, Eo ra biển ngồi hay lên đồi "tôn giáo" (ở đó có ngôi chùa và nhà thờ) nhìn về quê hương Việt Nam, nhớ thương và cầu nguyện cho những người thân còn ở lại với Việt Cộng, sống với một chế độ Cộng Sản "nói hay làm dở", tàn bạo và luôn gieo rắc tội ác, giết người hàng loạt. Loại

Cộng sản Xã hội Chủ nghĩa "đầu sở" cai trị con người bằng chế độ Mị dân và Ngu dân:

Qua lần Cộng Sản đánh Tư Sản Mại Bản và Tư Bản Chủ Nghĩa đã xảy ra ở miền Bắc sau 1954 và miền Nam sau 1975... cũng đã thấy rõ.

Để đạt được mục tiêu, trước tiên, họ dùng chính sách "mị dân" để chiêu dụ đám dân nghèo mạt, dốt nát, tham gia, năng nổ thực thi chính sách xóa bỏ giai cấp tư sản. Hòng tưởng rằng sẽ chia đều cho dân nghèo nhưng không hề. Tiền thì giúp mạnh vào túi Đảng quản lý (mấy ông Cộng Sản chóp bu vơ vét làm giàu về cho mình) còn đám "ngu dân" này nghèo thì lại vẫn hoàn nghèo, kể từ năm 1958 đế năm 1960, ba năm xảy ra ở miền Bắc và từ năm 1975 đến năm 1987, 12 năm xảy ra ở miền Nam.

Số lượng lớn của đám "ngu dân" miền Bắc và đám "ngu dân" miên man… thuộc các lực lượng vũ trang giải phóng miền Nam Việt Nam, tham gia hy sinh nộp mình nằm rừng, nằm hang, nằm hầm, nằm vùng… chiến đấu giúp cho Đảng "giải phóng" miền Nam hay nói cách khác hơn là giúp bọn Cộng Sản đầu sở đoạt tới mục đích "ngư ông đắc lợi - gia đình quan quyền Trị" chứ đám ngu dân này có được hưởng gì đâu? Đám ngu dân này bọn Eo đặc biệt gọi họ là Việt Cộng.

Một chiếc cầu, một toa xe lửa phải dùng cả ngàn cái đầu óc kỹ sư nghiên cứu xây dựng, thế mà chỉ cần một anh Việt Cộng du kích nằm vùng, lòng đầy căm ghét hận thù hay ham lợi bởi bọn "mị dân", mò đến đặt mìn tàn phá.

Điển hình ông Vinh, chủ nhà sách Vinh Lan ở Phước Tường trước Giải Phóng, tự chặt đứt 3 ngón tay của mình để trốn lính và ông ta cũng là người tới phá chùa đòi chất dàn tự thiêu. Ông Mười, nhà ông ta ở lẫn ngay khu xóm Bắc Hà, con hẻm sát bên hông nhà thờ Phước Tường, đặc biệt các gia đình lính ở đây toàn là người Công Giáo người Bắc di cư. Ông ta đang là lính không quân VNCH làm ở trong phi trường Đà Nẵng. Mặt khác, chính ông ta cũng là Việt Cộng nằm vùng thứ thiệt, người đã đốt kho đạn 311 Hòa Cầm năm 1969. Ngay sau ngày giải phóng Đà Nẵng các ông này được đeo súng, băng đỏ đi chỉ điểm, giết lính Ngụy, hại bà con làng nước. Chiếm sân chùa Phổ Quang (vì sư và chú tiểu ở chùa đã bỏ đi) làm nơi loa kèn kêu tập họp xã, phường. Lúc này, vì có công với cách mạng Đảng nên được bổ nhiệm làm chức vụ hơi bị "lớn" đấy. Ở cái xứ Phước Tường sau ngày mất nước nghèo rách đũng quần moi móc gì ra để mà dân "ngụy" hối lộ, đút lót cho đám nằm vùng này. Bà con xóm làng khinh bỉ, cho là kẻ "phản bội" giết hại dân hại nước, lúc này họ có nhận ra mình bị lừa thì đã quá muộn màng. Thời buổi " Thằng hèn thắng thằng hùng".

Ở làng Vĩnh Linh, Vĩnh Thái, Vĩnh Cẩm… thầy giáo dạy trường trung học Hoàng Hoa Thám là con của gia đình liệt sĩ trong quê có công với cách mạng, có đứa học chưa hết lớp năm. Sau giải phóng đi học bổ túc văn hóa thêm lấy bằng lớp chín, rồi đi dạy. Thiếu gì thầy hiệu trưởng thuộc gia đình liệt sĩ cách mạng không có đi học mà được cấp đến bằng tú tài, đại học, tiến sĩ "dỏm". Ngành giáo dục con em sẽ học được gì hay-tốt, đạo đức nơi những người thầy ăn cướp, vô tâm vô cảm, lại không có "học" dốt nát đó chứ? Trong khi đó, các thầy giỏi ở chế độ "ngụy" không được trọng dụng nữa. Có thầy sắm thùng kem vác lại trường bán cho tụi học sinh hay vá sửa xe đạp ngay trước trường học mình dạy để kiếm sống. Thời buổi " Ngợm đòi dạy Người".

Còn đám công an "quèn" con cái Việt cộng cứ như khỉ chui trong rừng được "tôn" lên, ra đứng canh tuôn, bắt hàng của con buôn ở ga xe lửa. Phải! họ hưởng công đeo súng, mặc đồ công an, hò hét đánh đập dân chúng tỏ "oai" còn hàng thì đưa về túi các ông công an huyện, tỉnh Cộng Sản "nòi" chia chác. Số công an địa phương rình bắt dân vượt biên cũng vậy thôi, chúng tịch thu tài sản của chủ ghe, đánh đập ban tổ chức, người vượt biển, có kẻ ở tù vượt biên về quê chân, đui mắt, mất mạng vì bị tụi công an này đánh. Tài sản tịch thu của những kẻ vượt biên này rồi cũng giao cho gia đình con ông cháu cha Cộng Sản đến ở "quản lý", dần dần hợp thức hóa "chiếm luôn".

Những lần kia, Eo đi vượt biên thì bị công an bắt nhốt tù. Nhưng lần này, Eo đi theo người Hoa, đóng nhiều cây vàng cho mỗi đầu người. Tàu lớn đóng ở Bến Tre, máy móc tốt, lương thực dự trữ đầy đủ, tài công giỏi, biết tiếng Pháp-Anh, tiếng Tàu, tiếng Thái. Công an biên phòng thì bán bãi, cặp theo tàu vượt biên, đưa họ ra tới hải phận, còn bán "chui" cho súng, lựu đạn để chủ ghe mang theo hòng chống hải tặc. Người Hoa, chuyến tàu Eo được ra đi như thế này, an toàn chẳng khác gì đi "bán chính thức", chỉ khác là thay vì đăng ký đóng vàng cho nhà nước họ lại đóng cho công an hải quan biên phòng. Ôi những chuyến tổ chức ra đi như thế này, bọn Cộng sản "vơ bộn" vàng, nhà cửa, doanh nghiệp tư nhân của người Hoa đã sống ki cóp bao nhiêu năm ở Việt Nam trước 1975, bây giờ phải hối lộ tất cả để lấy mong lấy được ra đi vì quá biết, quá hiểu, quá sợ, phải trốn khỏi anh Cộng Sản thôi. Phải chăng là thời đại của lũ quỷ cai trị các vị thần? Trong trại tỵ nạn, Eo vẫn luôn kiên trì cầu nguyện:

> *"Lạy Trái Tim Chúa Giêusu*
> *Là Vua cai trị mọi loài*
> *Xin trái tim Chúa làm vua*
> *Cai trị lòng con suốt đời"*

Ở trại tỵ nạn Singabesi được gần ba tháng thì Eo được kêu ra thủ đô Kula Lumpua tuyên thệ và đi thẳng đến Mỹ mà không cần chuyển qua trại bên Philippines học tiếng Anh. Sau khi được tin rời trại, Eo được cô bạn thân TTTT cho mượn 25 đôla để may một bộ áo dài, mua một đôi giày, một cái túi xách đựng hai bộ quần áo cũ mà trại đã phát cho. Chuyến bay đến Mỹ có quá cảnh tại Hồng Kông một đêm rồi bay tiếp đến San Fransisco làm giấy tờ nhập cảnh, sau đó mới bay về Texas.

Đó là một buổi chiều cuối hè, đi giữa đoàn người tị nạn qua Mỹ, Eo mặc chiếc áo dài màu đỏ bông trắng, sang trọng nổi bật nhưng đi suốt hai ngày đường khi đáp đến Hồng Kông ngủ lại, chiếc áo đã dơ bẩn. Eo chọn trong vali ra chiếc áo đầm màu trắng vốn được đem phát trong trại tị nạn. Chiếc váy ngắn và chật vì nó vốn dành cho các em gái mười ba, mười bốn tuổi nhưng dù sao nó cũng là áo đầm của Mỹ và còn lành lặn, màu trắng còn mới và là cái váy mà Eo vừa ý nhất, đẹp nhất. Eo chọn nó để mặc khi gặp gia đình.

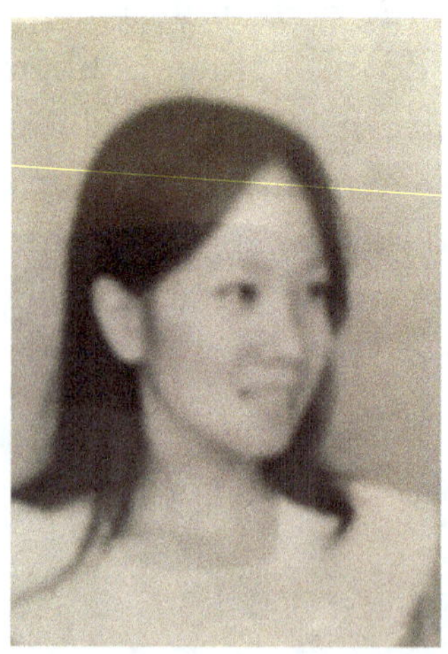

Eo – Phi trường Hồng Kông (1983)

Khi máy bay sắp đáp xuống phi trường Mỹ, Eo thả những lọn tóc cuốn xuống, cố gắng đánh phấn, chải chuốt thật đẹp đẽ để gặp gia đình. Cái giây phút đó thật hồi hộp, tràn trề hy vọng, mừng rỡ lạ thường. Sau bao nhiêu tháng năm vượt qua gian khổ, ước mong đoàn tụ đã thành sự thật, nỗi vui mừng xâm chiếm cả tâm hồn, thể xác Eo. Vừa nhìn thấy mẹ, Eo đã quỵ xuống, ôm lấy mẹ và khóc ngất...

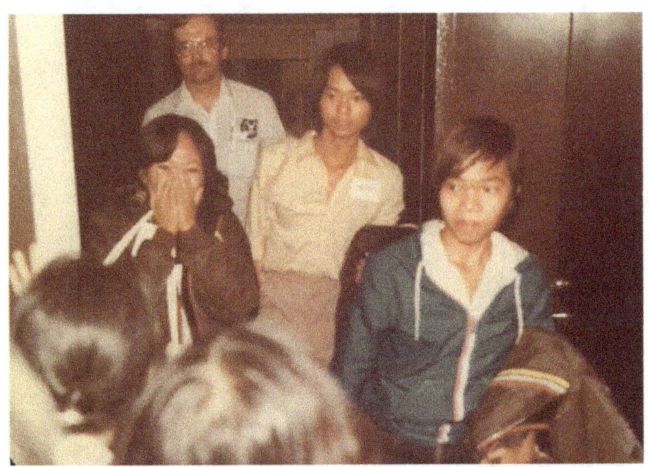

Eo (left)- Phi trường Houston (1983)

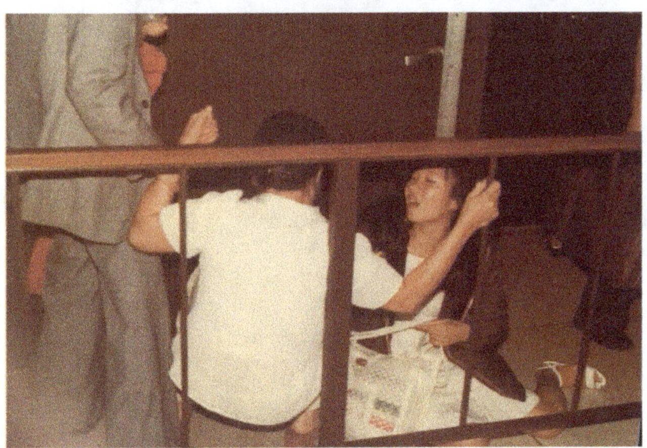

Eo và Mẹ- Phi trường Houston (1983)

Trong đời Eo, giữa cái chết gặp cái sống, nước mắt chan hòa giữa nụ cười có lẽ đó là giây phút tê tái, xúc động, mừng rỡ nhất, rồi từ đây, một cuộc sống tốt đẹp sẽ bắt đầu.

Năm đó là mùa thu năm 1983

HẾT PHẦN I

PHẦN 2

Eo như người thợ gốm, bị người thân dập nát hai bàn tay rồi đuổi ra đường, hất hủi chê kinh rồi hô hoán lên là một "con điên". Khi sự tàn nhẫn bất nhân của gia đình dành cho mình cũng như sự cam phận chịu đựng của Eo đã đụng đến đáy vực thì trái tim và trí óc Eo thôi thúc biết đau, biết thương tiếc đôi tay mình…Eo bắt đầu quay lưng bỏ chạy thật xa và mãi mãi không dám nhìn lại.

Oct. 10, 2012 cho đến nay thấm thoát đã đúng 10 năm dài trôi qua. Người thợ gốm – kẻ ăn mày vật chất lẫn tình thương - phải sống và dùng đôi chân còn lại của mình để khắc những kỷ niệm gian khổ của cuộc đời, tù ngục của hôn nhân lên 2 chiếc bình.

1- Cuộc phiêu lưu của cô bé Tarzan xứ Cộng.

2- Bút ký của người đàn bà điên.

Nếu như tập một Eo viết bằng nước mắt, thì tập hai Eo sẽ viết bằng máu qua trái tim tổn thương, tập ba qua trái tim được lay dậy, phải sống của mình.

Hẹn gặp các bạn vào tập hai!

HTVL

Cuộc nói chuyện với Chúa

October 9th, 2012

Eo mơ màng có tiếng động, tiếng người, tiếng xe đưa Eo đi.

Họ làm thủ tục xúc ruột, cuống họng Eo đau đớn....

Hôm sau 3 giờ chiều October 10th, 2012, ở Saint Luke Hospital, Woodland, Texas.

***

Mở mắt ra, từ giường bệnh nhà thương, Eo thấy Chúa Jesus của Lòng Thương Xót hiện diện ngay phía bên trái chân giường nhìn mình và Đức Mẹ thì đang đứng bên phải chân giường, cúi đầu nghiêng mình quay về phía Chúa.

Đôi mắt và trái tim của Chúa tỏa ra hào khí nhẹ nhàng và cuốn hút. Eo giương mắt nhìn vào đôi mắt Chúa, một câu hỏi ngạc nhiên với nỗi thất vọng:

- Eo: Tại sao Chúa lại không đem con đi?

Ngài nhìn Eo một cách hiền từ, trìu mến…

Cũng đôi mắt hằng ngày bằng hình tượng ấy, thường Eo nhìn vào chẳng phải là nghiêm khắc lắm sao! đôi khi Eo nhìn còn cảm thấy sợ thế mà hôm nay, được nhìn thấy bằng xương bằng thịt, nhìn sao nó "hiền lành đến thế là cùng". Eo nói vậy vì chưa bao giờ Eo trông thấy ánh mắt của người nào hay đúng hơn là của một người đàn ông nào trên đời này lại hiền lành nhân hậu đến vậy!

*Rồi Chúa cho Eo thấy lại toàn bộ khung cảnh đông đúc, chen lấn xảy ra khi đi di tản ở tại phi trường Đà Nẵng khoảng 9h sáng ngày 26/03/1975. Hôm đó, trên chiếc máy bay Boing 747 (?) và từ chiếc cầu thang máy bay này, Eo đang lao trượt ngược xuống đất hòng ở lại Việt Nam…

Chúa tỏ cho Eo biết: giây phút đó cuộc đời Eo đã được Ngài Chọn.

Eo khủng hoảng! Eo sợ hãi! Eo đau đớn! Eo đơn độc chết đi được. Trong từng thời khắc Eo tưởng rằng mình đau khổ nhất, một mình mình không thể câm lặng chịu đựng sự ai oán thêm nữa. Eo kiệt sức, bất lực và nghĩ rằng mình không thể chia sẽ với Chúa thêm được nữa, … Cuối cùng, Eo đã đặt hết sự tin tưởng, còn lại của mình cầu cứu Chúa, van xin Chúa cho mình một ân huệ sau cùng là được giải thoát, được an nghỉ trong tay Ngài và Eo đã tự mình kết thúc cuộc đời mình… Vậy mà thật ra hôm nay, Chúa lại nói rằng tất cả những đau thương, khủng hoảng do cuộc đời đem lại là sự mặc khải của Chúa sao?

- Eo tức tưởi nói với Chúa: "Chúa! Sao Chúa cũng ác với con quá vậy?"

Ngài nói với Eo: Từ nay những gì con nói ra, con sẽ nhận lại được.

- Eo buồn bã nói: Con không có ai trên đời để nói cả?

Vậy con hãy viết đi.

- Eo tức tối trả treo: Con không có học.

Nói đến chuyện học hành, bằng cấp, Chúa biết đụng đến vết đau, buồn tủi của Eo, khi mình bị gia đình, giáo hội chê là đứa "không có học", không có học có nghĩa Eo chả ra cái thể thống gì cả?

*Thế rồi Chúa, Ngài cho Eo thấy lại hình ảnh của con bé Eo, khi lần đầu tiên bước ngập ngừng vào ngôi nhà thờ…Đó là năm 1975, sau 30 tháng Tư, khi hay tin miền Nam đã hoàn toàn mất vào tay Cộng Sản.

Một buổi chiều nắng gắt vào đầu hè năm 1975. Chị Kây dẫn Eo đến ở ngôi làng Vĩnh Linh, Cam Ranh. Buổi chiều xế hôm đó, sau khi tắm rửa sạch sẽ, Eo chạy tới nhà thờ đi lễ ngay. Khi đến gần nhà thờ, Eo đã nghe tiếng hát rộn ràng của các em thiếu nhi vang ra:

"Ngài là Đường là Sự Thật và là Sự Sống. Ai tin Người không đi trong tối tăm, không bước đi sai lầm, sẽ sống mãi ngàn năm…"

Eo bước chân vào nhà thờ, đó là ngôi Thánh Đường Vĩnh An tạm bợ, nghèo nàn thuộc trại tị nạn Cộng Sản ở Vĩnh Linh. Làm bằng gỗ cây, tôn, nền đất, và chung quanh che chắn thêm những bạt ni lông lớn màu xanh, trên bàn thờ ánh sáng loe loét hắt ra từ hai bên ngọn đèn măng xông nhỏ. Các thầy, các sơ, các em thì đồng phục ngồi hàng ghế đầu, giáo dân thì ngồi, đứng đầy, bu quanh trong ngoài nhà thờ tạm này, sốt sắng tham dự thánh lễ ngày thường.

Lúc đó, vừa từ Đà Nẵng vào, ngôi thánh đường xứ Phước Tường to lớn, xây chắc chắn, hùng vĩ đối với Eo bao nhiêu thì cũng ngôi nhà thờ này cho Eo cảm giác ngỡ ngàng, buồn cười bấy nhiêu?

Chúa nhấn mạnh: Ta đã Dạy con.

-Eo tủi thân: Viết cho ai, con không có bạn?

Chợt nhớ đến hoàn cảnh hiện tại, côi cút của mình, Eo lo lắng: Bây giờ con không nhà không gia đình, không tiền không ngày mai… Chúa biết con bệnh hoạn, con sợ hãi, và con cũng sợ phải sống tiếp cuộc đời này… chỉ có Ngài là cứu Chúa, con muốn được về với Ngài mà thôi. Nói xong rồi Eo thiểu não, buồn tận số vì tủi thân, tủi phận!

Ta sẽ Lo Liệu và Chữa Lành cho con. Và Ta sẽ Bù Đắp cho con!

*Nói rồi Chúa liền đưa Eo đến một ngôi nhà thờ cao trọng nhất trên thế gian này, đó là Tòa Thánh Vatican. Eo hồi hộp đứng trước sân, công trường Thánh Phêrô rộng lớn, mừng rỡ nhìn lên ban công chờ đợi...

Đến đây, lòng Eo mừng lắm vì được Chúa dẫn đến một nơi Eo từng ao ước, nhưng chưa một lần đặt chân đến. Eo nhớ năm đó -19/06/1988- Mẹ, các anh và bà con của Eo khắp nơi xa gần Úc, Mỹ, Đan Mạch, Thụy Điển, Pháp, Rome... tụ về Roma tham dự, thánh lễ Đức Thánh Cha Gioan Phaolo Đệ II đã tôn phong hiển thánh cho 117 chân phước tử đạo Việt Nam. Lúc về Mỹ, Mẹ Eo khoe: Bà con quây quần bên Đức Ông Philippe Trần Văn Hoài, chị em đôi con dì với mẹ của Eo. Sau ngày 30/4/75, ở tòa thánh Roma đã đặt Ông làm giám đốc văn phòng người Công Giáo Việt Nam Tỵ Nạn Hải Ngoại, và lần này Ông được giao chức vụ Trưởng ban tổ chức Lễ Phong Hiển Thánh tử đạo Việt Nam. Mẹ cũng hãnh diện khoe: Tại đây Cậu đã xin phép lành của Đức Thánh Cha (ĐGH), ban cho mẹ một bộ áo liệm trắng thánh thiện. Từ đó, Eo ao ước một ngày rất gần sẽ được đi qua Roma để gặp cậu xin ĐGH cho mình một bộ áo liệm giống như mẹ.

Rồi Eo theo dõi - Mẹ Teresa Calcutta mất năm 1997.

- Đức Hồng Y Phanxico Xaviê Nguyễn Văn Thuận mất năm 2002.

- Đức Giáo Hoàng Gioan Phaolo Đệ II mất 04/2005

- Đức Ông Philippe Trần văn Hoài mất 02/2010

- Rồi mới đây một tháng, mẹ Eo cũng qua đời 09/2012.

Những người Eo yêu thương, mến mộ gương đức, họ được diện kiến ĐGH khi còn sống, bây giờ tất cả họ đều đã mất, Eo chắc họ cũng được mặc chiếc áo liệm Thánh do ĐGH ban phép lành trước khi chôn cất.

Khi nghe chương trình phát thanh Công Giáo kể về giây phút từ trần của ĐGH, lòng yêu mến phó thác hoàn toàn linh hồn vào tay Chúa và Đức Mẹ trong giờ lâm tử. Ngay chiều hôm qua, khi chọn cái chết, Eo cũng đã ước ao bắt chước theo gương thánh cha, đặt Chúa trên đầu giường, ôm Đức Mẹ trong lòng "Xin cho linh hồn Eo an nghỉ bình an trong tay Chúa". Eo chỉ đeo chiếc áo Đức Bà Carmêlô vào cổ nhưng rất tiếc không có chiếc áo liệm để dành cho Eo mặc…Cứ tưởng hôm nay Chúa dẫn Eo đến đây để xin "chiếc áo".

-Eo chăm chú ngước nhìn lên ban công chờ đợi, một lát sau vẫn không thấy gì? Eo ngước qua hỏi Chúa: Thưa Chúa! ĐGH đâu?

Ngài đang ở bên cạnh con.

Lúc này Eo mới nhìn lại chung quanh mình.

*Thấy đã xuất hiện rất nhiều người xung quanh nhìn quá tầm mắt Eo, đám đông xếp hàng hàng lớp lớp, nhưng rất yên ắng, thứ tự và lớp lang, mỗi người họ đứng khoảng cách đều nhau, trước sau, qua về khoảng 2 feet. Mặc toàn áo choàng trắng dài có mũ trùm đầu như áo giúp lễ, đeo dây thắt lưng màu đỏ– Monastic Altar Server Alb. Lúc này Eo mới giương mắt nhìn những người gần ngay bên cạnh mình, Eo cố tìm banh mắt, để gặp mặt ĐGH nhưng mà ai ai cũng đội mũ choàng che kín, họ đang cúi mặt nhìn vào ánh nến thắp sáng trong tay của mình. Mọi vật Eo nhìn đều rất rõ nhưng Eo không thể phân biệt lúc này là "ngày hay đêm". Eo lại cố chăm-chăm nhìn vào mặt những người đứng xa mình thêm chút nữa may ra gặp được ĐGH, khuôn mặt Mẹ Terêsa, Đức Hồng Y Thuận, mẹ Eo hay bé MaiOanh… Vì Eo tin rằng họ là những kẻ đã chết, nay được nên Thánh. Bây giờ họ nhìn đều cao lớn bằng nhau, mặc đồ giống y như nhau, làm sao Eo phân biệt được họ là trai hay gái, họ cũng đều đội mũ choàng cúi đầu, làm sao Eo nhìn thấy mặt người đứng ngay bên cạnh mình đây, chứ nói chi cho xa?

-Mãi miết nhìn đã rồi vẫn không tìm thấy ai, Eo ngước lên nhìn Chúa lòng đầy thắc mắc, chờ đợi một câu trả lời?

Chúa động Lòng Thương Xót phán với Eo: Con là người đàn bà câm lặng, sẽ chịu đựng một "Cuộc Thương Khó" xảy đến trong cuộc đời.

- Eo im lặng?

Chúa bèn nghiêm túc hỏi Eo: Con sợ những người có quyền lực? Ý Chúa những người có quyền lực này gồm cả Đời lẫn Đạo.

- Eo gật đầu.

*Mặt Chúa bỗng biến giận, Ngài nhìn, chỉ thẳng vào trong Tòa Thánh lớn tiếng với Eo: "Khi những người trong đó Nhân danh Ta, mà họ nói rằng "Con Điên", con hãy viết một cuốn sách nói về cuộc đời của con, hãy tỏ cho họ biết sự khôn ngoan thần khí của Chúa Thánh Thần Ta đặt để trong con.

-Lúc này Eo mới được dịp trút giận, Eo tức tối hỏi: "Chúa lại muốn con đi gặp các linh mục ở trong đó à? Không đời nào". Eo dứt khoát: "Con không care".

Nếu để cho các linh mục trong đó mắng mỏ "mình là một con điên" nữa thì Chúa cũng đang dồn Eo vào đường cùng, ôi thôi! Eo bỗng dưng không muốn nghe Chúa dặn bảo thêm một lời nào nữa.

Vừa mới xảy ra đây, trong một đêm dài uất ức, Chúa thức Eo dậy, hướng dẫn Eo đến bên chiếc laptop của Hát, dạy Eo cách xử dụng gởi email đi cho các linh mục, Ngài dặn Eo: "Trong vài tuần nữa, cha Peter Chu Quang Minh Dòng Tên (sáng lập

Chương Trình Thăng Tiến Hôn Nhân Gia Đình - CTTTHNGD) sẽ qua Houston, gặp cha Đinh Minh Hải Dòng Chúa Cứu Thế (DCCT) mở khóa Thăng Tiến, con hãy gởi đi 3 tin nhắn báo cho hai cha rằng, Chúa gởi con đến gặp và muốn nhắn nhủ điều gì?". Chúa ám chỉ với Eo về một cuốn sách, lúc đó, Eo cứ nghĩ cha Minh là người viết rất nhiều sách về tâm lý gia đình, còn cha Hải, cha thì vừa mơi đổi về đây, ngài lo dạy dỗ các chủng sinh DCCT Hải Ngoại, Houston, nên Chúa muốn nhắn nhủ cả hai cha điều gì để viết sách chăng?

Nghe lời dặn, vào những ngày mở khóa ở DCCT, Eo cố gọi phone riêng cho cha Minh và cha Hải thuyết phục để xin gặp mặt hai cha nhưng vẫn chưa có dấu hiệu gì! Liền ngay buổi họp đầu tiên, sau khi khóa đã bế mạc, trước mặt các cha và các thành viên thuộc ban Điều Hành và trường Nội Dung, cha Hải tuyên bố: Chị Eo, tôi không muốn gặp, nói chuyện với chị, vì chị không phải là người bình thường".

Đã đến tình trạng này, Eo cũng "tê tái" không dám trách thêm các cha vì câu chuyện xảy ra khoảng hơn một, hai năm trước đó, không biết nguyên cơ nào, cha tuyên úy Joseph Đoàn Đình Bảng ở trong CTTTHNGĐ đã vào khoa psychiatry department trong nhà thương Saint Joseph thăm Eo. Không đâu, thời gian mấy tuần đổ lại đây, tin giật gân "Eo điên, bị nhốt trong nhà thương tâm thần" này bị đào bới, rò rỉ ra ngoài và được các anh chị cựu chủ nguyễn chương trình như Tân-Sơn (Cali), Quang-Vy (Giáo xứ Các Thánh Tử Đạo), Thi-Trân (Cộng đoàn Thánh Tâm), Triệu-Nghi (Giáo xứ Đức Mẹ La Vang, Dòng Chúa Cứu Thế) và đặc biệt là anh chị tân chủ nguyễn Rung-Nga (Giáo xứ Đức Mẹ Lavang) rồi lần lượt tất cả các anh chị em của CTTTHNGĐ truyền nhanh đi khắp mọi nơi, lan tỏa về mọi giáo xứ họ ở.

Mới đây, Eo hay thêm một tin nữa, em ruột của cha Nam, ở New Orleans, cũng đi tham dự CTTTHNGĐ về bên không chịu nổi áp lực dèm pha của cộng đồng người Công Giáo nơi mình ở, đã khiến người chồng khủng hoảng ra tay bóp cổ giết chết người vợ, người mẹ của hai đứa con thơ …

Là nạn nhân của đám đông, hóng chuyện, ganh ghét rồi bôi bác này… cũng may Eo chưa giết người!

-Eo phân trần với Chúa: Cái Tôi, Tình, Tiền, mà Gia-môn, Đồng-môn của con, họ đã đẩy con đến con đường chết. Chúa ôi, họ có biết họ đang làm gì không…?

Chúa im lặng

- Eo bất lực, tuyệt vọng, giải bày: Tại sao mẹ, các anh, chồng của con rồi bây giờ ngay cả Chúa cũng lôi bắt con đi gặp các linh mục. Chúa hảy nhìn vào trong đó đi, có chỗ nào nhường cho một người đàn bà mà họ cho là điên khùng như con bước vào chứ? Nói rồi Eo sợ hãi, rung lên: Con không care đâu Chúa ơi? Eo liền quay mặt, úp vào phía tường bên phải.

Vậy con hãy viết ra những gì con nghĩ!

Đức Mẹ, che mặt đứng nghiêng bên cạnh Chúa nãy giờ bỗng cất tiếng thánh thót nhẹ nhàng trấn an Eo: "Con là người đàn bà Chúa chọn, để một cuộc hôn nhân đau khổ? Ngày mai người ta sẽ đọc câu chuyện của con".

Nghe tiếng Đức Mẹ vừa cất lên, Eo vội quay mặt lại tức thì để mong nhìn thấy mặt Đức Mẹ, nhưng hai người đã biến mất!

Eo nằm thẫn thờ, ngẫm nghỉ đến cuộc đối thoại với Chúa vừa rồi. Vậy Eo sẽ phải viết gì đây, một con bé Eo có một cuộc đời câm nín khổ hạnh, một người đàn bà tên Eo đã âm thầm chịu đựng cơn bệnh PTSD (Post traumatic stress disorder) or MD (Major depression) không một lời ai oán? Eo nghĩ đó là cuộc đời của Eo, bất hạnh đến thế?

Nhưng không phải như vậy, đó mới là bước đầu, khởi hành sự "Thương khó của Eo"

***

6 năm sau!

Một đêm hè năm 2018.

Thấy Eo lại gục ngã, đau xót và muốn đầu hàng với số phận. Đêm hôm đó, Chúa bèn thôi thúc Eo hãy đi tìm "tờ giấy tiêu hôn"…

FRIDAY 9:00 am September 21, 2018. Tại văn phòng Metropolitan Tribunal thuộc Giáo phận Galveston-Houston.

Đọc mới được chỉ có 2 tờ giấy, gồm 4 trang trước sau của bộ hồ sơ tiêu hôn kết án dày… thì đã hết giờ.

Bấy nhiêu đó thôi, Eo cũng không thể hình dung ra những gì mình đã đọc thấy… sự tàn nhẫn, bi thương, ai oán của gia đình và chồng con dành cho mình. Eo ngồi quỳ xuống nền nhà, bơ vơ, tủi thân, khóc tức tưởi trước mặt Cha Richard Wahl, chánh án của tòa phép hôn phối giáo phận Galveston-Houston.

Giây phút này, Eo thật sự xúc động phát run lên khi nhận ra Chúa của Eo cũng bị chính người anh em này phản bội, kẻ biệt phái dùng uy lực, cực lực lên án và hành quyết.

Họ có biết đâu: Mão gai nhọn sắc bén, đang cọ sâu vào đầu Chúa Giêsu, tay chân bị bắt chéo đóng chặt vào thánh giá, thân thể trần truồng, thịt da mẩy tróc đang tướm máu. Cái lạnh, xấu hổ, sợ hãi, đau đớn lại khiến tay chân không thể co giựt được. Nước máu trái tim Chúa đã chảy hết và chỉ còn lại xác phàm của một Thiên Chúa bị bỏ rơi, cô độc giữa đời!

"Con sẽ phải trải qua một sự thương khó!"

Và đám "Con Ông Cháu Cha này, họ không ngừng dùng danh thánh Chúa ra để bảo trợ cho quyền lực và tội ác của họ!

Eo "Xin vâng" như một người mẹ điên, lăng loàn, phạm thượng bị người thân trói lại, lôi ra cho đội mão gai, lột áo, tra tấn dã man…thân xác Eo tan nát vì những hòn đá ném; trái tim Eo đau đớn vì dấu đinh đâm suốt lồng ngực; tâm trí hoảng loạn nhưng Eo vẫn biết rằng mình sẽ phải chịu đựng "hy sinh" đến hơi thở cuối cùng để bảo vệ những đứa con của mình…

Như một xác tàn của người đàn bà khốn nạn, ô nhục, vất bỏ nằm khi bóng đêm dần bao phủ, Eo biết linh hồn mình vẫn thoi thóp chưa thể lìa khỏi xác. Eo thầm xin Chúa cất Eo đi, xin cho cái chết đến thật nhẹ nhàng, bình thản với Eo lúc này, vì nàng chẳng phải từ bụi đất mà sinh ra sao (?) thì bây giờ sóng gió cuộc đời đã tắt, nước máu của thân xác nàng cũng đã cạn khô, kiếp hồng nhan bạc phận đã chôn kín trong trái tim từ lâu rồi cũng sẽ im lìm bốc hơi về với trời đất (?)

Eo không ước mong mình sống sót, như thể thế giới này không có hầm cho con người chạy trốn những trái bom nguyên tử đang giáng xuống trên đầu. Eo muốn tự kết thúc và nàng tự để lại cái gọi là chút "gia tài bình an" duy nhất mà nàng còn có được cưu mang trong lòng cho chính chồng con, gia đình của mình.

Như bà thánh Maria Magdalena, Eo gắng gượng đưa bàn tay thương tích của mình ra chạm chân Chúa Jesus, nàng muốn hôn chân máu thánh xin ơn tha tội lỗi của nàng trước khi nàng tắt thở (?)

Lúc này, Ma quỷ reo mừng vì đã cám dỗ lấy đi linh hồn nàng.

Kẻ Quyền lực thì phủi tay hạ màn vì họ đã tiêu diệt được một con đàn bà "quỷ ám".

Chúa động lòng thương xót, Ngài đã ra tay cứu mạng, mang Eo về và đặt trước tòa Thánh để đòi lại Công Lý!

"Sự Công Chính và nền Hòa Bình viên mãn. Sẽ triển nở trong triều đại Người"

Rồi bỗng nhớ đến lời Chúa, Đức Mẹ phán với Eo "Ngày mai, người ta sẽ đọc câu chuyện của con". Eo khóc mùi mẫn thầm thỉ trong lòng với Chúa:

"Linh hồn tôi, tung hô Chúa

Thần trí tôi mừng rỡ trong Đấng Cứu Chuộc tôi

Chúa đã dủ thương đoái nhìn thân phận nữ tỳ hèn mọn của Người

Ngài nâng cao mọi kẻ khiêm nhường

Hằng thương xót những ai kính sợ Chúa

Kẻ nghèo đói thanh bần, Chúa ban của cải dư đầy

Chúa Toàn Năng đã làm cho tôi tớ Người biết bao điều cao cả

Danh Người thật chí Thánh chí Tôn

Muôn đời đến muôn muôn đời- Magnificat"

Con hãy kể những gì xảy ra và hãy viết những gì con nghĩ – Amen

Và đây là câu chuyện của Eo.

MỪNG LỄ LAO ĐỘNG
TEXAS, 09/2022

HOÀNG THỊ VĨNH LINH

Nhân Ảnh
2023

Liên lạc với tác giả
VĨNH LINH THỊ HOÀNG
Email: loilanh2015@yahoo.com

Liên hệ Nhà xuất bản
Nhân Ảnh
E.mail: han.le3359@gmail.com
(408) 722-5626